AF762661

ഗ്രീൻ ബുക്സ്

ഒരു പ്രവാസിയുടെ മണൽരേഖകൾ

കുട്ടിയാനം മുഹമ്മദ്കുഞ്ഞി

കാസർകോട് ജില്ലയിലെ മുളിയാർ ഗ്രാമത്തിൽ
കുട്ടിയാനം എന്ന സ്ഥലത്ത് ജനനം.
ഉപ്പ: അബ്ദുൾ റഹിമാൻ. ഉമ്മ: ബീഫാത്തിമ .
ബോവിക്കാനത്തും കാസർകോടും വിദ്യാഭ്യാസം.
കുവൈറ്റിലും ഷാർജയിലും പ്രവാസജീവിതം നയിച്ചു.
മൃദംഗ വിഷൻ കുടുംബമാസികയുടെ
സബ് എഡിറ്ററായിരുന്നു.
കൃതികൾ: ഞങ്ങൾ ഒരു തോറ്റ ജനത,
പ്രവാസികളുടെ കാണാകഥകൾ,
ദാന പുരുഷൻ, നന്മ മരങ്ങൾ, പ്രവാസികളുടെ
ഇന്നലെകൾ, (ലേഖനങ്ങൾ) നഗരക്കാഴ്ചകൾ,
ബാബൂറാം ലാലിന്റെ കുതിര (കഥാസമാഹാരങ്ങൾ).
പി.ടി.എ.എച്ച്. ലൈബ്രറി പ്രസിഡന്റ്, സംസ്കൃതി
കാസർകോട് കലാ സാംസ്കാരിക വേദി
ജനറൽ സെക്രട്ടറി, കാസർകോട് പ്രസ് ഫോറം ട്രഷറർ,
വളപ്പിൽ ഫാമിലി ട്രസ്റ്റ് ചെയർമാൻ, കാസർകോട്
സാഹിത്യവേദി പ്രവർത്തകസമിതി അംഗം,
പു.ക.സ കാസർകോട് ഏരിയ കമ്മിറ്റി അംഗം
എന്നീ നിലകളിൽ പ്രവർത്തിക്കുന്നു.
2023ൽ കേന്ദ്ര സാഹിത്യ അക്കാദമിയും മുളിയാർ
പഞ്ചായത്തും ഏർപ്പെടുത്തിയ സാഹിത്യത്തിനുള്ള
സമഗ്രസംഭാവനയ്ക്കുള്ള ആദരവ് ഏറ്റുവാങ്ങി.
കാസർകോട്ടുകാരുടെ പ്രവാസികൂട്ടായ്മയായ ‘കെസഫ്’
നടത്തിയ ലേഖന മത്സരത്തിലും തുളുനാട് ലേഖന
മത്സരത്തിലും പുരസ്ക്കാരങ്ങൾ ലഭിച്ചിട്ടുണ്ട്.
എഴുത്തിൽ സജീവം.

Email: kuttiyanammk@gmail.com

ഓർമ്മ

ഒരു പ്രവാസിയുടെ മണൽരേഖകൾ

കുട്ടിയാനം മുഹമ്മദ്കുഞ്ഞി

ഗ്രീൻ ബുക്സ്

green books private limited
gb building, civil lane road, ayyanthole,
thrissur- 680 003, kerala, ph: +91 487-2381066, 2381039
website: www.greenbooksindia.com
e-mail: info@greenbooksindia.com

branches:
thrissur 8589095302
thiruvananthapuram 8589095301
calicut 8589095307

malayalam
oru pravasiyude manalrekhakal
memoirs
by
kuttiyanam muhammedkunji

published december 2023

cover design : s. mahendra

printed in india
manipal technologies ltd

isbn : 978-93-95878-96-8

GBPL/1336/2023

ഉള്ളടക്കം

സ്വപ്നഭൂമിയിലേക്കൊരു തീർത്ഥയാത്ര....

എന്റെ കുട്ടിക്കാലത്ത് ഗൾഫുകാർ (പ്രവാസികൾ) വലിയൊരു സംഭവം തന്നെയായിരുന്നു. അങ്ങകലെ അലകടലിനപ്പുറത്തുള്ള അറേബ്യൻനാടുകളിൽ പോയി തിരിച്ചെത്തുന്നവർക്ക് സാമ്പത്തികമായും ശാരീരികമായും ഉണ്ടാകുന്ന മാറ്റങ്ങൾ കണ്ട് അവരിലൊരാളായി മാറാൻ കൊതിച്ചിരുന്ന അന്നത്തെ മലയാളികളിൽ ഒരാളായിരുന്നു ഞാനും. അങ്ങനെ ഏറെനാളത്തെ പരിശ്രമഫലമായി സ്വപ്നഭൂമിയായ കുവൈറ്റിലേക്ക് പുറപ്പെട്ട എന്റെ ഗൾഫ് യാത്രയുടെ തുടക്കം മുതൽ കുവൈറ്റ് അധിനിവേശത്തെ തുടർന്ന് ആ രാജ്യം വിടേണ്ടിവന്ന നാളുവരെയുള്ള അനുഭവങ്ങൾ മാത്രമല്ല ഞാൻ ഈ പുസ്തകത്തിൽ കോറിയിട്ടിരിക്കുന്നത്.

കണ്ടതും കേട്ടതുമായ പല ചരിത്രസത്യങ്ങളും ഇവിടെ വിവരിക്കുന്നുണ്ട്. അന്നത്തെ വിദേശയാത്രക്കാരുടെ ഇടത്താവളമായിരുന്ന ബോംബെയിലെ ജീവിതവും അവിടെ ക്കണ്ട കാഴ്ചകളും തുടർന്ന് കുവൈറ്റിലെ അനുഭവങ്ങളും ഞാൻ കണ്ട മനുഷ്യരെയും പ്രധാന സംഭവങ്ങളെയും ആധികാരികമായി പഠിച്ച് മനസ്സിലാക്കി വായനക്കാർക്ക് പകർന്നുകൊടുക്കുക എന്ന എളിയ ദൗത്യമാണ് ഞാനിവിടെ നിർവഹിച്ചിരിക്കുന്നത്.

ഏകദേശം നാലു പതിറ്റാണ്ടുകൾക്ക് മുമ്പ് യാത്ര തുടങ്ങുന്നത് മുതൽ ഞാൻ കുറിച്ചുവെച്ച ഡയറി തപ്പിയെടുത്ത് ഈ ലോക്ഡൗൺ കാലത്ത് വായിച്ചു നോക്കി, ഭൂതകാലത്തിന്റെ ഓർമ്മകളിലൂടെ ഒരിക്കൽകൂടി പുനർസഞ്ചാരം നടത്തിയശേഷം കുവൈറ്റ് അനുഭവങ്ങളുള്ള പലരുമായി

ബന്ധപ്പെട്ട് ഇക്കാര്യത്തിൽ ആശയവിനിമയം നടത്തുകയും ചരിത്രപരമായ ചില വസ്തുതകൾ മനസ്സിലാക്കുന്നതിനുവേണ്ടി 'കുവൈറ്റ് ഇന്ത്യൻ കുടിയേറ്റ ചരിത്രം' (സാം പൈനുംമൂട്), പ്രവാസിയുടെ കുറിപ്പുകൾ (ബാബു ഭരദ്വാജ്), മരുഭൂമിയിലെ ജീവിതം (ഹസ്സൻ തിക്കോടി) എന്നീ പുസ്തകങ്ങൾ വായിക്കുകയും പഴയകാല കുവൈറ്റ് മലയാളികളുടെ പൊള്ളുന്ന അനുഭവങ്ങളറിയുവാൻ വേണ്ടി കാഞ്ഞങ്ങാട്ടെ കെ.ബി. അബ്ദുൾ റഹിമാൻ ഹാജി, സയ്യിദ് ഹമീദ് തങ്ങൾ, കെ.കെ. നായർ സുള്ള്യ, ഹമീദ് ബോംബെ, സലീംചാല അത്തിവളപ്പിൽ തുടങ്ങിയവരുമായി നേരിട്ടും ഫോണിലൂടെയും സംസാരിച്ച ശേഷമാണ് ഞാൻ ഈ പുസ്തകരചനയ്ക്ക് ഒരുങ്ങുന്നത്.

ചരിത്ര പശ്ചാത്തലത്തോടുകൂടിയ ഈ ഗ്രന്ഥത്തിന്റെ രചന നിർവ്വഹിച്ചുകൊണ്ടിരിക്കുമ്പോൾ തന്നെ ഇതിനൊരു അവതാരിക എഴുതാൻവേണ്ടി എന്റെ മനസ്സിൽ തെളിഞ്ഞുവന്ന മാന്യദേഹം ഷാർളി ബെഞ്ചമിനാണ്. അദ്ദേഹം പ്രമുഖ പത്രപ്രവർത്തകനും എഴുത്തുകാരനും കുവൈറ്റ് ടൈംസിന്റെ മുൻ സബ് എഡിറ്ററുമൊക്കെയായിരുന്നു. ഇപ്പോൾ പുനലൂരിലെ സ്വകാര്യ ചാനലിലെ അവതാരകനാണ്. ഷാർളി ബെഞ്ചമിനോട് എനിക്കുള്ള നന്ദിയും കടപ്പാടും രേഖപ്പെടുത്തുന്നു. ഈ പുസ്തകരചനയുടെ വിവിധ ഘട്ടങ്ങളിൽ പ്രേരണയും സഹായവും നൽകിയ അധ്യാപകനും എഴുത്തുകാരനുമായ സിദ്ധിഖ് നഖി ചേറൂർ അടക്കമുള്ള നിരവധിപേരുണ്ട്. അവരിൽ ആരുടെയെങ്കിലും പേരുകൾ രേഖപ്പെടുത്തുവാൻ വിട്ടുപോയിട്ടുണ്ടെങ്കിൽ സദയം ക്ഷമിക്കുമെന്ന വിശ്വാസത്തോടെ, 'ഒരു പ്രവാസിയുടെ മണൽരേഖകൾ' എന്ന ഈ പുസ്തകം വായനക്കാരുടെ കരങ്ങളിൽ സമർപ്പിച്ചുകൊള്ളട്ടെ.

കുട്ടിയാനം മുഹമ്മദ്കുഞ്ഞി

അവതാരിക

ഒരു പ്രവാസിയുടെ ജ്വലിക്കുന്ന മണൽരേഖകൾ

ഷാർളി ബെഞ്ചമിൻ

പ്രവാസത്തിന്റെ ചൂരും ചൂടും സ്വന്തം ജീവിതാനുഭവങ്ങളിൽ ചാലിച്ച് എഴുതിയിരിക്കുകയാണ് 'ഒരു പ്രവാസിയുടെ മണൽരേഖകൾ' എന്ന ഈ പുസ്തകത്തിലൂടെ കുട്ടിയാനം മുഹമ്മദ്കുഞ്ഞി. ഗ്രന്ഥകാരന്റെ പേര് ഞാൻ ആദ്യം കാണുന്നത് കുവൈറ്റ് ടൈംസിന്റെ എഡിറ്റോറിയലിൽ സബ് എഡിറ്ററായി ജോലി ചെയ്യുന്ന കാലത്താണ്. അന്ന് കുവൈറ്റ് ടൈംസിൽ സ്ഥിരമായി ലേഖനങ്ങളും ചെറുകഥകളും എഴുതിയിരുന്ന മുഹമ്മദ്കുഞ്ഞിയുടെ രചനകൾ എഡിറ്റ് ചെയ്ത് പ്രസിദ്ധീകരിക്കാൻ അവസരമുണ്ടായിട്ടുണ്ട്.

ഇന്ത്യയ്ക്ക് പുറത്തെ ആദ്യ മലയാള പത്രമായ കുവൈറ്റ് ടൈംസിന്റെ ചരിത്രം ആധികാരികമായി തന്നെ ഈ പുസ്തകത്തിൽ വിവരിച്ചിരിക്കുന്നതിനാൽ അതേപ്പറ്റി വിശദീകരിക്കുന്നില്ല. ഗൾഫ് യാത്രയ്ക്കായി ഒരുങ്ങി പുറപ്പെടുന്നത് മുതൽ ബോംബെയിലെ ഇടത്താവളത്തെക്കുറിച്ച് അവിടെക്കണ്ട കാഴ്ചകൾ, തന്നെ അത്ഭുതപ്പെടുത്തിയ സംഭവങ്ങൾ-എല്ലാം ചരിത്രപശ്ചാത്തലങ്ങളിൽ, ഓർമ്മകളുടെ മൂടുപടം നീക്കി വിവരിച്ചുതരുന്നതിലൂടെയാണ് ഈ പുസ്തകം ഒരു ചരിത്രരേഖയായി മാറുന്നത്.

ഇത് മുഹമ്മദ്കുഞ്ഞിയുടെ ആത്മകഥയല്ല, മറിച്ച് ഏകാന്തപഥികനായ ഒരു സഞ്ചാരിയുടെ കത്തുന്ന ഓർമ്മകളാണ്. പ്രമുഖ സാഹിത്യകാരൻ ആനന്ദ് പറഞ്ഞ് വെച്ചതുപോലെ ആൾക്കൂട്ടത്തിലും ഓരോരുത്തനും

തനിച്ചാവുന്ന പൊള്ളിക്കുന്ന ഓർമ്മകൾ. മുംബൈയും ധാരാവിയും റെഡ് സ്ട്രീറ്റും മാത്രമല്ല ബോംബെ എന്ന മഹാനഗരവും അവിടെ, തന്നെ സ്വാധീനിച്ച ചെറുതും വലുതുമായ സംഭവങ്ങളെയും കുവൈറ്റ് മരുഭൂമിയിലെ തിളയ്ക്കുന്ന മണലും താൻ നേരിട്ട് കണ്ട ഒരു കൂട്ടം ജനങ്ങളേയും ആ മണൽനഗരത്തിൽ കഴിച്ചുകൂട്ടിയ തന്റെ ജീവിതവും കുട്ടിയാനം മുഹമ്മദ്കുഞ്ഞി വറചട്ടിയിൽ ചേർത്തിളക്കി അനുവാചകനായി ഒരു കുമ്പിളിൽ നീട്ടുന്നു.

എൺപതുകളിൽ ഗൾഫിലേക്ക് കുടിയേറിയ മറ്റേതൊരു പ്രവാസി മലയാളിയുടെയും വികാസപരിണാമങ്ങളുടെ കഥയാണ് ഈ പുസ്തകത്തിലൂടെ ഗ്രന്ഥകാരനും പറയാനുള്ളത്. അക്കാലത്തെ ഏതൊരു പ്രവാസി മലയാളികളെയുംപോലെ, ആദ്യം മുംബൈയിലേക്കുള്ള യാത്രയും അവിടുത്തെ ജീവിതവും നഗരക്കാഴ്ചകളുമെല്ലാം വളരെ വിശദമായിത്തന്നെ പുസ്തകത്താളുകളിൽ പ്രതിപാദിക്കുന്നുണ്ട്. ലോകത്തെ ഏറ്റവും വലിയ ചേരികളിലൊന്നായ ധാരാവിയും കാമാത്തിപ്പുരയും ചോർബസാറും കരിം ലാലയും ദാവൂദ് ഇബ്രാഹിമും ഒക്കെ ഇവിടെ സജീവസാന്നിധ്യമാകുന്നു.

ഇതിനിടയിൽ ഒരു വൈകുന്നേരം നടക്കാനിറങ്ങിയപ്പോൾ മുസാഫർഖാനയിൽ വെച്ച് ഇന്ത്യൻ സിനിമയുടെ ഇതിഹാസവും മഹാനടനുമായ ദിലീപ് കുമാറിനെ യാദൃച്ഛികമായി കണ്ടതിനെയും മുംബൈ ഗല്ലിയിലെ ഒരു റെസ്റ്റോറന്റിൽനിന്ന് ചായകുടിച്ചു പുറത്തിറങ്ങി കൂട്ടുകാരോട് സൊറ പറഞ്ഞുനിൽക്കുമ്പോൾ തെരുവുഗുണ്ടകൾ തമ്മിലുണ്ടായ ഏറ്റുമുട്ടലുകൾക്കിടയിൽ തനിക്കും കൂടെയുണ്ടായിരുന്നവർക്കും വെറുതെ വെട്ടുകൊള്ളേണ്ടി വന്നതും ആശുപത്രിയിൽ പോയതുമെല്ലാം ഗ്രന്ഥകാരനായ കുട്ടിയാനം മുഹമ്മദ്കുഞ്ഞി നിസ്സംഗതയോടെ പറയുന്നു.

ദർഗ്ഗകളും അന്നദാനവും ലഹരിയുമെല്ലാം നിറയുന്ന തെരുവിന്റെ കഥയും മറന്നുപോകാതെ വിവരിക്കുന്ന ഈ പുസ്തകത്തിൽ പഴയകാല ബോംബെയുടെ നേർച്ചിത്രം തെളിഞ്ഞു വരുന്നുണ്ട്. എല്ലാം വിശദമായി വിവരിക്കുന്നതിലൂടെ വായനക്കാരിൽ ആ പഴയ മഹാനഗരത്തിന്റെ

നേർക്കാഴ്ച നേരിട്ട് കാണുന്ന പ്രതീതി അനുഭവപ്പെടുത്താൻ എഴുത്തുകാരന് സാധിച്ചിട്ടുണ്ട്. ആർക്കും അനായാസം മനസ്സിലാക്കാവുന്ന തരത്തിലുള്ള ലളിതമായ ഭാഷയിലൂടെയാണ് ആത്മഭാഷണം പുരോഗമിക്കുന്നത്.

സംഗീതലോകം നെഞ്ചിലേറ്റിയിരുന്ന മൊഹമ്മദ് റഫിയുടെ മരണസമയത്ത് ബോംബെയിലുണ്ടായിരുന്ന എഴുത്തുകാരന് മഹാനഗരം നിശ്ചലമാവുന്നതിനും സാക്ഷിയാവേണ്ടി വന്നു. അതിനെക്കുറിച്ചു മാത്രമല്ല, റഫിയുടെ ഒരു ലഘുജീവചരിത്രം തന്നെയാണ് മുഹമ്മദ്കുഞ്ഞി പുസ്തകത്തിൽ പരാമർശിക്കുന്നത്. ധാരാവിക്കുവേണ്ടി ഒരു അദ്ധ്യായംതന്നെ മാറ്റി വെച്ചിരിക്കുന്നു. ഈ ഭാഗത്ത് എത്തുമ്പോൾ ചേരി തൊട്ടറിയുക മാത്രമല്ല ഗന്ധത്തിന്റെ വിവരണങ്ങളിലൂടെ മണത്തറിയുകയും ചെയ്യുവാൻ അനുവാചകനാകും. ഇവിടെനിന്നും തന്റെ സ്വപ്നഭൂമികയായ കുവൈറ്റിലേക്ക് വിമാനം കയറുന്നതും അവിടത്തെ കാഴ്ചകളും കേട്ടറിവുകളും അനുഭവങ്ങളും പങ്കുവെക്കുന്നതിനിടയിൽ കുവൈറ്റ് എന്ന കൊച്ചു നാടിന്റെ ചരിത്രപാശ്ചാത്തലം കൂടി വിവരിക്കുന്നതിലൂടെ, കുടിയേറ്റ ചരിത്രത്തെ പഠിക്കാനും മനസ്സിലാക്കാനും ആഗ്രഹിക്കുന്നവർക്കുള്ള ഒരു റഫറൻസ് ഗ്രന്ഥം കൂടിയായി മാറും ഈ പുസ്തകമെന്ന് പറയുന്നതിൽ തെറ്റില്ല.

നീണ്ടുനിന്ന ഇറാൻ-ഇറാഖ് യുദ്ധം, കുവൈറ്റിന്റെ വികസനം തുടങ്ങിയ നിരവധി അദ്ധ്യായങ്ങളിൽ നൽകിട്ടുള്ള വിശദാംശങ്ങൾ ഗൂഗിളിൽ പരതിയാലും ലഭിക്കും. എന്നാൽ അവിടെ ഉണ്ടായിരുന്ന ഒരാൾ സ്വന്തം ജീവിതം കൊണ്ടുള്ള സാക്ഷ്യപ്പെടുത്തലുകൾ വരച്ചുവെച്ചതിനെ വായിക്കാനാവുന്നത് വേറിട്ട അനുഭവമായി മാറുന്നു. മാത്രമല്ല ഇത് ഒരു ചരിത്ര റഫറൻസ് പുസ്തകമായി സൂക്ഷിക്കുകയും ചെയ്യാം. ലോകവ്യാപാര കേന്ദ്രമായി മാറിയ കുവൈറ്റ്, ഇന്തോ-കുവൈറ്റ് ആത്മബന്ധം തൊട്ട് അധിനിവേശത്തിന്റെ അനുഭവം എന്ന അദ്ധ്യായം മുതൽ കുട്ടിയാനം മുഹമ്മദ്കുഞ്ഞി അനുവാചകരോട് നേരിട്ടു സംവദിക്കുന്നു. ഇവിടെയാണ് ഈ പുസ്തകം കത്തുന്ന മണൽ രേഖകളായി മാറുന്നത്.

ഇറാഖി പട്ടാളത്തിന്റെ തേരോട്ടം നേരിട്ട് അനുഭവിക്കുകയും റിപ്പോർട്ട് ചെയ്യുകയും ചെയ്ത ഒരാളെന്ന നിലയിൽ ഈ അദ്ധ്യായങ്ങളെല്ലാം സത്യസന്ധവും ഉള്ളം പൊള്ളിക്കുന്നതുമാണെന്ന് ഞാൻ തിരിച്ചറിയുന്നു, സാക്ഷ്യപ്പെടുത്തുന്നു.

അധികം വരുന്ന ഭക്ഷണം ഗാർബേജ് ബാഗിലിട്ട് ഉപേക്ഷിക്കണം എന്നാണ് കുവൈറ്റ് പട്ടാള ക്യാമ്പിലെ കാന്റീനിലെ നിയമം. അവിടെ ജോലി ചെയ്തിരുന്ന ഗ്രന്ഥകാരൻ അധികം വന്ന ഭക്ഷണം അർദ്ധപട്ടിണിക്കാരായ ബംഗ്ലാദേശി ക്ലീനിംഗ് തൊഴിലാളികൾക്ക് രഹസ്യമായി നൽകിയ സംഭവം തുടങ്ങിയവ വിവരിക്കുമ്പോൾ ആ വായനയിലൂടെ മനുഷ്യസ്നേഹിയെകൂടി തിരിച്ചറിയുകയാണ് നാം.

ഹൃദയംകൊണ്ട് അനുഭവങ്ങൾ പറയുന്ന എഴുത്തുകാരനാണ് കുട്ടിയാനം മുഹമ്മദ്കുഞ്ഞി. അതിനാൽ ത്തന്നെ വരും തലമുറയ്ക്കു കൂടി നെഞ്ചോട് ചേർത്ത് വയ്ക്കാൻ പറ്റിയ ഒരു പുസ്തകമാണിത്. ഭാവുകങ്ങൾ.

■

ഒരു പ്രവാസിയുടെ
മണൽരേഖകൾ

അറേബ്യൻ നാടുകളെ സ്വപ്നം കണ്ടു നടന്നിരുന്ന കാലം

ഞങ്ങളുടെയൊക്കെ ചെറുപ്പകാലത്ത്, അതായത് അറുപത്, എഴുപതുകളിലൊക്കെ നാട്ടിൻപുറത്തെ കടകളും ചായക്കടകളും ബാർബർഷോപ്പുകളുമായിരുന്നു സാംസ്കാരികനിലയങ്ങളായി പ്രവർത്തിച്ചിരുന്നത്. നാടിന്റെ നാനാഭാഗങ്ങളിൽ നിന്നുമുള്ള ആളുകൾ വന്ന് വർത്തമാനം പറഞ്ഞുപോകാറുള്ള ഇടങ്ങൾ. ഒരു ചായയും കുടിച്ച്, നാട്ടിലേയും ഭൂമിക്ക് മീതെയും ആകാശത്തിന് കീഴെയുമുള്ള സകലതിനേയും കുറിച്ച്, രാവേറെക്കഴിയുന്നതുവരെ ഇരുന്നു ചർച്ച ചെയ്യാറുണ്ട്. ഇങ്ങനെയുള്ള ഒരു സ്ഥലമായിരുന്നു കുട്ടിയാനം കടവിലെ, എന്റെ ഉപ്പ അന്തുമാൻച്ച എന്ന അബ്ദുൾറഹിമാന്റെ പലചരക്കുകടയും അതോടനുബന്ധിച്ചുണ്ടായിരുന്ന ചായക്കടയും.

എനിക്ക് ഓർമ്മവെക്കുന്നതിന് മുമ്പ്, ജോലിതേടി എവിടെനിന്നോ ഉപ്പയുടെ കടയിലെത്തിയ കണ്ണൻ എന്ന കുട്ടി ഞങ്ങളോടൊപ്പം, ഞങ്ങളുടെ വീട്ടിൽത്തന്നെയായിരുന്നു താമസിച്ചിരുന്നത്. കണ്ണേട്ടൻ എനിക്ക് എന്റെ ജ്യേഷ്ഠനെപ്പോലെയായിരുന്നു. അതുകൊണ്ടുതന്നെ ആളുകൾ അദ്ദേഹത്തെ അന്തുമാൻച്ചാന്റെ കണ്ണൻ എന്നു വിളിച്ചു. കടയുടെ ചായ്പിൽ അടുപ്പുകൂട്ടി ഒരു മേശയും രണ്ടുബെഞ്ചുംവെച്ച് തുടങ്ങിയ ചായക്കടയുടെ നടത്തിപ്പുകാരൻ കണ്ണേട്ടനായിരുന്നു.

അതിരാവിലെതന്നെ ഉപ്പ സുബ്ഹി നമസ്കരിക്കാൻ എഴുന്നേൽക്കുമ്പോൾ കണ്ണേട്ടനെയും വിളിച്ചുണർത്തും. അദ്ദേഹം കടയിലെ പാത്രങ്ങൾ കഴുകി, അടുപ്പിൽ തീകൂട്ടി, ഒരു പിച്ചളപ്പാത്രത്തിൽ നിറയെ വെള്ളംവെച്ച് അതിലൊരു ഓട്ടമുക്കാലുമിടും. വെള്ളംതിളയ്ക്കുമ്പോൾ ഓട്ടമുക്കാൽ പാത്രത്തിൽ അടിക്കുന്നതിന്റെ സംഗീതാത്മകമായ ശബ്ദം ദൂരെ ദിക്കിൽ നിന്നുവരെ കേൾക്കാമായിരുന്നു. കണ്ണേട്ടൻ ചായയും കിഴങ്ങും കടലപ്പുഴുക്കുമെല്ലാം തയ്യാറായാൽ

ചായപ്പാട്ടയെടുത്ത് മേശപ്പുറത്ത് രണ്ടുപ്രാവശ്യം കൊട്ടും. പീടികയിൽ ചായ റെഡിയായെന്ന കാര്യം ആ ശബ്ദത്തിലൂടെ ആളുകൾ തിരിച്ചറിയും.

മിക്കവാറും ദിവസങ്ങളിൽ സാധനങ്ങൾ കൊണ്ടുപോകുന്ന തോണിക്കാരുണ്ടാവും. കാസർകോട് മുതൽ പാണ്ടിക്കണ്ടംവരെയുള്ള പുഴക്കരയിലെ പീടികകളിലേക്ക് വേണ്ട പലചരക്കുകൾ എത്തിക്കുന്നത് അവരാണ്. ഇവിടുന്നങ്ങോട്ട് കശുവണ്ടി, തേങ്ങ, കുരുമുളക്, വാഴക്കുല, വള്ളിക്കിഴങ്ങ് തുടങ്ങിയ കാർഷികവിളകളും തോണിമാർഗം കൊണ്ടുപോയിരുന്നു.

കണ്ണേട്ടന്റെ ചായയുടേയും പലഹാരങ്ങളുടേയും പ്രത്യേകരുചി കൊണ്ടോ എന്തോ, എല്ലാ വൈകുന്നേരങ്ങളിലും പണികഴിഞ്ഞ്, ദൂരദിക്കുകളിൽ നിന്നുപോലും ആളുകൾ ഇതുകഴിക്കാനെത്തുക പതിവായിരുന്നു.

അരിയിൽ അന്തുമാൻച്ച, അന്തുക്കായ്ച്ച, കൃഷ്ണൻ വൈദ്യർ, ചോയ്യമ്പു വൈദ്യർ, രാമൻ, കുഞ്ഞിരാമൻ മാഷ്, അരിയിൽ കണ്ണൻ, കുഞ്ഞിരാമൻനായർ, കാർന്നോർ മമ്മദ്ച്ച, അരിയിൽ മമ്മദ്ച്ച, കുമാരൻ, മുത്തുനായർ, അക്കര കണ്ണൻ, വെള്ളുങ്ങൻ, അമ്പു, അപ്പു, ഭാസ്കരൻ നമ്പ്യാർ... ഇങ്ങനെ നാട്ടിലെ ഒട്ടുമിക്ക ആളുകളും ജാതി -മത ഭേദമന്യേ പീടികയിലെത്തി ചായകുടിച്ചും വർത്തമാനം പറഞ്ഞും ഇരുന്നു.

ജാതിയിൽ താഴ്ന്നവരായ ചെമ്പൻ, ഐത്തൻ, ബട്ട്യൻ, പക്കിരി തുടങ്ങിയവരും പണികഴിഞ്ഞാൽ ചായ കുടിക്കാൻ വരും. എന്നാൽ അവർക്ക് വക്കുപൊട്ടിയ ഗ്ലാസ്സുകളിലോ ചിരട്ടയിലോ ആണ് ചായ പകർന്നു കൊടുത്തിരുന്നത്. അവരത് ദൂരെ മാറിയിരുന്നു കുടിക്കുന്നതിന്റെ നേരിയ ഓർമ്മകൾ എന്റെ മനസ്സിൽ ഇന്നും മായാതെ കിടക്കുന്നു.

ഇന്ത്യ-പാക് യുദ്ധത്തെക്കുറിച്ചും പ്രധാനമന്ത്രി ഇന്ദിരാ ഗാന്ധിയുടെ തന്റേടവും കൂർമ്മബുദ്ധിയും ശത്രു സൈന്യത്തെ പരാജയപ്പെടുത്തുന്നതിലെ മിടുക്കുമെല്ലാം ചർച്ച ചെയ്യുമ്പോൾ മറ്റുള്ളവർ ചെവികൂർപ്പിച്ചു കേട്ടിരിക്കും. അന്ന് ഞാൻ ബോവിക്കാനം യു.പി. സ്കൂളിലെ ആറാംതരക്കാരനായിരുന്നു. യുദ്ധത്തിന് ഐക്യദാർഢ്യം പ്രഖ്യാപിച്ചുകൊണ്ട് പ്രകടനം നടത്തിയതും പാക്കിസ്ഥാനെതിരെ മുദ്രാവാക്യം മുഴക്കിയതുമെല്ലാം ഇപ്പോഴും എന്റെ കാതുകളിൽ മുഴങ്ങുന്നു. അത്തരം ചായക്കടസംഭാഷണങ്ങളിലാണ് എനിക്ക് പല കാര്യങ്ങളും കേൾക്കാനും മനസ്സിലാക്കാനും സാധിച്ചത്. അങ്ങനെയൊരിക്കലാണ് ആരോ ഒരാൾ ദുബായ്ക്കഥ പറഞ്ഞത് കേൾക്കുന്നത്.

നമ്മുടെ കാസർകോട് കാണുന്ന കടലിനക്കരെ ദുബായ് എന്നൊരു നാടുണ്ടത്രെ. അതൊരു മരുഭൂമിയാണെന്നും അവിടെ നിറയെ ഈന്തപ്പഴവും സ്വർണ്ണവും വിളയുന്ന വയലുകളാണെന്നും ഭൂമി കുഴിച്ചാൽ നമ്മുടെ നാട്ടിൽ കുടിവെള്ളം കിട്ടുന്നതുപോലെ എണ്ണ ഊറിവരുമെന്നും അതുവിറ്റ് അറബികൾ വലിയ സമ്പന്നരായി മാറിയെന്നുമൊക്കെയാണ് ചായക്കടസംസാരം.

ജോലിതേടി അവിടെപ്പോയ പടിഞ്ഞാറ് കടപ്പുറം ഭാഗങ്ങളിലുള്ളവർ വലിയ പണക്കാരായി മാറിയെന്നുള്ള അറിവ് ഞങ്ങളുടെ മനസ്സിൽ ചലനങ്ങളുണ്ടാക്കി. അക്കരെ കടക്കാനുള്ള ആശകളുടെ വിത്ത് പാകി. പിന്നീടങ്ങോട്ടുള്ള ദിവസങ്ങളിൽ ആ നാടുകളെക്കുറിച്ചുള്ള അന്വേഷണങ്ങളായി. ഞങ്ങളുടെ ചിന്തയും വർത്തമാനവും ഇതുതന്നെയായെന്ന് മാത്രമല്ല, ഞങ്ങൾ അറബ് നാടുകളെ സ്വപ്നം കണ്ടുകഴിയുകയായിരുന്നു ആ നാളുകളിൽ.

അങ്ങനെയിരിക്കെയാണ് നാട്ടുകാരനായ മമ്മദ്ച്ചാന്റെ ഭാര്യാസഹോദരൻ ഉമ്മർ ബോംബെയിൽനിന്ന് കള്ളലോഞ്ച് കയറി ദുബായിലെത്തിയത്. അതോടെ അവനും കുടുംബവും രക്ഷപ്പെട്ടുവെന്നും കേൾക്കാൻ തുടങ്ങി.

പിന്നീട് വർഷങ്ങൾകഴിഞ്ഞാണ് ഉമ്മർ നാട്ടിൽ തിരിച്ചെത്തിയത്. അളിയൻ മമ്മദ്ച്ചയിൽനിന്ന് ഉമ്മർ തിരികെവന്നുവെന്നറിഞ്ഞപ്പോൾ അദ്ദേഹത്തെ ഒന്ന് കാണാനായി ഞങ്ങൾ ആകാംക്ഷയോടെ കാത്തിരുന്നു. കുറച്ചു ദിവസങ്ങൾക്കുശേഷം പെങ്ങളെ കാണാനെത്തിയ ഉമ്മർ മമ്മദ്ച്ചാന്റെ കൂടെ കടയിലും വന്നു. ദുബായിൽ പോകുന്നതിന് മുമ്പ് നേർത്ത്, മെലിഞ്ഞ്, കരുവാളിച്ച മുഖമുണ്ടായിരുന്ന ആ കോന്തൻചെക്കൻ ഇപ്പോൾ തടിച്ചുകൊഴുത്ത് ക്രീം നിറമുള്ള സഫാരി സ്യൂട്ടുമിട്ട് അത്തറിന്റെ പരിമണം പരത്തുന്ന സുന്ദരനായി മാറിയിട്ടുണ്ട്.

ചുണ്ടിലെരിയുന്ന നീളമുള്ള സിഗരറ്റിന്റെ പുകയ്ക്കുപോലും വാസനാസോപ്പിന്റെ മണം. വലിയ സിഗരറ്റ് കൂടുതുറന്ന് കടയിലിരിക്കുന്നവരുടെ നേരെ നീട്ടി. ആദ്യമായി ഒരു ഗൾഫുകാരനെ നേരിൽ കാണുന്ന കൗതുകത്തോടെ ഞങ്ങൾ ഉമ്മറിനെത്തന്നെ നോക്കിയിരുന്നു. വലുതാവുമ്പോൾ ഉമ്മറിനെപ്പോലെ ഒരു ദുബൈക്കാരനായി മാറാൻ ചെറുപ്പക്കാരെല്ലാം കൊതിച്ചു. അദ്ദേഹത്തിന്റെ ആകാരമാറ്റങ്ങൾ ഞങ്ങളുടെയൊക്കെ ചിന്താഗതിയെത്തന്നെ മാറ്റിമറിച്ചു. അത് ഞങ്ങൾക്ക് പ്രവാസം പുൽകാൻ പ്രേരണയും പ്രചോദനവുമായി മാറി.

എങ്ങനെയെങ്കിലും അക്കരെ പോകാനുള്ള വഴി അന്വേഷിക്കുകയായിരുന്നു അന്നത്തെ ചെറുപ്പക്കാരുടെ പ്രധാന പരിശ്രമം.

ബോംബെയിൽപോയി അവിടെ വല്ല ജോലിയും ചെയ്ത് കുറച്ചു നാൾ നിന്നാൽ ഗൾഫിൽ പോകാനാവും. പക്ഷേ, അതിന് പണം വേണം, കാലതാമസവും വരും. അതിനായി വർഷങ്ങളോളം അവിടെ കാത്തിരിക്കുകയും വേണം.

ഇതിനിടയിൽ കടലോരഗ്രാമങ്ങളിൽ നിന്നുള്ള ഒട്ടുമിക്ക വീടുകളിലെയും ചെറുപ്പക്കാർ ഗൾഫ് നാടുകളിലെത്തി. അവരുടെ ജീവിതനിലവാരത്തിൽ വലിയ മാറ്റങ്ങൾ കണ്ടുതുടങ്ങി. ഓലമേഞ്ഞ ചെറ്റക്കുടിലുകളുടെ സ്ഥാനത്ത് ഓടുമേഞ്ഞ വീടുകൾ പൊങ്ങി. പുരനിറഞ്ഞുനിന്നിരുന്ന പെണ്മക്കളെയും പെങ്ങന്മാരെയും പൊന്നും സ്ത്രീധനവും നൽകി കെട്ടിച്ചുവിട്ടു. കിഴക്കൻ ഭാഗങ്ങളിൽനിന്ന് നല്ല ചെറുപ്പക്കാരെ കണ്ടുപിടിച്ച് ദുബായിലേക്കുള്ള വിസ ഓഫർ ചെയ്ത് പുതിയാപ്ലമാർക്ക് ഒരു വഴികാണിക്കാനും പെൺവീട്ടുകാർ തയ്യാറായി. ഇത് പലരുടെയും ഗൾഫ് സ്വപ്നങ്ങൾ പൂവണിയുന്നതിന് വഴിയൊരുക്കി. ഇങ്ങനെ ഭാര്യവീട്ടുകാരുടെ സഹായത്തോടെ ദുബായിലേക്ക് പോയ ഞങ്ങളുടെ അടുത്തബന്ധു അരിയിൽ അന്തുമാൻച്ച എന്ന അബ്ദുൽ റഹിമാൻ അവിടെയെത്തിയതോടെ എന്റെയും ചങ്ങാതിമാരുടെയും ഗൾഫ് സ്വപ്നങ്ങൾക്ക് ചിറകു മുളച്ചു.

പയസ്വിനിപ്പുഴ നിറഞ്ഞും മെലിഞ്ഞും ഒഴുകിക്കൊണ്ടേയിരുന്നു. അക്കരെയിൽനിന്ന് പുഴ കടന്നെത്തുന്ന ചങ്ങാതിമാരുമായി പീടികയുടെ മൂലയ്ക്കിരുന്ന് അറബ്നാടിന്റെ അത്ഭുതകഥകൾ പറഞ്ഞു. സ്വപ്നലോകത്തെ ഗൾഫുകാരനായി പുസ്തകക്കെട്ടുമായി ബാവിക്കര വയലിലെ നേർത്ത വരമ്പിലൂടെ കുടയുംചൂടി നടക്കുമ്പോഴും കലാലയത്തിലെ ക്ലാസ്മുറിയിലിരുന്ന് അധ്യാപകരുടെ ഭാഷണങ്ങൾ കേൾക്കുമ്പോഴും ദുബായ്തെരുവിലെ കടകളിലെ തിരക്കും ഈന്തപ്പനമരങ്ങളിൽ കായ്ച്ചുനിൽക്കുന്ന മാധുര്യമൂറുന്ന കനികളും അതിന്റെ ചുവട്ടിലൂടെ ഒഴുകിപ്പോകുന്ന എണ്ണത്തോടുകളും സ്വർണ്ണം കലർന്ന മണൽത്തരികളും കിനാവ് കാണുകയായിരുന്നു ഞാൻ.

അവിടത്തെ വിശേഷങ്ങൾ പങ്കുവെച്ചെഴുതുന്ന അന്തുമാൻച്ചയുടെ കത്തുകൾ വായിച്ച് അറബ് നാട്ടിലെത്താനുള്ള കാത്തിരിപ്പിന് വിരാമമിട്ടുകൊണ്ട് ഒരു ദിവസം അന്തുമാൻച്ച നാട്ടിലെത്തി. ഞങ്ങൾക്കൊക്കെ പുത്തനുടുപ്പും സമ്മാനങ്ങളുമായാണ് എത്തിയിട്ടുള്ളത്. തിരിച്ചുപോകുമ്പോൾ കൂടെ കൊണ്ടുപോകുമെന്നുള്ള സന്തോഷവാർത്തയും. അങ്ങനെ ഞാനും അദ്ദേഹത്തിന്റെ അനുജൻ അബൂബക്കറും എ.ആർ. മൊയ്തുവും അളക്കുവും പോകുന്നതിനുള്ള

തയ്യാറെടുപ്പുകൾ തുടങ്ങി. ഏതാനും നാളുകൾ കഴിഞ്ഞാൽ ബോംബെയിലേക്ക് ബസ് കയറാം. അവിടന്ന് ദുബായിലേക്ക് പറക്കാം. കിട്ടുന്ന എന്തു പണിയും ചെയ്ത് പണം സമ്പാദിച്ച് അത്തറിന്റെ നറുമണം പരത്തിക്കൊണ്ട് ഗൾഫുകാരന്റെ പളപളുപ്പോടെ നടക്കാമല്ലോയെന്ന മോഹം മനസ്സിൽ കടൽത്തിരമാലയടിച്ചുയർന്നു. ആ സന്തോഷത്തോടെ ബന്ധുമിത്രാദികളുടെയും അയൽക്കാരുടെയും വീടുകളിൽ ചെന്ന് യാത്രചോദിച്ച്, അവരുടെ അനുഗ്രഹങ്ങളും ആശീർവാദങ്ങളും വാങ്ങി. അക്കാലങ്ങളിൽ ദൂരയാത്ര പോകുന്നവരുടെ പതിവായിരുന്നു ഇത്. കൂടാതെ ഗൾഫിൽ ഉപയോഗിക്കാനായി വെളിച്ചെണ്ണ, തോർത്ത്, പാന്റ്, ഷർട്ട്, ബനിയൻ തുടങ്ങി അത്യാവശ്യസാധനങ്ങളെല്ലാം ഒരു ചെറിയ ബാഗിലാക്കി യാത്രയ്ക്ക് തയ്യാറെടുത്തു.

■

വിരഹനൊമ്പരങ്ങളോടെ ഒരു ആദ്യയാത്ര

ഗൾഫ്‌യാത്രയ്ക്കുള്ള നാള് കുറിച്ചു. ബോംബെയ്ക്കുള്ള ബസ്ടിക്കറ്റ് എടുത്ത ശേഷമാണ് അബ്ദുറഹിമാൻ വിവരം പറഞ്ഞത്. ഞാൻ, അദ്ദേഹത്തിന്റെ അനുജൻ അവുക്കർ, ബന്ധുക്കളായ മൊയ്തു, അബു എന്നിവരാണ് പോകുന്നത്. ഞങ്ങൾ ദുബായ്ക്ക് പോകുന്ന വിവരം നാടുമുഴുവൻ അറിഞ്ഞിരുന്നു. എങ്കിലും കുടുംബക്കാരുടെയും ഏറെ അടുപ്പമുള്ള നാട്ടുകാരുടെയും വീടുകളിൽ ചെന്ന് യാത്ര പറഞ്ഞു. പോകുന്നതിന് തലേദിവസം രാത്രി ജാതി-മത ഭേദമന്യേ ഗ്രാമവാസികളിൽ പലരും വീട്ടിൽ വന്നു സ്നേഹോഷ്മളമായ യാത്രയയപ്പ് നൽകിപ്പോകുമ്പോൾ വേർപിരിയലിന്റെ നൊമ്പരത്താൽ ചിലരുടെ കണ്ണുകൾ നനഞ്ഞു. അന്നത്തെ നിഷ്കളങ്കവും പവിത്രവുമായ ബന്ധത്തിന്റെ ആഴം അത്ര ദൃഢമായിരുന്നു. കല്യാണങ്ങൾക്കും മറ്റ് അടിയന്തിരആവശ്യങ്ങൾക്കുമൊക്കെ പരസ്പരം സഹായിച്ചും സഹകരിച്ചും നീങ്ങിയിരുന്ന കാലം.

എന്റെ മൂത്തപെങ്ങൾ ദൈനബിയുടെ കല്യാണം കഴിഞ്ഞിട്ട് ഒരു വർഷം കഴിഞ്ഞതേയുള്ളൂ. ഓലമെടഞ്ഞു മുറ്റത്തു വലിയപന്തലിടുന്നതിനും ക്ഷണിച്ചെത്തിയ ആളുകളെ നിയന്ത്രിക്കുന്നതിനും ഭക്ഷണം വെച്ചുവിളമ്പുന്നതിനും പുതിയാപ്ലയും കൂട്ടരും വന്നപ്പോൾ അവരെ നല്ലനിലയിൽ പരിചരിക്കുന്നതിനും കണ്ണേട്ടനടക്കമുള്ളവർ മുൻനിരയിൽ തന്നെയുണ്ടായിരുന്നു. അത് അന്നത്തെ നാടിന്റെ നന്മകളാണ്. കാലങ്ങളോളം നിലനിന്നുപോരുന്ന പരസ്പര സ്നേഹബന്ധങ്ങളായിരുന്നു അത്. മനുഷ്യമനസ്സുകൾ മലീമസമാകാതിരുന്ന ആ നല്ല നാളുകളെ ഓർത്തെടുക്കുമ്പോൾ തന്നെ എന്റെ മനസ്സിൽ സന്തോഷം പൂത്തുലയുകയാണിപ്പോഴും.

സന്ധ്യകഴിഞ്ഞാൽ പീടികയിൽ കത്തിച്ചുവെക്കാറുള്ള വിഗിൽ എന്നറിയപ്പെട്ടിരുന്ന ഗ്യാസ്‌ലൈറ്റ് (പെട്രോമാക്സ്), വീട്ടിൽ എന്തെങ്കിലും ചടങ്ങുകൾ നടക്കുമ്പോൾ കൊണ്ടുവന്ന് ഉപയോഗിക്കുമായിരുന്നു. അങ്ങനെ ഗൾഫിൽ പോകുന്നതറിഞ്ഞു തലേ

ദിവസം വീട്ടിൽ വന്നവർക്കെല്ലാം ചായയും പലഹാരങ്ങളും നൽകി. അടുത്ത ബന്ധുക്കളും ചങ്ങാതിമാരും മാത്രം വീട്ടിൽ കിടന്നുറങ്ങി. അതിരാവിലെ എഴുന്നേറ്റ് പെട്രോമാക്സിന്റെ വെളിച്ചത്തിൽ ബാവിക്കര പള്ളിയിൽ പോയി സുബ്ഹി നമസ്കരിച്ചു. കാസർകോട് ബസ്സിനടുത്തേക്ക് ജീപ്പിലാണ് പോയത്. അക്കാലത്ത് കുട്ടിയാനത്തുനിന്ന് പള്ളിവരെ നാട്ടുവഴി മാത്രമായിരുന്നു ഉണ്ടായിരുന്നത്. ബാവിക്കരയിൽനിന്ന് ബോവിക്കാനംവരെ വെറും മൺപാതയും. അവിടെയെത്തിയാൽ ജാൽസൂർ-കാസർകോട് സംസ്ഥാനപാത ടാർ ചെയ്ത നല്ല റോഡായിരുന്നു. ഉപ്പയും മറ്റുള്ളവരും ഓരോരോ കാര്യങ്ങൾ പറഞ്ഞുചിരിച്ചുകൊണ്ടേയിരുന്നു. അപ്പോഴെല്ലാം മനസ്സിൽ നാടുവിട്ടുപോകുന്നതിലെ വൈഷമ്യങ്ങളുണ്ടായിരുന്നുവെങ്കിലും പ്രവാസലോകത്തെക്കുറിച്ചുള്ള ഓരോരോ സ്വപ്നങ്ങൾ നെയ്തുകൂട്ടുന്ന തിരക്കിലായിരുന്നു ഞാൻ.

ഉമ്മാനെയും ബാപ്പാനെയും കൂടപ്പിറപ്പുകളെയും ബന്ധുമിത്രാദികളെയും പ്രിയപ്പെട്ട നാട്ടുകാരെയും വിട്ട് ഏറെക്കാലം അന്യനാട്ടിൽ കഴിഞ്ഞുകൂടാനാവില്ല. എന്തുപണി ചെയ്തും എത്രയും പെട്ടെന്ന് നല്ല കാശുണ്ടാക്കിയിട്ടുവേണം നാട്ടിലെത്തി സെറ്റിൽ ചെയ്യാൻ. ഓരോ പ്രവാസിയുടെയും കണക്കുകൂട്ടലുകൾ ഇതൊക്കെത്തന്നെയാവും. എന്നാൽ പിന്നീട് എപ്പഴോ നമ്മുടെ ആഗ്രഹങ്ങളും ആവശ്യങ്ങളും ഒന്നിന് പിറകെ ഒന്നൊന്നായി വർദ്ധിച്ചുകൊണ്ടേയിരിക്കും. ഇനി ഒരു പ്രാവശ്യംകൂടി പോയില്ലെങ്കിൽ കാര്യങ്ങളൊന്നും നടക്കില്ലെന്ന ചിന്താഗതിയായിരിക്കും പ്രവാസികളെ വർഷങ്ങളോളം അവിടെത്തന്നെ തളച്ചിടാൻ നിർബന്ധിതരാക്കുന്നത്. അനന്തതയിൽ പാറിപ്പറന്നിരുന്ന എന്റെ ചിന്തകൾക്ക് ജീപ്പ്ഡ്രൈവർ ബ്രേക്കിട്ടു.

മെഹ്ബൂബ് ബസ്സിനടുത്ത് എന്റെ സഹയാത്രക്കാർ ബാഗും തൂക്കി നിൽക്കുന്നുണ്ടായിരുന്നു. ടിക്കറ്റ് നമ്പർ അനുസരിച്ച് ഓരോരുത്തരും ബസ്സിൽ സീറ്റ് ഉറപ്പിച്ചു. വീണ്ടും ഇറങ്ങി ഉപ്പയോടും കൂടെ വന്നവരോടും കുശലം പറഞ്ഞു. ഭാവികാര്യങ്ങളെക്കുറിച്ചും അവിടെ പോയശേഷം ജീവിതത്തിൽ പുലർത്തേണ്ട ജാഗ്രതാനിർദ്ദേശത്തെക്കുറിച്ചും ഉപ്പ വീണ്ടുംവീണ്ടും ഓർമ്മപ്പെടുത്തി. "ആരേയും ഒരു തരത്തിലും ബുദ്ധിമുട്ടിക്കരുത്. ചതിച്ചും വഞ്ചിച്ചും പണം സമ്പാദിക്കരുത്. അദ്ധ്വാനിച്ചു ജീവിക്കണം. ജീവിതത്തിൽ വിശുദ്ധി കാത്തുസൂക്ഷിക്കാൻ മറക്കരുത്." ഉപ്പയുടെ ഈ വാക്കുകൾ അന്നും ഇന്നും മനസ്സിൽ പതിഞ്ഞുകിടക്കുന്നുണ്ട്. ഓരോരുത്തരുടേയും കൈപിടിച്ചു മുത്തി യാത്രപറഞ്ഞു ബസ്സിൽ കയറുമ്പോൾ ഹൃദയം പറിച്ചെടുത്തതുപോലൊരു നൊമ്പരം. വിരഹദുഃഖത്തിന്റെ വല്ലാത്തൊരു നീറ്റലിൽ സീറ്റിൽ ഇരുന്ന് മുഖം താഴ്ത്തി വിങ്ങിപ്പൊട്ടി; കണ്ണുകൾ നിറഞ്ഞൊഴുകി.

■

യാത്രയ്ക്കിടയിലെ വിശേഷങ്ങൾ

ഒരു ഏങ്ങലോടെ ബസ്സ് ഓടിത്തുടങ്ങുമ്പോഴും കണ്ണ് തുറക്കാതെ തലതാഴ്ത്തി ഞാനിരുന്നു. വീടും നാടും ഉമ്മയും ഉപ്പയും സഹോദരീസഹോദരങ്ങളും കളിക്കൂട്ടുകാരായ നാട്ടുകാരുമൊക്കെ മനസ്സിൽ നിറഞ്ഞ്, കഴിഞ്ഞകാലസംഭവവികാസങ്ങൾ രേഖാചിത്രങ്ങളായി പുനർജനിച്ചു. കഴിഞ്ഞ നാളുകളെക്കുറിച്ച് ഓർക്കുന്തോറും ഏതോ നഷ്ടബോധം എന്നെ വല്ലാതെ വേദനിപ്പിച്ചുകൊണ്ടേയിരുന്നു. ജന്മനാടിനോടുള്ള ബന്ധം അത്രയും ആഴത്തിൽ എന്നിൽ പതിഞ്ഞിരുന്നുവെന്നുള്ള തിരിച്ചറിവുകൂടി ഈ യാത്രയിൽ അനുഭവപ്പെട്ടു.

ഏറെ നേരത്തെ പകൽക്കിനാവുകൾക്കുശേഷം ഒന്നുകണ്ണുചിമ്മിയപ്പോൾ അബ്ദുറഹിമാൻ തട്ടിവിളിച്ചു.

"വാ ചായ കുടിക്കേണ്ടേ?"

ബസ്സ് കേരളാതിർത്തിയും കടന്ന് കർണാടകയിലെ ഏതോ ഒരിടത്തെത്തിയിരിക്കുന്നു. ഉടുപ്പിക്കടുത്ത കുന്താപുരമാണത്രെ. കേരളത്തിന്റെ ഗന്ധം മാറാത്ത മണ്ണ്. ഒരു പഴയ കെട്ടിടത്തിൽ പ്രവർത്തിക്കുന്ന വിശാലമായ ചായക്കട. നഗരത്തിൽനിന്നും അല്പം മാറിയുള്ള ഹോട്ടലുകൾക്ക് മുന്നിലായിരിക്കും ദീർഘദൂരയാത്രാ ബസ്സുകളും ലോറികളും നിർത്താറുള്ളത്. യാത്രക്കാരെ മാത്രം പ്രതീക്ഷിച്ചു പ്രവർത്തിക്കുന്ന ഇത്തരം ഹോട്ടലുകളിൽ ഒരേസമയം നാലോ അഞ്ചോ ബസ്സുകൾ വന്നുനിർത്തിയാലും അവർക്കൊക്കെ ഭക്ഷണം നൽകാനും ബാത്റൂം സൗകര്യങ്ങൾ ഏർപ്പെടുത്താനും സൗകര്യമുണ്ടാകും. ഒരുപാടാളുകൾ ഒരുമിച്ചുകയറുന്നതിനാൽ അവർ തരുന്ന സാധനങ്ങൾ വാങ്ങിക്കഴിച്ച് പറയുന്ന പണം നൽകി പോകേണ്ട ഗതികേടാണുണ്ടാവുക. ഇങ്ങനെയുള്ള സ്ഥാപനക്കാർ ഇതുവഴി സ്ഥിരം പോകാറുള്ള വാഹനങ്ങളിലെ ജീവനക്കാരെ സ്വാധീനിക്കാനായി അവർക്ക് സൗജന്യഭക്ഷണവും പോക്കറ്റ്മണിയും നൽകാറുണ്ടത്രെ. ബസ്സുനിർത്തുന്ന ഇടങ്ങളിലെ ഹോട്ടലുകളിൽ

അമിതവില ഈടാക്കുന്നത് മനസ്സിലാക്കി സ്ഥിരയാത്രക്കാർ ബസ്സ് നിർത്തിയ ഉടനെതന്നെ തൊട്ടടുത്തുള്ള മറ്റേതെങ്കിലും കടകളിൽപോയി ഭക്ഷണം കഴിക്കാറുമുണ്ട്.

ബസ്സ് വീണ്ടും പുറപ്പെട്ടപ്പോൾ യാത്രയിലെ മുഷിപ്പ് മാറ്റാനായി ചിലർ മാപ്പിളപ്പാട്ടുകൾ ഈണത്തിൽ പാടിത്തുടങ്ങി. മറ്റു ചിലർ കൈകൊട്ടി താളംമുട്ടി പാടുന്നവർക്ക് പ്രോത്സാഹനം നൽകി. ഞാൻ പാട്ടുകൾ ആസ്വദിച്ചും പുറംകാഴ്ചകൾ കണ്ടുമിരുന്നു. കാടുകൾക്കിടയിലൂടെ വേഗത്തിൽ ഓടിക്കൊണ്ടിരുന്ന ബസ്സ് പൊടുന്നനെ നിർത്തി ആളുകളോട് ഇറങ്ങാൻ പറഞ്ഞു. ബസ്സിൽനിന്ന് ഓരോരുത്തരായി ഇറങ്ങി ചായക്കടയെ ലക്ഷ്യമാക്കി നീങ്ങി. മറ്റു ചിലർ പെട്ടിക്കടയിൽചെന്ന് ബീഡിയും സിഗരറ്റും വാങ്ങിപ്പുകച്ചു.

മുമ്പിൽ വലിയൊരു പുഴ. പുതുതായിപോകുന്ന ഞങ്ങൾ അന്ധാളിച്ചുനിന്നു. ഇത് ഹൊന്നാവരപ്പുഴയാണ്. ഇവിടെ നിന്ന് തോണിയിൽ വേണം അക്കരെ എത്താൻ. അപ്പോഴേക്കും ചങ്ങാടങ്ങളിൽ കയറ്റി ബസ്സും അപ്പുറത്തെത്തും. അന്ന് പുഴയ്ക്ക് പാലം ഇല്ലാത്തതിനാൽ ഇതായിരുന്നു പുഴ കടക്കാനുള്ള മാർഗം. കുന്നും വനപ്രദേശങ്ങളും നോക്കെത്താദൂരത്തോളം പരന്നുകിടക്കുന്ന കർണാടകയിലെ വയലേലകളും താണ്ടിപ്പോകുന്ന ബസ്സ്, ഉച്ചഭക്ഷണത്തിനും നാലുമണിച്ചായയ്ക്കും മാത്രം നിർത്തി ലക്ഷ്യത്തിലേക്ക് കുതിച്ചു. സന്ധ്യമയങ്ങി ഏറെ കഴിയുന്നതിനു മുമ്പുതന്നെ ഒരു വിജനമായ ഒരു സ്ഥലത്തെ വലിയ ഹോട്ടലിനുമുമ്പിൽ അത്താഴത്തിനായി നിർത്തി. അപ്പോഴേക്കും എല്ലാവരും സീറ്റ് ഉറപ്പിച്ചിരുന്നു. താമസിച്ചാൽ ഭക്ഷണത്തിന്റെ രുചിയും ഗുണവും കുറയും. ഒറ്റപ്പെട്ടയിടങ്ങളിലുള്ള ഹോട്ടലുകളിൽ കറികൾ തികയാഞ്ഞാൽ ആവശ്യത്തിന് വെള്ളമൊഴിച്ച് ഉപ്പും മുളകും ചേർക്കുകയാണ് പതിവ്. സ്ഥിരം സഞ്ചാരികൾക്ക് ഇതിന്റെ ഗുട്ടൻസ് നന്നായറിയാമല്ലോ.

ഓരോ ഇടങ്ങളിലും ബസ്സുനിർത്തി, ആളുകൾ തിരികെക്കയറുമ്പോൾ, ജീവനക്കാർ യാത്രക്കാരുടെ എണ്ണമെടുക്കുകയും 'ഇനി ആരെങ്കിലും കയറാനുണ്ടോ' എന്ന് ഉച്ചത്തിൽ ചോദിക്കുകയും ചെയ്യാറുണ്ട്. ആരെയെങ്കിലും കാണാതായാൽ പിന്നീടവരെ കണ്ടെത്തുക പാടായിരിക്കും. അതുകൊണ്ടുതന്നെ ഏറെ സൂക്ഷ്മതയോടെയാണ് ബസ്ജീവനക്കാർ യാത്രക്കാരെ കൈകാര്യം ചെയ്യുക.

ഇരുട്ടിനെ കീറിമുറിച്ചുകൊണ്ട് ബസ്സ് മുന്നോട്ടു നീങ്ങിത്തുടങ്ങി. പുറത്തുനിന്നും തണുത്തകാറ്റ് വീശിയടിച്ചു, ശരീരമാസകലം കുളിര് കോരിവിറച്ചു. ഇനി ഒരു വലിയ ചുരം കയറിയിറങ്ങാനുണ്ടെന്നും താഴോട്ട് നോക്കുമ്പോൾ തലകറങ്ങിപ്പോകുമെന്നും ആരോ പറഞ്ഞു.

പകൽ സമയങ്ങളിൽ ഇതുവഴി പോകുന്നവർ കണ്ണടച്ചുകിടക്കാറാണത്രെ പതിവ്. ഡ്രൈവർക്ക് ചെറിയൊരു കൈപ്പിഴ സംഭവിച്ചാൽ മതി, എല്ലാം തീരും. ഇങ്ങനെ അപകടത്തിൽപ്പെട്ട് താഴേക്ക് വീണ വാഹനങ്ങൾ കൊക്കയിൽ കിടക്കുന്നുണ്ടെന്നും വല്ലതും പറ്റിയാൽ ഒരാളും ബാക്കിയാവില്ലെന്നുമുള്ള പേടിപ്പിക്കുന്ന കഥകൾ കേട്ടതോടെ ഞങ്ങൾ പ്രാർത്ഥനകളോടെ കണ്ണടച്ചിരുന്നു.

കന്ധാളംഗാട്ടി എന്ന ഈ ചുരംവഴി പോകുന്ന വാഹനങ്ങൾ വേഗത കുറച്ച് മെല്ലെ മെല്ലെ ഇഴഞ്ഞുപോകാറാണ് പതിവ്. വന നിബിഡമായ വഴിയിലൂടെ പോകുന്ന വാഹനങ്ങളിൽനിന്ന് സാധനങ്ങൾ മോഷ്ടിക്കാൻ ഇവിടെ കൊള്ളക്കാർ താവളമടിക്കാറുണ്ട്. ധാരാളം ഹിന്ദി സിനിമകൾ ഇവിടെവെച്ച് ചിത്രീകരിച്ചിട്ടുണ്ട്. പറഞ്ഞുകേട്ട കഥകൾ മനസ്സിൽ തെളിഞ്ഞപ്പോൾ പേടിച്ചുവിറച്ചു. പരസ്പരം ഉരിയാടാതെ, മിഴികൾ തുറക്കാതെ, പടച്ചവനെ മാത്രം ധ്യാനിച്ചിരുന്നു. സമതലത്തിലെത്തിയതോടെയാണ് ഞങ്ങളുടെ ശ്വാസം നേരെവീണത്.

■

മഹാനഗരത്തിലെ മായക്കാഴ്ചകൾ

ബോംബെ നഗരം മായക്കാഴ്ചകളുടെ മഹാസമുദ്രമാണെന്ന് എവിടെയോ വായിച്ചിരുന്നത് നൂറുശതമാനവും സത്യമാണെന്ന് അവിടെ ചെന്നിറങ്ങിയപ്പോൾ ബോധ്യമായി. നേരംപുലരുന്നതും അസ്തമിക്കുന്നതും അറിയാത്ത നഗരം. രാവും പകലുമെന്നില്ലാതെ ഏതോ ലക്ഷ്യത്തിലേക്ക് തിരക്കിട്ട് പോകുന്ന മനുഷ്യർ. ഓരോ ഗല്ലികളും കടൽത്തിരമാലകളെപ്പോലെ ആളുകളെക്കൊണ്ട് ഇരമ്പുകയായിരിക്കും. സൂര്യൻ അസ്തമിക്കാൻ കാത്തുനിൽക്കുന്ന തെരുവുകളിലെ നിയോൺ ബൾബുകൾ സന്ധ്യയാകുന്നതോടെ മിഴികൾ തുറന്ന് പകൽപോലെ പ്രകാശം പരത്തിക്കൊണ്ടിരിക്കും. ഈ മഹാനഗരത്തെക്കുറിച്ച് കേട്ടറിഞ്ഞ കഥകളിൽനിന്ന് ആവേശമുൾകൊണ്ടായിരിക്കാം ബോംബെ കാണണമെന്നത് കുഞ്ഞുനാളുതൊട്ടേ മനസ്സിൽ അതിയായ മോഹമായിരുന്നു. ആ സ്വപ്നം സാക്ഷാത്കരിച്ച സന്തോഷം എന്നിൽ അലതല്ലി.

ഞങ്ങൾ താമസിച്ചിരുന്ന ക്രാഫോർഡ് മാർക്കറ്റിന് തൊട്ടടുത്തുള്ള മുസാഫർഖാന എന്നറിയപ്പെടുന്ന ബോംബെ ഹജ്ജ്ഹൗസ് അക്കാലത്ത് വളരെ പ്രശസ്തമായിരുന്നു. കേരള, കർണാടക, തമിഴ്നാട് തുടങ്ങിയ സംസ്ഥാനങ്ങളിൽ നിന്നുള്ള ഹജ്ജ്‌യാത്രക്കാർ ബോംബെയിലെത്തിയാൽ ഇവിടെ താമസിച്ചാണ് ബോംബെതുറമുഖംവഴി കപ്പലുകളിൽ ഹജ്ജിന് പോകുന്നതും വരുന്നതുമൊക്കെ. അക്കാലത്ത് അപൂർവ്വം ചിലർ മാത്രമായിരുന്നു വിമാനങ്ങളിൽ ഹജ്ജ് നിർവ്വഹിക്കാൻ പോയിരുന്നത്.

ഇന്ത്യൻ വിദേശനിർമ്മിത തുണിത്തരങ്ങൾ, വാച്ച്, ഇലക്ട്രോണിക് സാധനങ്ങൾ, ഫാൻസി ഐറ്റംസുകൾ തുടങ്ങിയവയെല്ലാം കിട്ടുന്ന പ്രശസ്തമായ മണിസ് മാർക്കറ്റ് ഇതിനുപിറകിലാണുള്ളത്. തൊട്ടുമുമ്പിൽ മലയാളികളടക്കം നൂറുകണക്കിനാളുകൾ ജോലി ചെയ്യുന്ന ടൈംസ് ഓഫ് ഇന്ത്യ പത്രത്തിന്റെ കെട്ടിടം കാണാം. പിന്നെ ഫൗണ്ടൻ. മിതമായ നിരക്കിൽ സാധനങ്ങൾ കിട്ടുന്ന

വഴിയോരക്കച്ചവടക്കാരുടെ ഒരു കേന്ദ്രം കൂടിയാണിത്. ഇവിടത്തെ കച്ചവടക്കാരിൽ അധികവും കാസർകോടുകാരാണത്രെ. ഇതുവഴി കുറച്ചുപോയാൽ ഗേറ്റ്‌വേ ഓഫ് ഇന്ത്യ കാണാം. കടലിൽ നങ്കൂര മിട്ടിരിക്കുന്ന കപ്പലുകൾ, ബോട്ടുകൾ, ശാന്തമായ കടലിന് മുക ളിൽ വട്ടമിട്ടുപറക്കുന്ന പറവകൾ, ഇതിന് തൊട്ടടുത്തായി കടൽ ക്കരയിൽ തന്നെയുള്ള മനോഹരമായ കെട്ടിടമാണ് താജ്ഗ്രൂപ്പിന്റെ താജ്മഹൽ പാലസ് ഹോട്ടൽ. ഇവിടത്തെ നയനാനന്ദകരമായ കാഴ്ച കാണാൻ സ്വദേശികളും വിദേശികളുമായ നിരവധി വിനോദ സഞ്ചാരികളാണ് ദിനേന എത്തുന്നത്.

ചർച്ച് ഗേറ്റും ചുറ്റിനടന്ന് ഒരു വൈകുന്നേരം ചൗപ്പാട്ടി ബീച്ചിൽ എത്തുമ്പോഴേക്കും അവിടം ജനനിബിഡമായിരുന്നു. സമീപത്തെ ഫ്ളാറ്റുകളിലും ഇടുങ്ങിയ ചോപ്പടകളിലും താമസിക്കുന്നവർക്ക് വൈകുന്നേരങ്ങളിൽ സുഹൃത്തുക്കളുമായി വന്ന് സൊറപറ ഞ്ഞിരിക്കാനും കാഴ്ചകൾകാണാനും മനസ്സിന്റെ പിരിമുറുക്കം മാറ്റാനും തങ്ങളുടെ സായംസന്ധ്യകളെ ആനന്ദപൂർണമാക്കാനും പറ്റിയ ഒരിടമാണിത്.

'ചൗപ്പാട്ടി മേ ജായേംഗേ - ബേൽപ്പൂരി ഖായേംഗേ' എന്ന എക്കാ ലത്തേയും ഹിറ്റ് ഗാനത്തിലെ വരികളെ അന്വർത്ഥമാക്കുന്നവിധം ഒരു പ്രത്യേക സ്വാദാണ് ഇവിടത്തെ ബേൽപ്പൂരിക്കുള്ളത്.

ഇതിന്റെ തൊട്ടടുത്താണ് മലബാർ ഹിൽ. പേരുപോലെത്തന്നെ മലബാറിന്റെ തനിപ്പകർപ്പുപോലെ മരങ്ങളും വൃക്ഷലതാദികളും കൊണ്ട് ഹരിതാഭമായ ചെറിയ ഒരു കുന്നിൻപുറമായതിനാൽ ഇവി ടത്തെ വില്ലകളിലും ഫ്ളാറ്റുകളിലുമുള്ള താമസക്കാരെല്ലാം സിനിമാ നടന്മാരും വൻകിട ബിസിനസ്സുകാരുമടങ്ങുന്ന വി.ഐ.പികളാ ണത്രെ.

ചൗപ്പാട്ടിയിലേക്ക് ടാക്സിയിൽ പോയ ഞങ്ങൾ നഗരക്കാഴ്ച കൾ വേണ്ടുവോളം ആസ്വദിച്ച്, നടന്നാണ് തിരിച്ചുവന്നത്. വർഷ ങ്ങളായി ബോംബെയിലുള്ള, ഞങ്ങളുടെ നാട്ടുകാരൻ കരീം ഭായിയും വഴികാട്ടിയായുണ്ട്. ഓരോ സ്ഥലങ്ങളുടേയും വിശേഷ ങ്ങളും പ്രത്യേകതകളും കാണിച്ചുതന്നു. വി.വി.ഐ.പി.കൾക്കും സമ്പന്നർക്കും ദരിദ്രനാരായണന്മാർക്കും അവരവരുടെ വരുമാന ത്തിനനുസരിച്ച് ഉണ്ണാനും സുഖിക്കാനുമുള്ള ഇടങ്ങളും ഈ മഹാ നഗരത്തിന്റെ മാത്രം പ്രത്യേകതകളാണെന്ന് കരീംഭായ് പറഞ്ഞു. അടുത്തുള്ള ഒരു കെട്ടിടത്തിലാണ് ദിവസവും ആയിരക്കണക്കിന് രൂപ എറിഞ്ഞുകൊടുക്കുന്ന ധനാഢ്യന്മാർക്ക് സുഖം പകരുന്നതി നായി നഗ്നനൃത്തമാടുന്ന കാബറെ ഡാൻസ് ബാർ സ്ഥിതിചെയ്യു ന്നത്.

കെട്ടിടത്തിന്റെ രണ്ടാംനിലയിൽ തന്നെയുള്ള ഫ്ളാറ്റിന് മുമ്പിൽ കൈകൂപ്പി നിൽക്കുന്ന രണ്ടു സ്ത്രീകളുടെ ചിത്രം പതിപ്പിച്ച സ്വാഗത കമാനം. അതിനുമുകളിൽ ജമന്തിപ്പൂക്കളാൽ അലങ്കരിച്ചിരിക്കുന്നു. യൂണിഫോം ധരിച്ച വാച്ച്മാൻ കൈകൂപ്പിക്കൊണ്ട് അഗർബത്തിയുടെ പരിമണം പരത്തുന്ന മുറിയിലേക്ക് സ്വാഗതം ചെയ്തു. അർദ്ധനഗ്നയായ ഒരു സ്ത്രീ വശ്യസുന്ദരമായി ചിരിച്ചുകൊണ്ട് ഡൈനിംഗ് ടേബിളിന് മുമ്പിലുള്ള ഒരു കസേരയിൽ കൊണ്ടുപോയി ഇരുത്തി ഇഷ്ടപാനീയം ചോദിച്ചറിയും. മറ്റൊരു സ്ത്രീ മാദകമേനി പ്രദർശിപ്പിച്ചുകൊണ്ട് തൊട്ടും തലോടിയും ഗ്ലാസുകളിൽ പാനീയം ഒഴിക്കും. ഡാൻസ് ബാറുകളിൽ എത്തുന്നവരുടെ പ്രധാന ലക്ഷ്യം കാബറെ ഡാൻസ് ആസ്വദിക്കുകതന്നെ. ഒപ്പം ഏത് ബ്രാന്റ് മദ്യവും ബീറും അവിടെ ലഭ്യമാണ്. മദ്യം ഉപയോഗിക്കാത്തവർക്ക് അവർക്കാവശ്യമുള്ള ജ്യൂസുകളും കിട്ടും.

വർണ്ണഭംഗിയുള്ള വെളിച്ചസംവിധാനത്തിലൂടെ ഒഴുകിയെത്തുന്ന പാശ്ചാത്യസംഗീതത്തിനൊത്ത് ചുവടുവെച്ചുകൊണ്ടെത്തുന്ന അതീവസുന്ദരിയായ തരുണീമണി മിന്നുന്ന ഉടയാടകളോടെ വേദിയിലെത്തി പാട്ടും താളവും നൃത്തവും മുറുകിവരുമ്പോഴേക്കും തന്റെ ഉടയാടകളിൽനിന്നും ഓരോന്നും വലിച്ചെറിയും. മദ്യം തലയ്ക്കുപിടിച്ച് സ്ത്രീശരീരത്തിന്റെ നഗ്നസൗന്ദര്യത്തിൽ ആവേശം പൂണ്ട് മദോന്മത്തരായി, ചിലർ പോക്കറ്റിൽനിന്നും കനമുള്ള നോട്ടുകൾ എടുത്ത് അവരുടെ നേരെ എറിഞ്ഞുകൊടുത്ത് പ്രോത്സാഹിപ്പിച്ചുകൊണ്ടേയിരിക്കും. ആവേശംമൂത്ത് ഞെളിപിരികൊള്ളുന്നവരുടെ ശരീരഭാഷ കണ്ടറിഞ്ഞ നർത്തകി അവരുടെ അടുത്തുവന്ന് തൊട്ടുതലോടിയും ചുവടുവെച്ചും ഒന്നുകൂടി ഇക്കിളിപ്പെടുത്തുമ്പോൾ മതിമറന്നുപോകുന്നവർ വീണ്ടും നോട്ടുകൾ ചുരുട്ടിപ്പിടിച്ച് അവരുടെ കരങ്ങളിൽ അമർത്തിവെച്ചുകൊണ്ട് സ്നേഹം പിടിച്ചുപറ്റി ബന്ധം ദൃഢമാക്കും. അങ്ങനെ എല്ലാംമറന്ന് ലയിച്ചിരിക്കുമ്പോഴായിരിക്കും പൊടുന്നനെ ലൈറ്റുകൾ കണ്ണുചിമ്മി സംഗീതം നിലച്ച് ചുറ്റും ഇരുട്ടുപടരുന്നത്. ഇതിനിടയിൽ നർത്തകി വേദി ഒഴിഞ്ഞുപോയിരിക്കും.

ഹിന്ദി, ഗുജറാത്തി, ബംഗാളി, കന്നട, മലയാളം, തമിഴ് ഭാഷകളിലുള്ള സംഗീതത്തിനനുസരിച്ച് ചുവടുവെക്കുന്ന നർത്തകികളെ വിവിധ സംസ്ഥാനങ്ങളിൽനിന്നും കൊണ്ടുവന്ന് കാബറെ ഡാൻസ് ബാറുകൾ നടത്തുന്ന ഏജൻസികൾ ഈ മഹാനഗരത്തിന്റെ നാനാഭാഗങ്ങളിൽ പ്രവർത്തിക്കുന്നുണ്ട്.

■

മുഹമ്മദ് സലീം പാഷയുടെ മായാത്ത ഓർമ്മകൾ

വിസയും പാസ്പോർട്ടും ഉപയോഗിച്ച് നിയമാനുസൃതമായ മാർഗങ്ങളിലൂടെ ഗൾഫ് രാജ്യങ്ങളിലേക്ക് തൊഴിൽ തേടിപ്പോകുന്നവരുടെ കുത്തിയൊഴുക്ക് തുടങ്ങുന്നത് ഏതാണ്ട് എഴുപതുകളുടെ അവസാനത്തിലോ എൺപതുകളുടെ തുടക്കത്തിലോ ആയിരുന്നു. അന്ന് വിദേശരാജ്യങ്ങളിലേക്ക് എളുപ്പത്തിൽ പോയിവരാനുള്ള വിമാന-കപ്പൽ യാത്രയ്ക്കും വിദേശ എംബസികളിലും മറ്റു കാര്യാലയങ്ങളിലുമുള്ള ജോലികൾക്കുമായി ബോംബെ നഗരത്തിലേക്ക് ഇന്ത്യയുടെ പല ഭാഗങ്ങളിൽനിന്നുമുള്ള ആളുകൾ ഒഴുകിയെത്തിയിരുന്നു. അങ്ങനെ വരുന്നവർക്ക് വിദേശരാജ്യങ്ങളിലും തുറമുഖമേഖലകളിലും തൊഴിൽ തരപ്പെടുത്തിക്കൊടുക്കുന്നതിന് നിരവധി മാൻപവർറിക്രൂട്ട്മെന്റ് സ്ഥാപനങ്ങളും നിലവിൽ വന്നു. ഇവയിൽ സർക്കാർ നിബന്ധനകളും നിർദ്ദേശങ്ങളും അക്ഷരംപ്രതി പാലിച്ചുകൊണ്ട് പ്രവർത്തിക്കുന്ന അംഗീകൃതസ്ഥാപനങ്ങളും ഒരു ബോർഡ് മാത്രം തൂക്കി, ഒറ്റമുറിക്കകത്ത് കസേരയിട്ടിരുന്ന് ട്രാവൽ ഏജൻസിയെന്ന പേരിൽ വിസക്കച്ചവടം നടത്തുന്നവരുമുണ്ടായിരുന്നു. ഇവർക്കിടയിൽ ഏറെ സത്യസന്ധത പുലർത്തിയിരുന്ന മാൻപവർ സ്ഥാപനമായിരുന്നു ക്രാഫോഡ് മാർക്കറ്റിനടുത്ത് ബാങ്ക് ഓഫ് ബറോഡ ബിൽഡിംഗ്സിലെ മൂന്നാംനിലയിൽ പ്രവർത്തിച്ചിരുന്ന പാഷാ എന്റർപ്രൈസസ്.

നല്ല സേവനങ്ങൾ നൽകിക്കൊണ്ട് ജനപ്രീതി നേടിയെടുത്ത ഈ സ്ഥാപനത്തിൽ എപ്പോഴും വൻതിരക്കായിരിക്കും. ഓഫീസിനു മുന്നിലും കെട്ടിടത്തിന് താഴെയുമായി കാത്തിരിക്കുന്നവർക്ക് മുഹമ്മദ് സലിം പാഷ എന്ന ട്രാവൽ ഏജന്റിനെ കാണാൻപോലും പറ്റാതെ നിരാശരായി തിരിച്ചുപോകേണ്ടി വരാറുണ്ട്. മൂന്നുനാലു സെക്യൂരിറ്റി ഗാർഡുകളെ കടന്നുവേണം അദ്ദേഹത്തെ കണ്ട് സംസാരിച്ചു കാര്യങ്ങൾ നേടിയെടുക്കാൻ. നമ്മുടെ വിഷമങ്ങളും ബുദ്ധിമുട്ടുകളും വീട്ടിലെ പ്രാരാബ്ധങ്ങളും അദ്ദേഹത്തോട് നേരിട്ട്

പറയാനുള്ള അവസരം കിട്ടിയാൽ, ചിലപ്പോൾ ചില്ലിക്കാശുപോലും വാങ്ങാതെ, വിസയും ടിക്കറ്റും നൽകി പറഞ്ഞുവിടും. അല്ലെങ്കിൽ ടിക്കറ്റ് ചാർജോ സർവ്വീസ് മണിയോ മാത്രം നൽകേണ്ടതായും വരും. ഇതിനു വേണ്ടിയാണ് ഇവിടെ വന്ന് ആ ദിവസങ്ങളോളം കാത്തിരിക്കുന്നത്.

തൊഴിൽ വൈദഗ്ധ്യമുള്ളവരും അല്ലാത്തവരുമായ ഉദ്യോഗാർത്ഥികളെ ഇദ്ദേഹത്തിന് എത്തിക്കുന്ന പത്തോളം ഏജൻസികളും അതിലേറെ സബ് ഏജൻസികളും പ്രവർത്തിക്കുന്നുണ്ട്. അതിനാൽ ദിനംപ്രതി ഇവിടെ നിന്നുമാത്രം ധാരാളം ആളുകൾ വിദേശ രാജ്യങ്ങളിലേക്ക് പൊയ്ക്കൊണ്ടിരിക്കുന്നു. ഇതുപോലുള്ള ധാരാളം മാൻപവർ റിക്രൂട്ടിംഗ് ഏജൻസികൾ നഗരത്തിന്റെ പല ഭാഗങ്ങളിലും പ്രവർത്തിച്ചിരുന്നു. ഔദ്യോഗിക അംഗീകാരങ്ങളൊന്നുമില്ലാത്ത അനേകം ട്രാവൽ ഏജൻസികൾ ഏതെങ്കിലും ഓഫീസുകളിൽ കസേര ഇട്ടിരുന്നും അല്ലാതെയും പലയിടങ്ങളിലും കാണാം.

നാട്ടിൽ ജീവിക്കാൻ ഗതിയില്ലാതെ, വീടുപണയപ്പെടുത്തിയും ഭാര്യയുടെ കെട്ടുതാലിവിറ്റും ബോംബെയ്ക്ക് വണ്ടികയറുന്നവർ ഇതുപോലുള്ള ഏതെങ്കിലും ഏജന്റുമാരുടെ മോഹനവാഗ്ദാനങ്ങളിൽപെട്ട് ഉള്ളതെല്ലാം അവർക്ക് നൽകി മാസങ്ങളും വർഷങ്ങളും കാത്തിരിക്കും. ഒടുവിൽ ഏജൻസിയെ കാണാതാവുമ്പോഴായിരിക്കും തങ്ങളുടെ പണവും പാസ്പോർട്ടും നഷ്ടപ്പെട്ടിരിക്കുന്നുവെന്നും വഞ്ചിക്കപ്പെട്ടിരിക്കുന്നുവെന്നുമുള്ള യാഥാർത്ഥ്യം പലരും മനസ്സിലാക്കുന്നത്. അതോടെ ഇനി ഒരിക്കലും തങ്ങളുടെ സ്വപ്നഭൂമിയിലേക്കെത്താനാവില്ല എന്ന തിരിച്ചറിവിനോടൊപ്പം നാട്ടിലേക്ക് തിരിച്ചുപോയാൽ പട്ടിണികിടക്കാൻ പോലും നാലുകാലുള്ള ഒരു ഓലപ്പുരകൂടി ഇല്ലാത്ത അവസ്ഥയെക്കുറിച്ച് ചിന്തിച്ച് ഭ്രാന്ത് പിടിച്ച് ആത്മഹത്യയിൽ അഭയം തേടിയിട്ടുള്ള എത്രയെത്ര ഹതഭാഗ്യരുടെ ജീവിതമാണ് ഈ മഹാനഗരത്തിന്റെ ശബ്ദകോലാഹലത്തിനിടയിൽ ആരുമറിയാതെ പൊലിഞ്ഞുപോയിരിക്കുന്നത്.

പുതിയ മേച്ചിൽപ്പുറങ്ങൾ തേടി നാട്ടിൽനിന്ന് ബോംബെയിലേക്ക് വണ്ടി കയറിയവരിൽ പലരും ഏതെങ്കിലും വിധത്തിൽ വിസ തരപ്പെടുത്തി ഗൾഫ് നാടുകളിൽ പോയി പണിയെടുത്ത് കിട്ടുന്ന പണം നാട്ടിലേക്ക് അയയ്ക്കാൻ തുടങ്ങിയതോടെ പഴയ ചെറ്റപ്പുരകളുടെ സ്ഥാനത്ത് ഓടുമേഞ്ഞ സാമാന്യം തെറ്റില്ലാത്ത പുരകൾ ഉയർന്നു. ക്രമേണ അതും മാറി. വീടിന്റെ മുൻവശം കോൺക്രീറ്റ് ചെയ്ത് ഒന്നുകൂടി മോടികൂട്ടി.

രണ്ടോ മൂന്നോ കൊല്ലം കഴിയുമ്പോൾ പെട്ടിക്കെട്ടും പെട്ടിപ്പാട്ടുമായി, അത്തറിന്റെ മണം പരത്തിക്കൊണ്ട്, വെൽവറ്റ് പാന്റും ഇൻസേർട്ട് ചെയ്ത ഫുൾകൈ ഷർട്ടും റേബന്റെ കൂളിംഗ്ഗ്ലാസും

ധരിച്ച് നീളമുള്ള സിഗരറ്റും പുകച്ചുകൊണ്ട് വന്നെത്തുന്ന ഗൾഫു കാരൻ നാട്ടുകാരുടെ ഹീറോയായി മാറി. ഇവരുടെ ജീവിതരീതി യിൽ ആകൃഷ്ടരായ പലരും അവരെ പിന്തുടർന്നുകൊണ്ട് അക്കരെ എത്താനുള്ള തയ്യാറെടുപ്പുകൾ നടത്തിക്കൊണ്ടിരുന്നു. ഇവരെ പാട്ടി ലാക്കി വിസകൾ ഒപ്പിച്ചുകൊടുത്തുകൊണ്ട് കമ്മീഷൻ പറ്റുന്ന ഏജന്റു മാർ നാടുനീളെ പ്രവർത്തിച്ചു.

മേലനങ്ങാതെ ജീവിക്കാൻ പഠിച്ച ചില വിരുതന്മാർ നാട്ടിൻ പുറങ്ങളിൽനിന്നുള്ളവരെ ക്യാൻവാസ് ചെയ്ത് ബസിൽ ബോംബെ യിൽ കൊണ്ടുപോയി താമസിപ്പിച്ച് മാൻപവർ ഏജൻസികൾക്ക് സപ്ലൈ ചെയ്ത് അവരിൽനിന്നും ഭീമമായ തുകകൾ വാങ്ങി നഗര ത്തിൽ സുഖിച്ചു ജീവിച്ചു. ഇതുപോലുള്ള തട്ടിപ്പുകളുടെയും വെട്ടിപ്പു കളുടെയും ഒരുപാട് കഥകൾ പറയുന്ന ബോംബെ നഗരത്തിൽ തികച്ചും വ്യത്യസ്തമായിരുന്നു കാസർകോട് ബേക്കൽ സ്വദേശി യായിരുന്ന മുഹമ്മദ് സലീം പാഷ.

പാഷയുടെ ഇളയമ്മയുടെ മകളെ കല്ല്യാണം കഴിച്ച എന്റെ ഒരു കസിൻ അബ്ദുൽ റഹിമാൻതന്നെ സലീം പാഷയെ നേരിട്ട് ഏൽ പിച്ചതുകൊണ്ട് ടിക്കറ്റ് ചാർജ്ജ് മാത്രമായിരുന്നു ഞങ്ങളിൽനിന്നും ഈടാക്കിയത്. എന്നാൽ നേരിട്ടുവരുന്ന പലരിൽ നിന്നും കിട്ടുന്ന പണവും ഏജൻസിക്കളിൽനിന്നും സബ് ഏജൻസികളിൽനിന്നും ദിനംപ്രതി വന്നുകൊണ്ടിരിക്കുന്ന നോട്ടുകെട്ടുകളുമായി പാഷയും കൂട്ടാളികളും വലിയ സെക്യൂരിറ്റിയുടെ അകമ്പടിയോടെയായിരുന്നു ഓഫീസിൽ വന്നുപോയ്ക്കൊണ്ടിരുന്നത്. ഗ്രേ കളറിലുള്ള സഫാരി സ്യൂട്ടണിഞ്ഞ സലിം പാഷയും കൂട്ടാളികളും നടക്കുന്ന ഷൂവിന്റെ ശബ്ദം കുതിരക്കുളമ്പടി നാദംപോലെ ദൂരെ നിന്നുതന്നെ കേൾക്കാ മായിരുന്നു.

തന്റെ ഓഫീസിൽ ജോലി ചെയ്തിരുന്ന അന്യമതസ്ഥയെ ജീവിതപങ്കാളിയാക്കിയ സലീം പാഷ ഉയർച്ചയുടെ പടവുകൾ ഒന്നൊന്നായി കയറിക്കൊണ്ടേയിരുന്നു. ബോംബെയുടെ പല ഭാഗ ങ്ങളിലും ബാംഗളൂരു, പൂന, ഗോവ തുടങ്ങിയ സ്ഥലങ്ങളിലെല്ലാം ബ്രാഞ്ചുകൾ തുടങ്ങി ഉന്നതങ്ങളിൽ വിരാജിക്കുകയായിരുന്ന പാഷ റംസാനിലെ അവസാന നാളുകളിൽ ഒരുപാടു നോട്ടുകെട്ടുകളുമായി നാട്ടിൽവന്ന് പാവങ്ങൾക്ക് വിതരണം ചെയ്തിരുന്നതായും കേട്ടി ട്ടുണ്ട്. വാർദ്ധക്യസഹജമായ കാരണങ്ങളാൽ തന്റെ തിരക്കുപിടിച്ച ബിസിനസ് ജീവിതത്തിൽനിന്ന് മാറി ബാംഗളൂരുവിൽ വിശ്രമ ജീവിതം നയിക്കുന്നതിനിടയിൽ ഹൃദ്രോഗത്തെത്തുടർന്ന് രണ്ട് വർഷംമുമ്പാണ് അദ്ദേഹം ലോകത്തോട് വിടപറഞ്ഞത്.

■

ബോംബെ ജീവിതകാലത്തെ ചില അനുഭവങ്ങൾ

ബാങ്ക് ഓഫ് ബറോഡ ബിൽഡിംഗിലെ അഞ്ചാംനിലയിലെ പതിമൂന്നാംനമ്പർ ഫ്ളാറ്റ് സലീം പാഷയുടെ ഇളയുപ്പ ഖാദർബായിയുടേതാണ്. അതിലായിരുന്നു ഞങ്ങളും താമസിച്ചിരുന്നത്. നല്ല വൃത്തിയുള്ള ബാത്റൂമും വെള്ളവും എല്ലാവിധ സൗകര്യങ്ങളുമുള്ള ഈ ഫ്ളാറ്റ് ഗൾഫുരാജ്യങ്ങളിൽ നിന്നുമെത്തുന്നവർക്കുള്ള താൽക്കാലികതാവളം കൂടിയായിരുന്നു. വർഷങ്ങൾകഴിഞ്ഞ് നാട്ടിലെത്തുന്ന പ്രവാസികൾക്കും ബിസിനസ് ആവശ്യാർത്ഥം ദുബായിൽ പോയി വരുന്നവർക്കും ഇവിടം ഒരു ആശ്വാസമായിരുന്നു. ഇവിടെ നല്ല വില ലഭിക്കുന്ന സാധനങ്ങൾ ഗൾഫിൽനിന്ന് കൊണ്ടുവരികയും ബോംബെയിൽ നല്ല ഡിമാന്റുള്ള സാധനങ്ങൾ വാങ്ങി നഗരത്തിന്റെ വിവിധ ഭാഗങ്ങളിൽ കൊണ്ടുപോയി വിൽക്കുകയും ചെയ്യുന്നവരുടെ ഇടത്താവളം കൂടിയായിരുന്നു ഖാദർബായിയുടെ ഈ റൂം. അങ്ങനെ ഗൾഫുകാർ കൊണ്ടുവരുന്ന തുണിത്തരങ്ങൾ, റേഡിയോ, ടേപ്പ്റിക്കാർഡറുകൾ, വാച്ച് മുതലായവ വിലയ്ക്കെടുക്കുകയും ദുബായിലേക്ക് കൊണ്ടുപോകാൻ ആവശ്യമായ സാധനങ്ങൾ വാങ്ങിക്കൊടുക്കുകയുമാണ് ഖാദർബായിയുടെ പ്രധാന ബിസിനസ്.

ഇങ്ങനെ വന്നെത്തുന്നവർ ഫ്ളാറ്റിലെ താമസക്കാർക്ക് ചായയും പലഹാരങ്ങളും വാങ്ങിക്കൊടുക്കുക പതിവാണ്. നാട്ടിൽ പോകുന്നവർ തുണിത്തരങ്ങൾ, ബോംബെ മിഠായികൾ, ചായപ്പൊടി, സോപ്പ് തുടങ്ങിയവയെല്ലാം വാങ്ങി കടലാസ്പെട്ടികളിൽ ഭദ്രമായി പൊതിഞ്ഞുകെട്ടി കൊണ്ടുപോകും. ഇതിനായി റൂമിൽ താമസിക്കുന്ന ഒന്നോരണ്ടോ പേരേയും കൂടെക്കൂട്ടും. അങ്ങനെയുള്ള ദിവസങ്ങളിൽ ഉച്ചഭക്ഷണവും ഡിന്നറും ഇവരുടെ വകയാവും. ഉച്ചകഴിഞ്ഞാവും അധികവും ഇവർ റൂമിൽനിന്ന് പുറപ്പെടുക. തിരക്ക് പിടിച്ച മുഹമ്മദലിറോഡിലൂടെ കുറച്ചുനടന്നു നീങ്ങുമ്പോഴേക്കും ഷാലിമാർ റെസ്റ്റോറന്റിനടുത്തെത്തും. അവിടെക്കയറി ഓരോ ഫലൂദയും

കഴിച്ചായിരിക്കും പിന്നീടങ്ങോട്ടുള്ള നടത്തം. നഗരത്തിലെ ഏറ്റവും നല്ല ജ്യൂസ്, ഫലൂദ, ഐസ്ക്രീം വിഭവങ്ങൾ കിട്ടുന്ന കടകളിലൊന്നാണ് ഇത്. ഇവിടുന്നങ്ങോട്ട് ടെക്സ്റ്റൈൽ കടകളുടെ വിശാലമായ മാർക്കറ്റുകളായിരിക്കും. മുന്തിയ ഇനം ഉടുപ്പുകൾ വളരെ വിലക്കുറവിൽ കിട്ടുന്ന സ്ഥലമാണിത്.

ഇവിടെനിന്ന് മുൻവശത്തുകൂടി നടന്നാൽ ചോർബസാറിലേക്കാണെത്തുക. നഗരത്തിലെ കള്ളന്മാരും പിടിച്ചുപറിക്കാരും പോക്കറ്റടിക്കാരുമെല്ലാം കട്ടെടുത്ത സാധനങ്ങൾ വിറ്റഴിക്കാറുള്ള മാർക്കറ്റാണ് ചോർബസാർ.

നമ്മൾ നടന്നുപോകുമ്പോൾ തന്നെ പോക്കറ്റിൽനിന്ന് പേഴ്സോ, കൈയിൽ പിടിച്ചിരിക്കുന്ന ബാഗോ മറ്റു സാധനങ്ങളോ തട്ടിപ്പറിക്കുന്നതാണ് ഇവരുടെ രീതി. തിരക്കിലൂടെ നീങ്ങുന്നതിനിടയിൽ തന്നെ, സംഘത്തിലെ മറ്റൊരാളിന് അതിവിദഗ്ധമായി കൈമാറുന്ന മോഷണവസ്തു ഞൊടിയിടയിൽത്തന്നെ ചോർബസാറിലെത്തിയിരിക്കും. അത് ചുളുവിലയ്ക്ക് വാങ്ങി, സെക്കന്റ് ഹാന്റ് വിലയ്ക്ക് വിൽപന നടത്തുന്ന നിരവധി സംഘങ്ങൾ ഇവിടെയുണ്ട്.

ഖാദർബായിയുടെ റൂമിലെത്തിയ ഒരു ദുബായിക്കാരൻ വെള്ളിയാഴ്ച പള്ളിയിൽ പോയപ്പോൾ, വെളിയിൽ അഴിച്ചുവെച്ച ചെരുപ്പ് തിരിച്ചുവന്നപ്പോഴേക്കും കാണാനില്ല. പരിസരം മുഴുവനും തിരഞ്ഞിട്ടും കിട്ടാതിരുന്നപ്പോൾ പരിഭ്രാന്തനായ ഈ പ്രവാസിയും കൂട്ടുകാരും ഖാദർ ബായിയോട് കാര്യങ്ങൾ പറഞ്ഞു. ഖാദർബായി അവരേയും കൂട്ടി ടാക്സിയിൽ ചോർബസാറിൽ പോയി നോക്കിയപ്പോൾ ഒരു വൃദ്ധയുടെ മുമ്പിലുണ്ട് ഈ വെളുത്ത ഹൈഹീൽഡ് ചെരുപ്പ്. വില എത്രയാണെന്ന് ചോദിച്ചപ്പോൾ ഇരുന്നൂറ് രൂപ തരണം, നല്ല ഫോറിൻ ചെരുപ്പാണ്, പുതിയതാണ്, ആരും ഉപയോഗിക്കാത്തതാണെന്നുമൊക്കെ ഇതിന്റെ മേന്മകൾ പറഞ്ഞുകൊണ്ടിരിക്കുന്നതിനിടയിൽ നൂറ്റമ്പത് രൂപ കൊടുത്ത് ചെരുപ്പുകൾ വാങ്ങി തിരിച്ചുവന്നു. ഈ ചെരുപ്പുകൾക്കകത്ത് എട്ടോളം സ്വർണ്ണ ബിസ്ക്കറ്റുകൾ അതിവിദഗ്ധമായി തുന്നിപ്പിടിപ്പിച്ചിട്ടുണ്ടായിരുന്ന കാര്യം ചെരുപ്പ് കട്ട കള്ളന് അറിയാതെ പോയി. അതുകൊണ്ടാണ് മകളുടെ കല്യാണത്തിനായി കൊണ്ടുവന്ന സ്വർണ്ണക്കട്ടികൾ നഷ്ടപ്പെടാതെ ഇദ്ദേഹത്തിന് തിരിച്ചുകിട്ടിയത്.

ഗൾഫുരാജ്യങ്ങളിൽനിന്നും വരുന്നവരിൽ ഭൂരിഭാഗവും വൻകിട സ്വർണ്ണക്കടത്തുകാരുടെയും വിദേശനിർമ്മിത സാധനങ്ങൾ കച്ചവടം നടത്തുന്നവരുടെയും ഏജൻസികൾ കയറ്റിവിടുന്ന കാരിയറുകളായിരിക്കും. ഇതിനുവേണ്ടി സ്ഥിരമായി ദുബായിലേക്ക് പോയി

വരുന്നവരെ ട്രിപ്പുകാർ എന്ന പേരിലാണ് അറിയപ്പെടുന്നത്. വർഷങ്ങളായി വിദേശത്ത് പണിയെടുത്ത് നാട്ടിൽ വരാൻപോലും സാധിക്കാത്തവരും അവസാനം ഇത്തരത്തിലുള്ള വളഞ്ഞവഴികൾ തെരഞ്ഞെടുക്കാൻ നിർബന്ധിതരാവാറുണ്ട്.

രണ്ടാംതരം ഇടപാടുകളിലൂടെ ധാരാളം പണം കൈയിൽ വരുമ്പോൾ കണ്ണ് മഞ്ഞളിച്ചുപോകുന്നവരുണ്ട്. ഇവർക്ക് തുച്ഛമായ കമ്മീഷൻ മതിയാകാതെ വരുമ്പോൾ നഗരത്തിലെ തരികിടക്കാരുടെയും ചതിയന്മാരുടെയും പ്രേരണകൾക്ക് വഴങ്ങി എയർപോർട്ടിലിറങ്ങിയ ഉടൻതന്നെ സാധനം കൊടുത്തുവിട്ടവർ പറഞ്ഞ സ്ഥലത്ത് എത്തിക്കാതെ അവരുടെ കണ്ണുവെട്ടിച്ച് മറ്റൊരു പാർട്ടിക്ക് കൈമാറുകയോ വേറൊരു വഴിയിലൂടെ കടന്നുപോകുകയോ ചെയ്യുന്ന സംഭവങ്ങളുമുണ്ടാകാറുണ്ട്. ഇങ്ങനെ നിയമാനുസൃതമല്ലാതെയെത്തുന്ന സാധനങ്ങൾ മറിച്ചുവിൽക്കുന്നവർക്കെതിരെ നടപടികളൊന്നും സ്വീകരിക്കാനാവില്ലെന്ന ധാരണയും ചിലർക്കുണ്ട്. എന്നാൽ ഇങ്ങനെ കണ്ണുവെട്ടിച്ചു മുങ്ങുന്നവരെ തേടിയെത്തുന്നത് അധോലോകസംഘങ്ങളായിരിക്കും. രാജ്യത്ത് ഏത് കോണുകളിലുണ്ടെങ്കിലും അവരുടെ കഴുകൻകണ്ണുകൾ ഇത്തരക്കാരെ കണ്ടെത്തിയിരിക്കും.

ഒരിക്കൽ കാസർകോടിന്റെ കിഴക്കൻ ഗ്രാമക്കാരനായ ഖാദർബായിയുടെ ഒരു പാസഞ്ചർ ബോംബെ എയർപോർട്ടിലിറങ്ങി തന്റെ കൈയിലുള്ള ലക്ഷക്കണക്കിന് വിലമതിക്കുന്ന സ്വർണ്ണക്കട്ടികളടങ്ങുന്ന ബാഗ് അവകാശിക്ക് നൽകാതെ കബളിപ്പിച്ചു. വിവരമറിഞ്ഞ ദിവസം റൂമിൽ മരണവീടുപോലെയായെങ്കിലും ഖാദർബായിയും കൂട്ടാളികളും രണ്ടു വാഹനങ്ങളിലായി പുറപ്പെട്ടു. ക്യാരിയർ വീട്ടിലെത്തുന്നതിന് മുമ്പ് അവിടെയെത്തുകയും അയാളെപിടിച്ച് വണ്ടിയിലിട്ട് തിരിച്ചുകൊണ്ടുവന്ന് റൂമിലിലടച്ചിട്ട് ദിവസങ്ങളോളം മർദ്ദിച്ച് അവശനാക്കുകയും ചെയ്തു. അവസാനം രക്ഷയില്ലെന്ന് വന്നപ്പോൾ എല്ലാം തുറന്നു പറഞ്ഞു സാധനങ്ങൾ കൊടുത്ത ആളിനെ കാണിച്ചുകൊടുത്തു. അയാളെ ഭീഷണിപ്പെടുത്തി സ്വർണം തിരിച്ചു വാങ്ങി.

സർക്കാരിന്റെ കണ്ണുവെട്ടിച്ചുകൊണ്ട് നടത്താറുള്ള കച്ചവടങ്ങളാണ് ബോംബെ നഗരത്തിൽ നടന്നുവരുന്നവയിൽ പലതും. ഇങ്ങനെയുള്ള ഇടപാടുകളിൽ വല്ല ചതിയും വഞ്ചനയുമുണ്ടായാൽ നിയമപരമായ നടപടികളൊന്നും സ്വീകരിക്കുവാൻ സാധ്യമല്ലല്ലോ. അതിനാൽ അധോലോകത്തുള്ള സമാന്തരസംഘങ്ങളെ ഏൽപ്പിക്കുകയാണ് പതിവ്. എന്തിനും തയ്യാറായി നിൽക്കുന്ന ഇത്തരം സംഘങ്ങളുടെ കൈകളിൽനിന്ന് രക്ഷപ്പെടുക അസാധ്യമായിരിക്കും.

അതുകൊണ്ടുതന്നെ നഗരത്തിലെ രണ്ടാംനമ്പർ കച്ചവടക്കാർ അഫ്ത്ത എന്ന മാസപ്പടി നൽകി ആ ഗല്ലികളിലെ അധോലോക സംഘങ്ങളുമായി ഒരു ബന്ധം സ്ഥാപിച്ചിട്ടുണ്ടാവും.

വിലപിടിപ്പുള്ള സാധനങ്ങളുമായി ആരെങ്കിലും കടന്നുകളഞ്ഞാൽ അവ കണ്ടെത്തുന്നതിനുവേണ്ടി നല്ലൊരു തുക ചിലവഴിക്കേണ്ടിവരും. എന്നു മാത്രമല്ല, ഇതിന്റെ പിന്നിൽ പ്രവർത്തിച്ചു സമയം മിനക്കെടുത്തുകയും വേണം. അതുകൊണ്ടുതന്നെ വിലപിടിപ്പുള്ള സാധനങ്ങൾ കൊണ്ടുവരുന്നവർ എയർപോർട്ടിന് പുറത്ത് കടക്കുമ്പോൾതന്നെ പരസ്പരം പ്രത്യേക കോഡ് ചോദിച്ചറിഞ്ഞ് കൈമാറ്റം നടത്തി അവിടെ വെച്ചുതന്നെ പിരിയുകയാണ് പതിവ്.

■

ഗുണ്ടാസംഘങ്ങളുടെ ഏറ്റുമുട്ടൽ

ചെമ്പൂർ ഭാഗത്തേക്കു പോകാനുള്ള തയ്യാറെടുപ്പോടെ എട്ടുമണിയാകുമ്പോഴേക്കും ഞങ്ങൾ ബിസ്തിമുല്ലയിലെ നെക്കരാജെ റസ്റ്റോറന്റിൽ വന്നു പ്രാതൽ കഴിച്ച് മുമ്പിലുള്ള ചെറിയ ബെഞ്ചിൽ ഇരിക്കുമ്പോഴാണ് കൂടെ പഠിച്ച ചെർക്കളയിലെ പ്രഭാകരൻ അവിടെ എത്തുന്നത്. ഏറെ നാളുകൾക്കുശേഷം അന്യസംസ്ഥാനത്തുവെച്ച് സുഹൃത്തിനെ കണ്ടുമുട്ടിയ സന്തോഷത്തോടെ ഞങ്ങൾ സംസാരിക്കാൻ തുടങ്ങി.

ഗൾഫിലേക്ക് പോകാനുള്ള ഉദ്ദേശ്യത്തോടെ നാട്ടിലെ ഒരു സബ് ഏജന്റിന്റെ കൂടെയാണ് പ്രഭാകരൻ ബോംബെയിലെത്തിയത്. കുറച്ചകലെയുള്ള ലോഡ്ജിലെ ഒരു വലിയ മുറിക്കകത്താണ് കൂടെ വന്ന പത്തുപേരും താമസിക്കുന്നത്. അല്പസമയം മാറിനിന്ന് ഞങ്ങൾ പഴയകാല അനുഭവങ്ങൾ അയവിറക്കിക്കൊണ്ടിരിക്കുന്നതിനിടയിൽ ദർഗ്ഗയ്ക്ക് മുമ്പിലൂടെ ഒരു സംഘം ചെറുപ്പക്കാർ ആർത്തട്ടഹസിച്ചുകൊണ്ട് ഓടിവരുന്നത് കണ്ടു. അവരുടെ ഉയർത്തിപ്പിടിച്ച കൈകളിൽ കഠാരകളും വാളും. ഹിന്ദിയിൽ വളരെ ഉച്ചത്തിൽ എന്തൊക്കെയോ വിളിച്ചുപറയുന്നുമുണ്ട്. എന്താണ് എന്ന് ശ്രദ്ധിച്ചു നോക്കിയപ്പോൾ വെടിയുതിർത്ത് കണ്ണിൽ കണ്ടവരെയൊക്കെ കുത്തിയും വെട്ടിയും തല്ലിയും ആക്രോശിച്ചും ഭീകരാന്തരീക്ഷം സൃഷ്ടിച്ചുകൊണ്ടിരുന്ന സംഘം, ക്ഷണനേരം കൊണ്ട് തന്നെ അപ്രത്യക്ഷമായി. അപ്പോഴേക്കും ഒരു പൊലീസ് ജീപ്പ് നിറയെ പൊലീസുകാരും സ്ഥലത്തെത്തിയിരുന്നു. അവർ വന്നയുടൻതന്നെ ഹോട്ടലിൽനിന്ന് വെള്ളം എടുത്ത് ഹോട്ടലിനകത്തും റോഡിലും ഇറ്റുവീണിരുന്ന രക്തക്കറകൾ കഴുകി മുറിവേറ്റവരെ ആസ്പത്രിയിലെത്തിക്കാൻ നിർദ്ദേശം നൽകി സ്ഥലംവിട്ടു.

നിനച്ചിരിക്കാതെയുള്ള ആക്രമണത്തിൽ പേടിച്ചരണ്ട ഞങ്ങൾ തൊട്ടടുത്ത ഹിന്ദിക്കാരുടെ കൂൾബാറിനുള്ളിൽ അഭയം തേടിയിരുന്നു.

ഇവിടെ എന്താണ് സംഭവിച്ചതെന്ന് ഒരു എത്തുംപിടിയും ഇല്ലാതെ ഭയത്തോടെ നിൽക്കുന്ന എന്റെ കാൽപാദത്തിലെ നനവ് കണ്ട് കുനിഞ്ഞു നോക്കുമ്പോൾ ചോര. കൈമുട്ടിൽ വെട്ടേറ്റ വലിയ മുറിവിൽനിന്നും ഒഴുകുന്ന രക്തം കാലിലൂടെ തറയിലേക്ക് ഒലിച്ചിറങ്ങുന്നതുകണ്ട കൂട്ടുകാർ ഏതോ മലയാളി സുഹൃത്തുക്കളുടെ സഹായത്തോടെ ഒരു ടാക്സിയിൽ കയറ്റി ജെ. ജെ. ഹോസ്പിറ്റലിലേക്ക് കൊണ്ടുപോയി. അവിടെ പ്രഭാകരനടക്കം മുറിവേറ്റ മറ്റു രണ്ടുപേരുംകൂടി ഉണ്ടായിരുന്നു. വാളുകൊണ്ട് മുറിവേറ്റ എന്റെ കൈത്തണ്ടയിൽ ആറ് സ്റ്റിച്ച് ഇട്ട് ബാന്റേജ് ചെയ്ത ശേഷം കഴുത്തിൽ തൂക്കിയിട്ട് പൊയ്ക്കൊള്ളാൻ പറഞ്ഞു. പ്രഭാകരനെ അഡ്മിറ്റ് ചെയ്തു.

ജീവിതലക്ഷ്യം സാക്ഷാത്കരിക്കാൻ വേണ്ടി തലങ്ങും വിലങ്ങും തിരക്കിട്ടു പോകുന്ന ജനലക്ഷങ്ങൾ നിറഞ്ഞൊഴുകുന്ന മഹാനഗരം. അതിന്റെ വർണ്ണഭംഗിയും അന്തസ്സത്തയും കർമ്മപൂരിതമാക്കുംവിധം ഇതിനേക്കാൾ ജാഗ്രതയോടും കരുത്തോടും പ്രവർത്തിച്ചുകൊണ്ടിരിക്കുന്ന മറ്റൊരു ലോകവും ഈ നഗരത്തിലുണ്ട്. നിയമവും നിയമവാഴ്ചകളും കൊല്ലും കൊലകളും കള്ളും കഞ്ചാവും രണ്ടാംനമ്പർ കച്ചവടങ്ങളും എല്ലാം നിയന്ത്രിക്കുന്ന ബോംബെയുടെ അധോലോകം. ഇരുട്ടിന്റെ മറവിൽ പ്രവർത്തിക്കുന്ന ചെറുതും വലുതുമായ ഗല്ലി ദാദാമാരുടെയും എന്തിനും മടിക്കാത്ത അധോലോക സംഘങ്ങളുടെയും മറ്റൊരു ലോകം. അജ്ഞാതകേന്ദ്രങ്ങളിൽനിന്നും മഹാനഗരത്തിലെ ഓരോ തെരുവിന്റെയും നിയന്ത്രണങ്ങൾ ഏറ്റെടുത്ത് നടത്തുന്ന അധോലോകരാജാക്കന്മാർ, ആയുധങ്ങൾകൊണ്ട് കണക്കുപറഞ്ഞു പരിചയമുള്ള ഗുണ്ടാസംഘങ്ങൾ. കൈയ്യൂക്കുള്ളവർ കാര്യക്കാരാവുന്ന ഈ നഗരത്തിൽ എന്തിനും ഏതിനും തയ്യാറായി നിയമവ്യവസ്ഥകളെപ്പോലും വെല്ലുവിളിച്ചുകൊണ്ട് നടക്കുന്നവർ പുതിയൊരു ലോകം സൃഷ്ടിച്ച് അവർ അതിൽ സർവ്വാധിപതികളായി വാണുകൊണ്ടിരിക്കുന്നു. അതിനേക്കാൾ ശക്തമായ മറ്റൊരാളുടെ വരവിലൂടെ അസ്തമിച്ചുപോകുന്ന എത്രയെത്ര ക്വട്ടേഷൻ സംഘങ്ങളുടെയും അധോലോക വീരശൂര പരാക്രമികളുടെയും കഥകളാണ് നഗരത്തിന് പറയാനുള്ളത്.

ഹാജി മസ്താനും കരീംലാലും വരദരാജ മുതലിയാരും പാപ്പാമണിയുമൊക്കെ വാണിരുന്ന ബോംബെ അധോലോകം. ദാവൂദ് ഇബ്രാഹിമിന്റെയും ചോട്ടാരാജന്റെയും ഓരോ കാലഘട്ടങ്ങളിലെയും കഥകളും ഉപകഥകളും മാത്രമല്ല, പേരറിയാത്ത എത്രയോ ഗല്ലിദാദാക്കളുടെയും സംഘങ്ങളുടെയും പറഞ്ഞാൽ തീരാത്തത്ര ചരിത്രങ്ങളാണ് ഓരോ സ്ഥലങ്ങൾക്കും പറയാനുള്ളത്.

ഓരോ തെരുവുകളിലും ഒന്നിലധികം ഗുണ്ടാസംഘങ്ങളുണ്ടാവും, അവിടെ നടക്കുന്ന സകലപ്രവർത്തനങ്ങളും വീക്ഷിച്ചുകൊണ്ട്. പുറത്തുനിന്നുള്ള കള്ളന്മാരുടെയും പിടിച്ചുപറിക്കാരുടെയും ശല്യങ്ങളിൽനിന്നും സംരക്ഷണം നൽകലും ഈ പ്രദേശങ്ങളിൽ നടക്കുന്ന സ്വർണ്ണം, മയക്കുമരുന്ന് മറ്റു കള്ളക്കടത്തുകൾ എന്നിവ ശ്രദ്ധയിൽപ്പെട്ടാൽ, ഒരു വിഹിതം കൈപ്പറ്റി അവർക്ക് സംരക്ഷണം നൽകുന്നതും ഈ സംഘങ്ങളുടെ ചുമതലയായിരിക്കും. ഇത്തരത്തിലുള്ള രണ്ടാംതരം കച്ചവടക്കാർക്ക് പുറമെ നിന്ന് വല്ല വെല്ലുവിളികളുമുണ്ടായാൽ അതിനെതിരെ ഏത് തരത്തിൽ പ്രതികരിക്കാനും ഇവർ മടിക്കാറില്ല. ബിസ്തിമുല്ലയിൽ നടന്ന സംഭവം ഇത്തരത്തിലുള്ള ഒന്നായിരുന്നുപോലും.

കുറച്ചുനാളുകൾക്കു മുമ്പ് ദുബായിൽനിന്നും വന്ന ഒരാൾ കൊണ്ടുവന്ന സ്വർണ്ണവും തുണിത്തരങ്ങളും ബിസ്തിമുല്ലയിലെ ഒരു സംഘം പിടിച്ചെടുത്തിരുന്നുവെന്നും അതിന്റെ പേരിൽ ഇരുഗല്ലികളിലേയും ദാദാമാർ തമ്മിൽ തലേദിവസം രാത്രിയിലുണ്ടായ തർക്കങ്ങൾ അവസാനം വെല്ലുവിളിയിൽ കലാശിക്കുകയും ചെയ്തിരുന്നു. പാതിരാവിൽ ഇരുട്ടിന്റെ മറവിൽവെച്ച് ചോദിക്കാൻ മാത്രമല്ല, വേണ്ടിവന്നാൽ നാളെ രാവിലെത്തന്നെ നിങ്ങളുടെ അഡ്ഡയിൽ വന്ന് ഞങ്ങളുടെ സാധനങ്ങൾ കൊണ്ടുവരാനുള്ള ചങ്കൂറ്റം ഞങ്ങൾക്കുണ്ടെന്ന വെല്ലുവിളി മറുഭാഗം ഏറ്റെടുത്തതിനാലായിരുന്നു അവർ രാവിലെത്തന്നെ എല്ലാ ഒരുക്കങ്ങളോടെയും കൂടി ആയുധങ്ങളുമേന്തി ബിസ്തിമുല്ലയിലേക്ക് ഇരച്ചുകയറി പരാക്രമങ്ങൾ നടത്തിയത്. എന്നാൽ ആ ഗുണ്ടാസംഘങ്ങളുടെ പൊടിപോലും ഈ ഭാഗങ്ങളിൽ ഇല്ലാതിരുന്നതുകൊണ്ട് കണ്ണിൽ കണ്ടവരോട് അവർക്കുള്ള പ്രതികാരം തീർത്തു. നിരപരാധികളായ ഞങ്ങൾക്ക് ശരിക്കും വെട്ടും കുത്തുമേൽക്കേണ്ടിവന്നു. ഭാഗ്യംകൊണ്ട് മാത്രം ജീവൻ തിരിച്ചുകിട്ടിയെന്നും പറയാം.

ബോംബെയിലെ ഗല്ലികളിൽ ഇത്തരം സംഭവങ്ങൾ പതിവാണത്രെ. പോക്കറ്റിൽ കിടക്കുന്ന പേഴ്സും പണവും മോഷ്ടിക്കുന്നതും നടന്നുപോകുന്നതിനിടയിൽതന്നെ കൈയിലുള്ള വാച്ചും മറ്റു സാധനങ്ങളും തട്ടിപ്പറിച്ചു പോകുന്നതും അടിയും തൊഴിയും ഏൽക്കേണ്ടിവരുന്നതുമൊന്നും ഇവിടെ ഒരു പുതുമയല്ല. ഇതൊക്കെ ഇവിടത്തെ നിത്യജീവിതത്തിന്റെ ഭാഗംതന്നെയാണ്.

■

അധോലോക ചക്രവർത്തി ഹാജി മസ്താൻ

മുറിവേറ്റു റൂമിൽക്കിടക്കുമ്പോൾ എന്നെ കാണാൻവന്ന ചിലർ ബോംബെയിലെ ഗുണ്ടാസംഘങ്ങളുടെയും അധോലോകത്തിന്റെയും ഞെട്ടിക്കുന്ന കഥകൾ പറഞ്ഞു. അതിൽ എന്നെ വല്ലാതെ ആകർഷിച്ചത് ഏറെക്കാലം അധോലോകചക്രവർത്തിയായിരുന്നിട്ടും ഒരാളെപ്പോലും കൊല്ലാതെ സാമ്രാജ്യം അടക്കിവാണിരുന്ന ഹാജി മസ്താനായിരുന്നു. ഹാജി മസ്താനെ ഡോംഗ്രിയിലും പരിസര പ്രദേശങ്ങളിലുമുള്ളവർക്കെല്ലാം സുപരിചിതനായിരുന്നു.

1926 മാർച്ച് ഒന്നിന് തമിഴ്നാട്ടിലെ കടലൂരിലെ പന്നൈക്കുളത്ത് ജനിച്ച മസ്താൻ തന്റെ പതിനെട്ടാമത്തെ വയസ്സിൽ പിതാവ് ഹൈദർ മിർസയുടെ കൂടെ ജോലിതേടി ബോംബെയിലേക്ക് വണ്ടികയറി. പട്ടിണിയും പരിവട്ടവുമായി കഴിയുന്ന ഇന്ത്യൻ ഗ്രാമങ്ങളിലെ ഭൂരിഭാഗം ജനങ്ങളും ജോലിതേടി പോയിരുന്നത് ബോംബെ മഹാനഗരത്തിലായിരുന്നു. ബോംബെയിലെത്തിയശേഷം ഹൈദർ മിർസ ക്രോഫോർഡ് മാർക്കറ്റിനടുത്തുള്ള ബംഗാളിപുരയിൽ ഒരു സൈക്കിൾ മെക്കാനിക്ക് ഷോപ്പ് തുടങ്ങി. മസ്താൻ അതിലെ സഹായിയും. രാവിലെ എട്ടുമണി മുതൽ വൈകുന്നേരം എട്ടുമണിവരെ ജോലിചെയ്താൽ അഞ്ചുരൂപയായിരുന്നു വേതനം.

ജോലി കഴിഞ്ഞു രാത്രി മുഹമ്മദലി റോഡിലൂടെ നടന്ന് ചൗപ്പാട്ടി ബീച്ചിനപ്പുറത്തുള്ള ചെറിയ ഒറ്റമുറി വീട്ടിലേക്ക് നടന്നുപോകുമ്പോൾ പാതയോരത്തെ ഷോപ്പുകളിൽ തൂങ്ങിക്കിടക്കുന്ന ഉടയാടകളും മലബാർ ഹില്ലിൽനിന്ന് ഇറങ്ങിവരുന്ന ചെറുതും വലുതുമായ കാറുകളും മണിമാളികകളും കൊതിയോടെ നോക്കിനിന്നു. അതിൽ ഒരാളായി മാറുവാൻ കൊതിച്ചു. ഒരുപാട് സുന്ദരസ്വപ്നങ്ങൾ നെയ്തുകൂട്ടിക്കൊണ്ട് തിരക്കുപിടിച്ച് നടന്നുനീങ്ങുന്ന ആൾക്കൂട്ടത്തിൽ ഒരാളായി മസ്താൻ എന്ന ബാലനുമുണ്ടായിരുന്നു.

കടയിൽ വരുന്ന ചിലയാളുകളുമായി അടുത്ത സുഹൃദ്ബന്ധം സ്ഥാപിച്ചിരുന്ന മസ്താൻ 1944-ൽ ബോംബെ തുറമുഖത്ത് ഒരു ജോലി തരപ്പെടുത്തി. ദുബായ്, ഹോങ്കോങ്ങ് തുടങ്ങി വിദേശ രാജ്യങ്ങളിൽനിന്നും വരുന്ന കണ്ടെയ്നർകപ്പലുകളിൽ നിന്ന് സാധനങ്ങൾ ഇറക്കുന്നതായിരുന്നു പണി.

കപ്പൽ വഴി വരുന്ന സാധനസാമഗ്രികൾക്കെല്ലാം ബ്രിട്ടീഷ് സർക്കാർ വൻ ഇറക്കുമതി തീരുവ ചുമത്തിയിരുന്നു. വിദേശനിർമ്മിത വസ്തുക്കൾ വലിയ വിലയ്ക്ക് വിൽക്കേണ്ടതായി വന്നത് കച്ചവടത്തെ സാരമായി ബാധിക്കുന്നതിനാൽ വ്യാപാരികൾ മസ്താനെ സമീപിച്ചു. കസ്റ്റംസിലെത്താതെ തങ്ങളുടെ ചരക്കുകൾ പുറത്തെത്തിച്ചു തന്നാൽ ലാഭത്തിൽ നിന്നൊരു വിഹിതം തരാമെന്ന വാഗ്ദാനത്തിന്, മസ്താൻ സമ്മതം മൂളുകയും ചെയ്തു. തുറമുഖത്തെ ചുമട്ടുതൊഴിലാളിയായിരുന്ന മസ്താൻ കൂലി മസ്താൻ എന്നായിരുന്നു അറിയപ്പെട്ടിരുന്നത്. കൂലിക്കു പുറമെ അധിക വരുമാനം കൂടി വന്നതോടെ മസ്താന്റെ ജീവിതത്തിൽ സാമ്പത്തികമുന്നേറ്റത്തിന് തുടക്കം കുറിച്ചു.

ഇതിനിടയിലായിരുന്നു ശൈഖ് മുഹമ്മദ് അൽ ഗാലിബ് എന്ന അറബിസ്വർണ്ണവ്യാപാരിയുമായി മസ്താൻ പരിചയപ്പെടുന്നത്. ഊർജ്ജസ്വലനായ ചെറുപ്പക്കാരനെ കിട്ടിയ ഗാലിബ് ആണ് കള്ളക്കടത്തിന്റെ ബാലപാഠങ്ങൾ മസ്താന് പറഞ്ഞുകൊടുത്തത്. തുറമുഖ ജോലിക്കാരനായ മസ്താൻ തന്റെ ശരീരത്തിൽവെച്ച് കെട്ടിക്കൊണ്ടുവന്നിരുന്ന സാധനങ്ങൾ മറ്റു ജോലിക്കാരോടും പറഞ്ഞു മനസ്സിലാക്കി അവരേയും സ്വാധീനിച്ച് കൂടെനിർത്തി വിപുലീകരിച്ചതോടെ ബോംബെ തുറമുഖത്ത് മസ്താൻ എന്ന മാഫിയാ തലവൻ രൂപപ്പെടുകയായിരുന്നു.

അക്കാലത്ത് ആ പ്രദേശത്തെ ഷേർഖാൻ എന്ന ഗല്ലിദാദയും സംഘവും തുറമുഖത്തിനകത്തെ പോർട്ടർമാരിൽനിന്നും ഗുണ്ടാപിരിവ് നടത്തുമായിരുന്നു. മസ്താൻ ഇതിനെതിരെ തൊഴിലാളികളെ സംഘടിപ്പിച്ച് ചോദ്യം ചെയ്തു. ഷേർഖാനും സംഘവും ഭീഷണി മുഴക്കി പേടിപ്പിച്ചുനോക്കിയെങ്കിലും സംഘടിച്ചെത്തിയ തൊഴിലാളികൾക്ക് മുമ്പിൽ പിടിച്ചുനിൽക്കാനാവാതെ ഗുണ്ടകൾ ജീവനും കൊണ്ടോടി രക്ഷപ്പെട്ടു. ഇതോടെ തുറമുഖത്തെ ധീരനായ പോരാളിയായി മാറിയ മസ്താനെ ആളുകൾ ബഹുമാനിച്ചു തുടങ്ങി.

സ്വർണ്ണക്കടത്തിനിടയിൽ ഒരിക്കൽ ഗാലിബ അറസ്റ്റിലായപ്പോൾ സ്വർണ്ണബിസ്കറ്റുകൾ നിറച്ച ഒരു പെട്ടി മസ്താന്റെ പക്കലായിരുന്നു. അതുകൊണ്ടുപോയി സ്വന്തം വീട്ടിൽ സൂക്ഷിച്ച് മൂന്ന് വർഷത്തിനു

ശേഷം ഗാലിബ ജയിൽമോചിതനായപ്പോൾ ലക്ഷങ്ങൾ വിലയുള്ള സ്വർണ്ണക്കട്ടികൾ ഉടമസ്ഥന് തിരിച്ചേൽപ്പിച്ച് വിശ്വസ്തതയുടെ പത്തരമാറ്റ് കാണിച്ചു കൊടുത്ത മസ്താനെ തന്റെ ബിസിനസ്സ് പാർട്ണറാക്കാൻ ഗാലിബിന് രണ്ടുതവണ ആലോചിക്കേണ്ടി വന്നില്ല. ഇത് മസ്താന്റെ സ്വപ്നസാക്ഷാത്കാരത്തിലേക്കുള്ള വാതായനം തുറക്കുകയായിരുന്നു.

ഇതോടെ ബോംബെ അധോലോകത്തെ ഒന്നാംകിട സംഘത്തലവന്മാരായ കരീംലാല, വരദരാജ മുതലിയാർ, ഗുജറാത്തിലെ കള്ളക്കടത്ത് തലവനായിരുന്ന സുക്കൂർ നാരായൺ ബാഖിയ തുടങ്ങിയവരുമായി ബന്ധം സ്ഥാപിച്ചു. അത് മസ്താന്റെ മുന്നോട്ടുള്ള പ്രയാണം എളുപ്പത്തിലും വളരെ വേഗത്തിലുമാക്കിത്തീർത്തു. കൂലി മസ്താനിൽനിന്നും ഹാജി മസ്താനായി മാറാൻ നഗരത്തിലെ ഗുണ്ടാസംഘങ്ങളുടെ സഹായവും സഹകരണങ്ങളും വേണ്ടുവോളം ഉപയോഗിച്ചിരുന്നപ്പോഴും പാവങ്ങളെ സഹായിക്കാനും ദാനധർമ്മങ്ങൾ ചെയ്യാനുമൊക്കെ അദ്ദേഹം ഉദാരമനസ്കത കാണിച്ചു. കൂടാതെ നാട്ടിൽ നിന്നെത്തുന്നവർക്ക് തന്റെ സ്ഥാപനങ്ങളിൽ ജോലികൾ നൽകി സഹായിച്ചിരുന്നു. ഡോംഗ്രിയിലേയും ധാരാവി, മാട്ടുംഗ, സയൺ, കോളിവാഡ, ഭീണ്ടി ബസാർ, നാഗ്പാഡ തുടങ്ങിയ പ്രദേശങ്ങളിലുള്ള ബോംബെ നിവാസികൾക്കും തമിഴ് വംശജർക്കും മാത്രമല്ല, മലയാളികൾക്കും ഒരു തരത്തിലല്ലെങ്കിൽ മറ്റൊരു തരത്തിൽ സഹായങ്ങൾ ലഭിച്ചിരുന്നതുകൊണ്ടും തന്നെയാണ് ഹാജി മസ്താനെക്കുറിച്ച് പറയാൻ ഏവർക്കും ഏറെ താൽപര്യം.

കള്ളക്കടത്തിൽ മാത്രം പിടിച്ചുനിൽക്കാതെ ഹാജി മസ്താൻ മറ്റു ബിസിനസ്സുകളിലേക്കും റിയൽ എസ്റ്റേറ്റിലേക്കും നീങ്ങി. നഗരത്തിലെ കണ്ണായ സ്ഥലങ്ങൾ പലതും സ്വന്തമാക്കി സിനിമാനിർമ്മാണത്തിലെത്തി. അതിൽ മുതൽമുടക്കി ലാഭം കൊയ്യാൻ മാത്രമല്ല ശ്രദ്ധിച്ചത് - സംഭവബഹുലമായ സ്വന്തം ജീവിതകഥ സിനിമയാക്കുന്നതിനും അദ്ദേഹത്തിന് സാധിച്ചു.

ഇന്ത്യൻ സിനിമയുടെ എക്കാലത്തെയും സൂപ്പർസ്റ്റാർ അമിതാബ് ബച്ചൻ തകർത്തഭിനയിച്ച 'ദീവാർ' എന്ന സിനിമ ഹാജി മസ്താനെക്കുറിച്ചായിരുന്നു. തന്റെ റോൾ ഭംഗിയാക്കുന്നതിനുവേണ്ടി ഹാജി മസ്താനോടൊപ്പം താമസിച്ച് മസ്താന്റെ ശരീരഭാഷയും ജീവിതശൈലിയുമെല്ലാം പഠിച്ചു മനസ്സിലാക്കിയായിരുന്നു ബച്ചൻ അഭിനയിച്ചത്. അതിനാലായിരുന്നു 'ദീവാർ' എന്ന പടത്തിൽ തിളക്കമാർന്ന അഭിനയം കാഴ്ചവെക്കാൻ അദ്ദേഹത്തിനായത്.

ബോളിവുഡിലെ പല പടങ്ങൾക്കും മസ്താൻ പണം മുടക്കിയിട്ടുള്ളതായും പ്രമുഖ നിർമ്മാതാക്കളുമായി അടുത്ത ബന്ധമുള്ളതായും കേട്ടിട്ടുണ്ട്. ഹിന്ദി സിനിമാരംഗത്തെ സൂപ്പർ താരങ്ങളായ

ദിലീപ്കുമാർ, രാജ്കപൂർ, ധർമ്മേന്ദ്ര, ഫിറോസ്ഖാൻ, സഞ്ജീവ് കുമാർ തുടങ്ങിയവരുമായി നല്ല ബന്ധമുണ്ടായിരുന്ന മസ്താൻ രാഷ്ട്രീയരംഗത്തെ പ്രമുഖ നേതാക്കന്മാരുമായും അടുപ്പത്തിലായിരുന്നു.

ഇന്ദിരാഗാന്ധി അടിയന്തിരാവസ്ഥ ഏർപ്പെടുത്തിയപ്പോൾ, എതിർത്ത നേതാക്കളെയും കള്ളക്കടത്തുകാരെയും തടങ്കലിലാക്കിയ കൂട്ടത്തിൽ മിസയിലൂടെ ഹാജി മസ്താനും അറസ്റ്റിലായി. പല പ്രമുഖരുമൊത്താണ് ജയിൽവാസം അനുഭവിച്ചത്. മസ്താൻ ജനതാപാർട്ടി നേതാവ് ജയപ്രകാശ് നാരായണന്റെ കൂടെ ജയിലിലായിരുന്ന കാലത്ത് അദ്ദേഹത്തിന്റെ ഉപദേശം സ്വീകരിച്ച് കള്ളക്കടത്ത് പൂർണ്ണമായും ഉപേക്ഷിച്ച് നല്ലൊരു മുസൽമാനായി ഭക്തിയോടെ ജീവിക്കാൻ തീരുമാനിക്കുകയും ജയിൽവിമോചിതനായ ഉടനെ ഷാജഹാൻ ബീഗത്തെ കല്യാണം കഴിക്കുകയും ചെയ്തു. ഇവർക്ക് സംഷാദ് ബുഫാരിബാല, ഖമറുന്നിസ്സ, മെഹ്റുന്നിസ്സ എന്നീ മക്കളുണ്ട്.

ചേരിയിൽ കഴിയുന്നവരുടെ ഉന്നമനത്തിനുവേണ്ടി ശ്രദ്ധ കേന്ദ്രീകരിച്ചായിരുന്നു അദ്ദേഹത്തിന്റെ പിന്നീടുള്ള ജീവിതം. ദളിത് നേതാവ് ജാഗേന്ദ്ര കവാഡയുമായി ചേർന്ന് അദ്ദേഹം രൂപം നൽകിയ ദളിത്-മുസ്ലീം സുരക്ഷാ മഹാസംഘ് എന്ന രാഷ്ട്രീയ പാർട്ടിയുടെ മുഴുവൻസമയ പ്രവർത്തകനായി മാറിയ ഹാജി മസ്താൻ എന്ന അധോലോക ചക്രവർത്തി 1994 മെയ് ഒമ്പതിന് ലോകത്തോട് വിടപറഞ്ഞു.

■

ഗണേശോത്സവത്തിന്റെ പൊലിമ

ഒരുനാൾ നഗരത്തിലിറങ്ങിയപ്പോൾ ഗല്ലികളിലെ പല കോണുകളിലും ചെറുതും വലുതുമായ കട്ടകൾകെട്ടി തുണിപൊതിഞ്ഞു വർണ്ണപ്പൂക്കൾ വിതറി ദീപാലങ്കാരങ്ങളോടെ വെച്ചിരിക്കുന്നത് കണ്ടു. അടുത്തുചെന്നു നോക്കിയപ്പോൾ ഗണപതിയുടെ രൂപമാണ് അതിൽ. ആഗസ്ത് അവസാനവാരത്തിലെ ഒരു ദിവസമായിരുന്നു അത്. അതുവഴി പോകുന്നവർ ഒന്ന് താണുവണങ്ങി അവിടെ സ്ഥാപിച്ചിരിക്കുന്ന ഭണ്ഡാരപ്പെട്ടിയിൽ കാണിക്കയിട്ട് ഭയഭക്തിയോടെ കടന്നുപോകുന്നത് കണ്ടു. ബോംബെയിൽ ഏറെക്കാലമായി ഇളനീർ കച്ചവടം നടത്തുന്ന തൃശൂർ സ്വദേശി കുട്ടപ്പൻചേട്ടനോട് ചോദിച്ചപ്പോൾ അദ്ദേഹം എന്റെ സംശയം തീർത്തു.

അക്കാലത്ത് ഇത്ര വലിയ ആചാരങ്ങളോടെ കേരളത്തിലാരും ഗണേശോത്സവങ്ങൾ കൊണ്ടാടാറില്ലായിരുന്നു. അപൂർവ്വം ചില വിശ്വാസികൾ വിനായകചതുർത്ഥി ദിനത്തിൽ പ്രത്യേക പൂജകൾ നടത്തിയിരുന്നുവെന്ന് മാത്രം. എന്നാൽ മഹാരാഷ്ട്രയിലെ ഏറ്റവും വലിയ ആഘോഷമാണ് ഗണേശോത്സവം. തമിഴ്നാട്, കർണാടക, ആന്ധ്രാപ്രദേശ്, ഉത്തരേന്ത്യൻ സംസ്ഥാനങ്ങളിലുമെല്ലാമുള്ള ഗണേശോത്സവം ഇപ്പോൾ കേരളത്തിലും ആഘോഷിക്കുന്നുണ്ട്.

ആഗസ്റ്റ്-സെപ്തംബർ മാസങ്ങളിൽ ഗണേശചതുർത്ഥിക്കായി മണ്ണിൽ നിർമ്മിച്ച ഗണപതിവിഗ്രഹങ്ങൾ പ്രതിഷ്ഠിച്ച് പൂജിക്കുന്നു. ഗണപതി പൂജയ്ക്കായി താമരപ്പൂക്കളും കറുകപ്പുല്ലുകളുമാണ് ഉപയോഗിക്കുന്നത്. പ്രത്യേക പൂജാകർമ്മങ്ങളോടെ മോദകം എന്ന മധുരപലഹാരം തയ്യാറാക്കി ഗണപതിക്ക് മുന്നിൽ സമർപ്പിക്കും. രാവിലെ പൂജ കഴിഞ്ഞാൽ അതേദിവസം വൈകുന്നേരമോ അല്ലെങ്കിൽ ഒന്ന്, മൂന്ന്, അഞ്ച്, ഏഴ്, ഒമ്പത് തുടങ്ങി ഒറ്റ വരുന്ന ദിവസങ്ങളിൽ വിഗ്രഹം പൂജിച്ചശേഷം പ്രത്യേകം തയ്യാറാക്കിയ

പുഷ്പപല്ലക്കിലേന്തി കൊട്ടുംപാട്ടും കീർത്തനങ്ങളുമൊക്കെയായി ആഘോഷത്തിമിർപ്പോടെ ഘോഷയാത്രയായി കൊണ്ടുപോകുന്ന വിഗ്രഹങ്ങൾ ജലത്തിൽ നിമഞ്ജനം ചെയ്യുന്നതോടെ ചടങ്ങുകൾക്ക് സമാപനമാകുന്നു. ബോംബെ നഗരത്തിലെ ഗണേശോത്സവങ്ങളുടെ സമാപനം കുറിക്കുക കൂടുതലും ചൗപ്പാട്ടി ബീച്ചിലായിരിക്കും.

ഗണേശചതുർത്ഥി ഗണേശോത്സവമായി നിലവിൽ വന്നതിന് പിന്നിൽ ഒരു ചരിത്രമുണ്ടത്രെ. മഹാരാഷ്ട്രയിലെ പൂനെയിലായിരുന്നു ആദ്യഗണേശോത്സവത്തിന് തുടക്കം കുറിച്ചത്. മഹാരാജാവ് ഛത്രപതി ശിവാജി, ഇഷ്ടദൈവമായ ഗണപതിയെ ധ്യാനിച്ചതിന് ശേഷമായിരുന്നു ദിവസവും ഭരണകാര്യങ്ങളിൽ ഏർപ്പെട്ടിരുന്നത്. 1630 മുതൽ 1680 വരെ ശിവാജിയുടെ കാലത്തും തുടർന്നുള്ള മറാത്താഭരണകാലത്തും ഗണേശചതുർത്ഥി ഒരു കുടുംബ ഉത്സവം മാത്രമായിരുന്നു. രാജാവിന്റെ ഭരണകാര്യങ്ങളിൽ മേൽനോട്ടം വഹിച്ചിരുന്ന മന്ത്രി പെഷ്വയുടെ തീരുമാനപ്രകാരം വിനായകചതുർത്ഥി ആഘോഷപൂർവ്വം കൊണ്ടാടി. അവിടം മുതലാണ് എല്ലാവർഷവും ആഘോഷപൂർവം ഗണേശോത്സവം കൊണ്ടാടുന്നത്.

പെഷ്വയുടെ കാലശേഷം സ്വാതന്ത്ര്യസമരസേനാനി ബാലഗംഗാധര തിലകൻ മറ്റു സ്ഥലങ്ങളിലേക്ക് കൂടി ഗണേശോത്സവം വ്യാപിപ്പിച്ചു. എന്നാൽ 1802ൽ ദാവു സാഹബ് ലക്ഷ്മൺ ജാവലെ പൊതുജനങ്ങൾക്കായി ആദ്യത്തെ ഗണേശപ്രതിഷ്ഠ നടത്തി. ഗണേശ് ചതുർത്ഥിക്ക് സാർവ്വജനിക ഗണേശോത്സവം എന്ന് നാമകരണം ചെയ്തു. ഇതോടെയാണ് ഗണേശപ്രതിഷ്ഠകളും ഉത്സവങ്ങളും വ്യാപിക്കാൻ തുടങ്ങിയത്. 1893ൽ ബാലഗംഗാധര തിലകൻ അദ്ദേഹത്തിന്റെ പത്രമായ കേസരിയുടെ ഓഫീസിൽ ഗണേശവിഗ്രഹം സ്ഥാപിച്ചു പൂജയും ഗണേശോത്സവവും നടത്തി. ഇതിന്റെ പ്രാധാന്യത്തെക്കുറിച്ച് വാർത്തകളും ലേഖനങ്ങളും എഴുതിയതോടെ ആളുകൾക്ക് കൂടുതലറിയാനും അനുഷ്ഠാനങ്ങൾ ജീവിതത്തിൽ പകർത്താനുമുള്ള പ്രചോദനമായി.

ഗണേശ ചതുർത്ഥിയുടെ ആരാധനയെയും വിശ്വാസത്തെയും പ്രതിപാദിച്ചുകൊണ്ട് ധാരാളം കഥകളും ഉപകഥകളും പുരാണങ്ങളിലും ഐതിഹ്യങ്ങളിലുമുണ്ട്. സമൃദ്ധിയുടെയും ഐശ്വര്യത്തിന്റെയും ദേവനായ ഗണേശഭഗവാനെ ആരാധിക്കുന്നവർ സമ്പന്നതയുടെ പടവുകൾ കയറിയിട്ടുള്ള അനുഭവകഥകൾ പലരും പറയാറുണ്ടെന്നാണ് കുട്ടപ്പൻചേട്ടൻ നീണ്ട വർത്തമാനങ്ങളിലൂടെ വ്യക്തമാക്കിയത്.

ജനങ്ങളെക്കൊണ്ട് തിങ്ങിനിറഞ്ഞൊഴുകാറുള്ള ബോംബെ നഗര വീഥികളിൽ ഒന്നുകൂടി ജനം പ്രവഹിക്കാറുള്ള വേളകളാണ് ഹോളി, ഗണേശോത്സവനാളുകൾ. ആണും പെണ്ണും കുട്ടികളുമെല്ലാം റോഡിലിറങ്ങി കൊട്ടും പാട്ടും കൂത്തും അതിനൊപ്പിച്ചു ചുവടുവെപ്പുകളുമായി ആഘോഷങ്ങൾക്ക് കൊഴുപ്പുകൂട്ടുമ്പോൾ അത് സ്വദേശീയർക്കും വിദേശശീയർക്കും വിനോദസഞ്ചാരികൾക്കുമെല്ലാം നിദ്രാവിഹീനങ്ങളായ ആസ്വാദനത്തിന്റെ ദിനരാത്രങ്ങൾ സമ്മാനിക്കുന്നു. എന്തുകൊണ്ടും ഏറെ വ്യത്യസ്തമായ ജീവിതാനുഭവങ്ങൾ സമ്മാനിച്ചിട്ടുള്ള ആ നല്ല നാളുകളുടെ മായാത്ത ചിത്രങ്ങൾ മനസ്സിനുള്ളിൽ ഇപ്പോഴും മായാതെ കിടക്കുന്നുണ്ട്.

■

ഹാജി അലിയിലെ ഒരു സായാഹ്നം

ബോംബെയിലെത്തുന്ന ഏതൊരാളേയും നഗരക്കാഴ്ചകൾ കാണിക്കാൻ സുഹൃത്തുക്കൾ കൊണ്ടുപോകുന്ന പ്രധാന സ്ഥലങ്ങളിൽ ഒന്നാണ് ഹാജി അലി ദർഗ. വർളിയിലെ കടൽത്തീരത്ത് വെള്ളത്താൽ ചുറ്റപ്പെട്ട ഒരു ചെറിയതുരുത്തിലാണ് ഈ ദർഗ. കടലിൽ സ്ഥിതിചെയ്യുന്ന ലോകത്തിലെ ഏക ദർഗ എന്ന പ്രത്യേകത കൂടി ഇതിനുണ്ട്.

ഉസ്ബക്കിസ്ഥാനിലെ ബുഖാറ പട്ടണത്തിലെ സയ്യിദ് പീർ ഹാജി അലി ഉറച്ച ഇസ്ലാംമത വിശ്വാസിയായിരുന്നു. അദ്ദേഹവും കുടുംബവും ഹജ്ജ് കർമ്മം നിർവ്വഹിച്ചശേഷം ലോകം ചുറ്റിക്കാണണമെന്ന ലക്ഷ്യത്തോടെ, തന്റെ ഭൂസ്വത്തുക്കളെല്ലാം വിറ്റു കാശാക്കി ആവശ്യത്തിനുള്ള പണംമാത്രം കൈയിൽ കരുതി ബാക്കിയുള്ളതെല്ലാം പാവങ്ങൾക്ക് ദാനം നൽകി. അറേബ്യയിലെത്തി ഹജ്ജും ഉംറയും നിർവ്വഹിച്ചശേഷം ഏറെനാൾ മക്കയിലും മദീനയിലും കഴിച്ചുകൂട്ടി. വിവിധ രാജ്യങ്ങൾ ചുറ്റിക്കറങ്ങിയശേഷം ഇന്ത്യയിലെത്തി.

രാജ്യത്തിന്റെ പല ഭാഗങ്ങളിലും സന്ദർശനം നടത്തിയതിന് ശേഷമാണ് ബോംബെയിലെത്തിയത്. ഇവിടം ഏറെ ഇഷ്ടപ്പെട്ട ഹാജി അലി ബാബ ബോംബെയിൽതന്നെ സ്ഥിരതാമസമാക്കി. ഇവിടത്തെ ജീവിതത്തിനിടയിൽ ഹാജി അലിയുടെ നന്മനിറഞ്ഞ പ്രവർത്തനങ്ങളിൽ ആകൃഷ്ടരായിവന്ന അനുയായികൾ അദ്ദേഹത്തിന്റെ ദിവ്യത്വം മനസ്സിലാക്കി അദ്ദേഹത്തോടൊപ്പം ഏറെക്കാലം കഴിച്ചുകൂട്ടി. മരണശേഷം അദ്ദേഹത്തെ ഇവിടെത്തന്നെ ഖബറടക്കുകയായിരുന്നു. ഇദ്ദേഹത്തിന്റെ ജീവിതകാലത്ത് ജനങ്ങളോട് സഹകരിച്ചും പാവപ്പെട്ടവരെ സഹായിച്ചും രോഗികളെ ശുശ്രൂഷിച്ചും രോഗം ഭേദപ്പെടുത്തിയും പല അത്ഭുതസിദ്ധികളും കാണിച്ചിരുന്നതിനാൽ നാട്ടുകാരുടെ വിശ്വാസവും ആദരവും നേടിയെടുക്കാൻ

സാധിച്ചു. ഇദ്ദേഹത്തെ തേടി ദൂരെ ദിക്കുകളിൽ നിന്നുപോലും ജനങ്ങൾ വന്നിരുന്നതായി ചരിത്രകാരന്മാർ രേഖപ്പെടുത്തിയിട്ടുണ്ട്.

1431 ലാണ് പീർ ഹാജി അലിഷാ ബുഖാരിയുടെ നാമത്തിലുള്ള ദർഗയുടെ പണി പൂർത്തീകരിച്ചത്. എല്ലാ ദിവസങ്ങളിലും വേലിയിറക്കസമയങ്ങളിൽ വിശ്വാസികൾ വന്നെത്താറുണ്ടെങ്കിലും വ്യാഴം, വെള്ളി ദിവസങ്ങളിൽ ദർഗയിൽ നടക്കാറുള്ള പ്രത്യേക പ്രാർത്ഥനകളിൽ പങ്കെടുക്കാനായി അരലക്ഷത്തോളമാളുകൾ ഇവിടെ സന്ദർശിക്കാറുണ്ട്. അറേബ്യൻ സമുദ്രത്തിൽനിന്നും അഞ്ഞൂറ് അടി ഉള്ളിലായിട്ടുള്ള ഒരു കൊച്ചുതുരുത്തിൽ സ്ഥിതി ചെയ്യുന്ന ദർഗയിലേക്ക് പോകുന്ന താഴ്ഭാഗത്തുനിന്നുള്ള വഴിയിൽ തിരമാലകൾ അടിച്ചുകയറി അല്പസ്വൽപം വെള്ളം എപ്പോഴും കാണാറുണ്ടെങ്കിലും വേലിയേറ്റസമയത്ത് നടന്നുപോകാൻ സാധിക്കാത്തത്രയും വെള്ളം കെട്ടിക്കിടക്കാറുള്ളതിനാൽ, കടലിലെ വേലിയിറക്കത്തെ നോക്കിയാണ് ദർഗാശരീഫിലേക്കുള്ള ഭക്തന്മാരും ടൂറിസ്റ്റുകളുമായ സന്ദർശകരുടെ പോക്ക് ക്രമീകരിച്ചിരിക്കുന്നത്.

കാറിൽ വരുമ്പോൾ മറൈൻ ഡ്രൈവ് കഴിഞ്ഞാൽ തന്നെ മുമ്പിൽ വെണ്ണക്കല്ലിൽതീർത്ത ഹാജി അലി ദർഗയുടെ മനോഹരമായ മിനാരങ്ങൾ തലയുയർത്തി നിൽക്കുന്നത് കാണാം. ഞങ്ങൾ റോഡരികിൽ ടാക്സി ഇറങ്ങി. ദർഗാശരീഫിലേക്കുള്ള, കല്ലുകെട്ടിപ്പൊക്കിവെച്ചിരിക്കുന്ന നടപ്പാതയിലൂടെ കവാടത്തെ ലക്ഷ്യമാക്കി നടന്നു.

ഇരുവശങ്ങളിലും തെരുവുകച്ചവടക്കാരുടെയും ഭിക്ഷക്കാരുടെയും നീണ്ടനിര. പൂക്കളും കുന്തിരിക്കവും അഗർബത്തിയും തൊപ്പിയും ദർഗയുടെ പടങ്ങളും കല്ലുമാലകളും കുപ്പിവളകളും ടോയ്സുമായി ഒരുപാട് സാധനങ്ങൾ. സ്വദേശികളും വിദേശികളുമായ വിനോദസഞ്ചാരികളെയും ഭക്തജനങ്ങളെയും ആകർഷിക്കുന്ന വിധം പ്രദർശിപ്പിച്ച്, അതിന്റെ മേന്മകൾ വിളിച്ചുപറഞ്ഞുകൊണ്ടേയിരിക്കുന്ന കച്ചവടക്കാർക്കിടയിലൂടെ ജനങ്ങൾ ദർഗ്ഗയിലേക്ക് ഒഴുകി.

പലരും കൈകളിൽ പൂക്കളും പുഷ്പദളങ്ങളും കരുതിയിരുന്നു. ബാബയുടെ മഖ്ബറയ്ക്ക് മുകളിൽ പൂക്കൾ വിതറി കാര്യസാധ്യത്തിനായി പ്രാർത്ഥിച്ച് ആശിർവാദം വാങ്ങുന്നതിനുവേണ്ടി, സന്നിധിയിലും പള്ളിപരിസരത്തുമെല്ലാം ജാതിമതഭേദമന്യേ ജനങ്ങൾ തിങ്ങിനിറഞ്ഞിരിക്കുകയാണ്. ഇവിടെ മിക്ക ദിനങ്ങളിലും ഇതുപോലെത്തന്നെ തിരക്കായിരിക്കും.

വളരെ ഭക്തിയോടെയാണ് പള്ളിക്കകത്തേക്ക് പ്രവേശിക്കാറുള്ളത്. ഓരോരുത്തരും ഊരിയിടുന്ന ചെരിപ്പുകൾ അടുക്കി

സൂക്ഷിച്ചുവെക്കുന്ന കുറേപേർ ഇവിടെയുണ്ടാവും. തിരിച്ചുവരുമ്പോൾ അവരവരുടെ പാദരക്ഷകൾ തിരികെകൊടുക്കുന്നവർ, അതിനുള്ള പ്രതിഫലം ചോദിക്കാറില്ലെങ്കിലും പലരും കീശയിലുള്ള ചില്ലറകൾ അവർക്കു നൽകിപ്പോകുക പതിവാണ്.

എല്ലാ വർഷവും റബീഉൽ ആഖിർ പതിനാറാം തീയതി നടത്താറുള്ള മഖാം ഉറൂസിലും റബീഉൽ അവ്വൽ പന്ത്രണ്ടാം തീയതി നബിദിനത്തോടനുബന്ധിച്ചു നടത്താറുള്ള പ്രവാചക പ്രകീർത്തനങ്ങളോടുകൂടി കൊണ്ടാടുന്ന മീലാദുന്നബി ആഘോഷച്ചടങ്ങുകളിലും പങ്കെടുക്കാനായി എത്താറുള്ള നാനാജാതി മതസ്ഥരെക്കൊണ്ട് ലാലാലജ്പത് റായ് റോഡ് മുതൽ മഖാം ഗേറ്റ് വരെയുള്ള വീഥികൾ ജനസാഗരമായി മാറും. 1944ൽ മഖാം ട്രസ്റ്റ് ഫണ്ട് ഉപയോഗിച്ചു നിർമ്മിച്ച സഞ്ചാരപാതയിൽ വേലിയേറ്റസമയങ്ങളിലും അല്ലാതെയും ഇവിടെ എത്തുന്നവർക്ക് യാത്രാക്ലേശം അനുഭവപ്പെടുന്നതിനാൽ 1980ൽ ഈ പാത കല്ലുകൾ പാകി സിമന്റിട്ട് പൊക്കിയെങ്കിലും ജൂലൈ, ആഗസ്റ്റ് വരെയുള്ള കാലങ്ങളിൽ കടൽക്ഷോഭമുണ്ടാകുമ്പോൾ പാതയുടെ കവാടം അടച്ചിടാറുണ്ട്.

മുഗൾവാസ്തുശിൽപ ചാരുതയോടെ മാർബിൾകൊണ്ടാണ് ദർഗാശരീഫും പള്ളിയും പണിതീർത്തിരിക്കുന്നത്. തൂവെള്ള മാർബിൾകൊണ്ടുണ്ടാക്കിയ ഖുബ്ബയുടെ ഉൾഭാഗത്ത് ആകർഷണീയമായ കണ്ണാടിച്ചില്ലുകൾ കൊണ്ടലങ്കരിച്ച്, അതിനുള്ളിൽ അല്ലാഹുവിന്റെയും നബിയുടെയും നാമങ്ങളും വളരെ ഭംഗിയായി ആലേഖനം ചെയ്തിരിക്കുന്നു.

ജീവിതകാലത്തും മരണാനന്തരവും നിരവധി അത്ഭുത സിദ്ധികൾ പ്രവർത്തിച്ചിരുന്നുവെന്ന് ബോംബെ നിവാസികൾ വിശ്വസിക്കുകയും പ്രചരിപ്പിക്കുകയും ചെയ്യുന്ന ഹസ്റത്ത് പീർ ഹാജി അലിയുടെ മഖ്ബറ ആത്മീയപ്രൗഢിയോടെ ബോംബെ കടലോരത്ത് തലയുയർത്തി നിൽക്കുന്നു. പകലും രാത്രി ദീപാലങ്കാരങ്ങളോടെയും കാണുമ്പോൾ നമ്മുടെ മനസ്സിനും പ്രത്യേക അനുഭൂതിയാണ് ഈ വിശുദ്ധ കുടീരം പകർന്നുതരുന്നത്.

അജ്മീർ ദർഗയും ഡൽഹിയിലെ നിസാമുദ്ദീനും കഴിഞ്ഞാൽ ഏറ്റവും കൂടുതലാളുകൾ സന്ദർശിക്കുന്ന ഇന്ത്യയിലെ മൂന്നാമത്തെ തീർത്ഥാടനകേന്ദ്രമായ ഹാജി അലിയിലേക്ക് രാഷ്ട്രീയ, കലാ സാഹിത്യ, സാംസ്കാരിക രംഗത്തെ പ്രമുഖരെത്താറുണ്ട്. ബ്രിട്ടനിലെ ചാൾസ് രാജകുമാരൻ ഇന്ത്യാസന്ദർശനവേളയിൽ ഹാജി അലി സന്ദർശിച്ചിട്ടുണ്ട്.

കടലിനകത്തേക്ക് തള്ളിനിൽക്കുന്ന ഉയർന്ന പ്രദേശമായതുകൊണ്ടാവാം പടിഞ്ഞാറൻ ചക്രവാളത്തിൽ വിവിധ വർണ്ണങ്ങൾ

ചാലിച്ച് ഒരു സിന്ദൂരപ്പൊട്ടായി മാറുന്ന അസ്തമയസൂര്യൻ മെല്ലെ മെല്ലെ കടലലകൾക്കിടയിലൂടെ മാഞ്ഞുപോകുന്ന നയനാനന്ദകരമായ കാഴ്ച കാണാൻ ധാരാളമാളുകൾ എത്താറുണ്ട്.

ചന്ദ്രനിൽ പോയാലും മലയാളിയായ ചായക്കടക്കാരനെ കാണാം എന്നു പറഞ്ഞപോലെ, ഇവിടത്തെ തിരക്കുള്ള റസ്റ്റോറന്റും കഫത്തേരിയയും കാസർകോട്ടുകാരാണ് നടത്തുന്നത്. ദർഗയുടെ കവാടത്തിൽതന്നെ വർഷങ്ങളായി പ്രവർത്തിച്ചുകൊണ്ടിരിക്കുന്ന ഹാജി അലി ജ്യൂസ് സെന്റർ ബോംബെ നഗരത്തിലെതന്നെ ഏറ്റവും മികച്ച ജ്യൂസുകട ആയാണ് അറിയപ്പെടുന്നത്. ഇവിടത്തെ കോക്ടെയിൽ ജ്യൂസ്, ഫ്രൂട്ട് സലാഡ്, ഐസ്ക്രീം, സ്പെഷ്യൽ ജ്യൂസ് എന്നിവയെ കിടപിടിക്കാൻ മറ്റൊരു കൂൾബാറിനും സാധിക്കില്ലെന്ന് അനുഭവം സാക്ഷി.

ഹാജി അലി ബാബയെ പ്രകീർത്തിച്ചുകൊണ്ട് ഗാനങ്ങളാലപിക്കുന്ന ഖവാലി സംഘങ്ങളെക്കൂടാതെ ദർഗയുടെ ഓരങ്ങളിൽ ചെറുഗായകസംഘങ്ങളെയും കാണാം. പകൽപോലെ പരന്നൊഴുകിയ നിയോൺ ബൾബുകളുടെ പ്രകാശത്തിലും അവിടത്തെ ശബ്ദകോലാഹലങ്ങളിലും ലയിച്ചുചേർന്ന ഞങ്ങൾ അന്ന് ഏറെ വൈകിയാണ് തിരിച്ചുപോയത്.

■

ഒരിക്കലും മറക്കാനാവാത്ത ആ ഒരു ദിവസം

സംഗീതപ്രേമികളുടെ മനസ്സിനകത്ത് രാജകുമാരനായി കുടിയിരുന്നിട്ടുള്ള അനശ്വരഗായകൻ മൊഹമ്മദ് റഫി സാഹിബ് നമ്മെ വിട്ടുപോയെന്ന വിവരം ആൾ ഇന്ത്യാ റേഡിയോവിലൂടെ പുറത്തുവന്നതോടെ ബോംബെയാകെ ശോകമൂകമായി. അദ്ദേഹത്തോടുള്ള ആദരസൂചകമായി കടകമ്പോളങ്ങൾ അടഞ്ഞുകിടന്നു. ഒച്ചയും ബഹളവുംകൊണ്ട് തിളച്ചുമറിഞ്ഞുകൊണ്ടിരുന്ന നഗരത്തിൽ എങ്ങും മ്ലാനത പരന്നു.

1980 ജൂലൈ 31-ാം തീയതിയാണ് സംഗീതാസ്വാദകരുടെ മനസ്സിൽ കരിനിഴൽ പരത്തിക്കൊണ്ട് ഇന്ത്യൻ സിനിമാഗാനരംഗത്തെ മുടിചൂടാമന്നൻ മൊഹമ്മദ് റഫി കാലയവനികയിലേക്ക് മറഞ്ഞത്. കാലമിത്ര കഴിഞ്ഞിട്ടും ആ മാസ്മരികശബ്ദവും അദ്ദേഹത്തിന്റെ രൂപഭാവങ്ങളും ഓർമ്മകളിൽ ഇന്നും മായാതെ കിടക്കുന്നു.

ഇപ്പോഴത്തെ പാക്കിസ്ഥാനിൽപ്പെടുന്ന, അമൃത്സറിനടുത്ത് കൊട്ലയിലെ സുൽത്താൻ സിംഗ് ഗ്രാമത്തിലെ ജന്മിയായിരുന്ന ഹാജി അലി മുഹമ്മദിന്റെയും അല്ലാ രാഹയുടെയും മകനായാണ് റഫി ജനിച്ചത്. കുഞ്ഞുന്നാളിൽ വീടുകൾതോറും അറബനമുട്ടി പാട്ടുപാടിവരാറുള്ള ഫക്കീറന്മാരിൽ നിന്നും ഹിന്ദുസ്ഥാനി മദ്ഹ് ഗാനങ്ങളും സംഗീതവും കേട്ടുവളർന്ന മൊഹമ്മദ് റഫി ഫക്കീറന്മാരെ അനുകരിച്ച് പാടാറുണ്ടായിരുന്നുവത്രെ. പിന്നീട് റഫിയുടെ കുടുംബം ലാഹോറിലേക്ക് താമസം മാറ്റിയപ്പോൾ, അദ്ദേഹത്തിന്റെ സഹോദരീഭർത്താവ് ഹമീദാണ് റഫിയിലെ സംഗീതവാസന കണ്ടറിഞ്ഞ് പ്രോത്സാഹനം നൽകിയത്. ഉസ്താദ് ബഡേ ഗുലാം അലിഖാൻ, ഉസ്താദ് അബ്ദുൽ ഖാദർഖാൻ, പണ്ഡിറ്റ് ജീവൻലാൽ മട്ടോ, ഫിറോസ് നിസാമി എന്നിവരിൽനിന്നാണ് റഫി ഹിന്ദുസ്ഥാനി സംഗീതം അഭ്യസിച്ചത്.

ഒരിക്കൽ കെ.എൻ. സൈഗാളിന്റെ സംഗീതക്കച്ചേരി കേൾക്കാൻ റഫിയും സഹോദരീഭർത്താവ് ഹമീദും പോവുകയുണ്ടായി. വൈദ്യുതിത്തകരാറു കാരണം സംഗീതക്കച്ചേരി നടക്കില്ലെന്നറിഞ്ഞപ്പോൾ, പ്രകോപിതരായി ശബ്ദകോലാഹലങ്ങളുണ്ടാക്കിയ കാണികളെ ആശ്വസിപ്പിക്കാൻ സംഘാടകർ പാടുപെട്ടു. അന്നേരം അവിടെയുണ്ടായിരുന്ന റഫിക്ക് നൽകിയ അവസരമായിരുന്നു അദ്ദേഹത്തിന്റെ ആദ്യ പൊതുപരിപാടി. അന്ന് റഫിക്ക് പതിമ്മൂന്ന് വയസ്സ് മാത്രമായിരുന്നു പ്രായം.

റഫിയിലെ സംഗീതാഭിരുചി മനസ്സിലാക്കിയ സംവിധായകൻ ശ്യാം സുന്ദർ തന്റെ പഞ്ചാബി എന്ന ചിത്രത്തിൽ, റഫിക്ക് പ്രമുഖ ഗായിക സീനത്ത് ബീഗത്തിനൊപ്പം സോണി യേനി... ഹിരിയേനി (ഗുൽബലോച്ച് 1942) എന്ന ഗാനം പാടാൻ അവസരം നൽകി. ഈ സമയത്ത് റാഫി ലാഹോർ റേഡിയോ നിലയത്തിൽ സ്ഥിരമായി ഗാനങ്ങൾ ആലപിക്കുമായിരുന്നു. 1944–ൽ ശ്യാംസുന്ദറിന്ന് വേണ്ടി ഗോൻകി ഗോരി എന്ന ചിത്രത്തിലും ജി.എം. ദുരാണിയോടൊത്ത് അജിൽദിൽഹോ കാബൂമേൻ എന്ന സിനിമയിലും പാടി. ഇതാണ് റഫിയുടെ ആദ്യ ബോളിവുഡ് ഗാനം.

1944–ൽ തന്റെ തട്ടകം ബോംബെയിലേക്ക് മാറ്റാൻ തീരുമാനിച്ച റഫിയോടൊപ്പം ഇന്ത്യയിലേക്ക് വരാൻ കൂട്ടാക്കാതിരുന്ന അദ്ദേഹത്തിന്റെ മുറപ്പെണ്ണ് കൂടിയായ ഭാര്യ ബാഷിറയെ ഉപേക്ഷിച്ചുവന്ന റഫി പിന്നീട് ബൽഖീസിനെ കല്യാണം കഴിച്ചു. ആദ്യഭാര്യയിലുള്ള മകനാണ് ഷഹീദ്. ഖാലിദ്, ഹമീദ്, സഹദ്, പർവീൺ, യാസ്മീൻ, നസ്റിൻ എന്നിവരാണ് അദ്ദേഹത്തിന്റെ മക്കൾ.

ഹിന്ദി സിനിമകളുടെയും ഹിന്ദുസ്ഥാനി സംഗീതത്തിന്റെയും സിരാകേന്ദ്രമായിരുന്ന ബോംബെമഹാനഗരം റഫിക്കും ഏറെ വളക്കൂറുള്ള മണ്ണായി മാറി. ഒന്നിനു പിറകെ ഒന്നൊന്നായി അവസരങ്ങൾ തേടിയെത്തിയ മൊഹമ്മദ് റഫി, തന്റെ സ്വരമാധുരികൊണ്ട് ഇന്ത്യൻ ഉപഭൂഖണ്ഡത്തിലെ മാത്രമല്ല, ലോകമെമ്പാടുമുള്ള സംഗീതാസ്വാദകരുടെ ഹൃദയങ്ങളിൽ പ്രമുഖ ഗായകരുടെ നിരയിൽ ഇടം കണ്ടെത്തി.

അവിഭക്തഇന്ത്യ ബ്രിട്ടീഷ് ആധിപത്യത്തിൽനിന്നും മോചിതമാകുകയും നിർഭാഗ്യവശാൽ ഇന്ത്യ-പാക്കിസ്ഥാൻ എന്നീ രണ്ടു രാജ്യങ്ങളായി മാറുകയും ചെയ്തപ്പോൾ പാക്കിസ്ഥാനിൽനിന്നുള്ള ഔദ്യോഗിക ക്ഷണം നിരസിച്ച റഫി സാഹിബ് ഇന്ത്യയിൽത്തന്നെ നിലയുറപ്പിക്കുകയായിരുന്നു. ഇന്ത്യൻമണ്ണിനേയും ഗാന്ധിജി അടക്കമുള്ള ദേശീയനേതാക്കളെയും അദ്ദേഹം അത്രമേൽ സ്നേഹിച്ചിരുന്നു. ഗാന്ധിജിയെക്കുറിച്ച് രാജേന്ദ്രകിഷൻ രചിച്ച് ഹുസിൻലാൽ

ഭഗത്റാമിന്റെ സംഗീതത്തിൽ റഫി ആലപിച്ച "സുനോ... സുനോയെ ദുനിയാവാലോം ബാപ്പുജി കി അമർ കഹാനി..." (ദുഷ്മൻ) എന്ന ഗാനം സർവ്വഭാവങ്ങളും ഉൾക്കൊണ്ട് സ്വരമാധുര്യത്തോടെ ആലപിച്ചത് കേട്ട പ്രധാനമന്ത്രി പണ്ഡിറ്റ് ജവഹർലാൽ നെഹ്റു റഫി സാഹിബ്ബിന് പാരിതോഷികം പ്രഖ്യാപിച്ചത് അദ്ദേഹത്തിന്റെ സംഗീതനികുതിക്ക് ഇളവ് പ്രഖ്യാപിച്ചുകൊണ്ടായിരുന്നു.

ഒരു കാലഘട്ടത്തിന്റെ തന്നെ സംഗീതസമ്രാട്ടായി മാറിയ അപൂർവ്വം ഗായകരിൽ ഒരാളായിരുന്നു മുഹമ്മദ് റഫി. ഇന്ത്യയുടെ തെരുവോരങ്ങളിൽ അന്തിയുറങ്ങുന്ന അത്താഴപ്പട്ടിണിക്കാർ മുതൽ രാജ്യത്തിന്റെ ഭരണചക്രം തിരിക്കുന്നവർ വരെ റഫി സാഹിബ്ബിന്റെ ചുണ്ടുകളിൽനിന്നുതിരുന്ന നാദധാരയ്ക്കായി കാതുകൂർപ്പിച്ചിരുന്ന കാലമുണ്ടായിരുന്നു. ബോംബെയിലെ ചില റസ്റ്റോറന്റുകളിൽ റഫി ഗാനങ്ങൾ സദാസമയവും കേൾപ്പിച്ചുകൊണ്ടേയിരുന്നു. ആ ഗാനങ്ങൾ ആസ്വദിച്ചു ചായ കുടിക്കുവാനായി മാത്രം അവിടെയെത്താറുള്ള റാഫി ആരാധകരുമുണ്ടായിരുന്നുവത്രെ.

ഒത്തിരിയൊത്തിരി അമൂല്യങ്ങളായ ഗാനങ്ങൾ സംഗീതാസ്വാദകർക്ക് സമ്മാനിച്ചിട്ടുള്ള മൊഹമ്മദ് റഫിയുടെ 1973ൽ പുറത്തിറങ്ങിയ ധർമ്മേന്ദ്ര-മുംതാസ് ജോഡികൾ വേഷമിട്ടഭിനയിച്ച 'ലോഫ' എന്ന ചിത്രത്തിലെ "ആജ് മോസം ബഡാബേയ് മാന് ഹേ" എന്ന ഗാനം അദ്ദേഹത്തിന്റെ ഏറ്റവും മികച്ച ഗാനങ്ങളിൽ ഒന്നായിരുന്നു. ജുഗ്നു എന്ന സിനിമയ്ക്കു വേണ്ടി സജ്ജാദ് ഹുസൈന്റെ ശ്രുതിയിൽ പാടിയ "യഹാം ബദ്‌ലോ വഫാ കാ ബേവഫായി കെ സിവാ ക്യാ ഹെ" എന്ന ഗാനവും ആസ്വാദകഹൃദയങ്ങളിൽ തേൻമഴയായ് പെയ്തിരുന്നു. അദ്ദേഹത്തിന്റെ ഓരോ ഗാനവും പുറത്തിറങ്ങുമ്പോൾ നഗരങ്ങളിലെയും ഗ്രാമങ്ങളിലെയും പണ്ഡിതപാമര ഭേദമില്ലാതെ ആസ്വദിക്കുകയും പാടി പഠിച്ച് ചുണ്ടുകളിൽനിന്നും കാതുകളിലേക്ക് ചൊല്ലിക്കൊടുക്കുമായിരുന്നു. ഇത്രത്തോളം ജനങ്ങൾ കേട്ട് ആസ്വദിച്ച് നെഞ്ചകത്ത് കുടിയിരുത്തിയ മറ്റൊരു ഗായകനും ഉണ്ടാവുമെന്ന് തോന്നുന്നില്ല.

1942-ൽ പുതിയ മേച്ചിൽപ്പുറംതേടി ബോംബെയിലെത്തിയ മൊഹമ്മദ് റഫിക്ക് പിന്നീട് തിരിഞ്ഞുനോക്കേണ്ടി വന്നിട്ടില്ല. ഏകദേശം നാല്പത് വർഷത്തോളം ഒരു റഫിയുഗം തന്നെയായിരുന്നു. ഇന്ത്യയുടെ എക്കാലത്തെയും വാനമ്പാടിയായ ലതാമങ്കേഷ്കറുമൊത്ത് ഏറ്റവും കൂടുതൽ യുഗ്മഗാനങ്ങൾ പാടിയിട്ടുള്ള റഫി 'തളിരിട്ട കിനാക്കൾ" എന്ന മലയാള സിനിമയിൽ ജിതിൻ ശ്യാമിന്റെ സംഗീതത്തിൽ "ശബാബ് ലേകേ..." എന്ന ഒരു ഹിന്ദിഗാനം ആലപിച്ചിട്ടുണ്ട്.

ഉർദു, ഹിന്ദി, മറാഠി, തെലുങ്ക് തുടങ്ങി അനേകം ഭാഷകളിൽ പാടിയിട്ടുണ്ടെങ്കിലും ഹിന്ദി, ഉർദു ഗാനങ്ങളാണ് അദ്ദേഹത്തെ ഇപ്പോഴും ജനഹൃദയങ്ങളിൽ അനശ്വരനാക്കുന്നത്. നിരവധി സംസ്ഥാന, ദേശീയ അവാർഡുകൾ നേടിയിട്ടുള്ള റഫി സാഹിബിന് ആറുതവണ ഫിലിം ഫെയർ അവാർഡ് ലഭിച്ചു. 1967ൽ ഈ അനുഗൃഹീത ഗായകനെ രാജ്യം പത്മശ്രീ നൽകി ആദരിച്ചു.

രാജ്യത്തെ ജനങ്ങളെ ഒന്നടങ്കം തന്റെ സംഗീതമാധുരിക്കൊപ്പം കൊണ്ടുപോകാൻ തക്ക മാസ്മരികശക്തിയുള്ള റഫിയുടെ ശബ്ദം നിലച്ചിട്ട് അരനൂറ്റാണ്ടുകൾ പിന്നിട്ടുവെങ്കിലും അദ്ദേഹത്തിന്റെ മാസ്മരിക ഗാനങ്ങൾ ഇന്നും ആസ്വാദകമനസ്സിൽ കുളിർതെന്നലായി മാറുന്നു.

■

ഞാൻ കണ്ട ധാരാവി

എൺപതുകളുടെ തുടക്കത്തിൽ ഗൾഫിൽ പോകാൻവേണ്ടി ബോംബെയിലെത്തിയ ഞാൻ കണ്ട ചില നേർക്കാഴ്ചകൾ രേഖപ്പെടുത്തുകയാണിവിടെ. ലോകത്തിലെത്തന്നെ ഏറ്റവുമധികം ജീവിതനിലവാരമുള്ള നഗരങ്ങളിലൊന്നായ ബോംബെയിൽ വരുമാനം കുറഞ്ഞവരുടെ താമസം എന്നും വലിയൊരു പ്രശ്നംതന്നെയായിരുന്നു. ധാരാളം വ്യവസായശാലകളും തൊഴിലവസരങ്ങളുമുള്ള ഈ തുറമുഖനഗരത്തിലെത്തുന്നവർക്ക് ഏന്തെങ്കിലും ഒരു ജോലികിട്ടാൻ എളുപ്പമാണ്. പക്ഷേ അന്തിയുറങ്ങാൻ ഒരിടം കണ്ടെത്തുകയാണ് ഏറെ പ്രയാസകരം.

രാജ്യത്തിന്റെ നാനാഭാഗങ്ങളിൽനിന്നും ഒരുപാടാളുകൾ അനുദിനം തൊഴിൽതേടി ഇവിടെ എത്തിക്കൊണ്ടേയിരുന്നു. ചില നാടോടികൾ തെരുവിലെവിടെയെങ്കിലും ആളൊഴിഞ്ഞ ഒരിടം കണ്ടെത്തി വഴിവക്കിൽത്തന്നെ പഴന്തുണി വലിച്ചുകെട്ടി അതിനകത്തുതന്നെ വേവിച്ചുതിന്ന് അന്തിയുറങ്ങുന്നതു കാണാം. അന്നന്നത്തെ അന്നത്തിനുള്ള വകകണ്ടെത്താൻ പാടുപെടുന്ന മറ്റുചിലർ അവരവരുടെ പണിസ്ഥലത്തും കടത്തിണ്ണയിലും കിടന്നുറങ്ങുന്നു. മഹാരാഷ്ട്രയുടെ കുഗ്രാമങ്ങളിൽനിന്നും അന്യസംസ്ഥാനങ്ങളിൽ നിന്നും കുടുംബസമേതം വന്നെത്തുന്നവർ ചുരുങ്ങിയ ചെലവിൽ ജീവിക്കാൻ തങ്ങളുടെ വാസസ്ഥലത്തുതന്നെ കൈത്തൊഴിലുകൾ ചെയ്ത് കഴിഞ്ഞുകൂടാനാണ് നഗരത്തിൽനിന്ന് മാറി, ഒഴിഞ്ഞ ഇടങ്ങളിലേക്ക് ഒറ്റയ്ക്കും കൂട്ടമായും ചേക്കേറിത്തുടങ്ങിയത്. ഇങ്ങനെ ധാരാവിയിൽ ഒഴുകിയെത്തിയവർ സ്വന്തമായി ഒരിടം കണ്ടെത്തി, ചാക്കുകൾ വലിച്ചുകെട്ടിയും തകരഷീറ്റുകൾ പാകിയും വെയിലും മഴയും കൊള്ളാത്ത കുടിലുകളുണ്ടാക്കി, അതിനകത്ത് കഴിഞ്ഞുകൂടി. ധാരാവിയുടെ ചതുപ്പുനിലങ്ങളിൽ നിരനിരയായി കൂരകൾ കെട്ടിപ്പൊക്കി. അങ്ങനെ ധാരാവിയിൽ ഒന്നിനുപിറകെ ഒന്നായി

കുടിലുകൾ മുളച്ചുവന്നതോടെ ചേരികൾ നോക്കെത്താദൂരത്തോളം വളർന്നുവലുതായി.

ബോംബെ സെൻട്രലിലെ മാഹിംനദീതീരത്ത് 175 ചതുരശ്ര കിലോമീറ്റർ വിസ്തൃതിയിൽ വ്യാപിച്ചുകിടക്കുന്ന ഈ പ്രദേശം വർഷങ്ങൾക്ക് മുമ്പ് ഒരു മുക്കുവഗ്രാമമായിരുന്നുവത്രെ. 1909ലെ ഗസറ്റിയർ ഓഫ് ബോംബെ സിറ്റി ആന്റ് ഐലന്റിൽ പരാമർശിക്കുന്നുമുണ്ട്.

ധാരാവിയിലൂടെ ഒഴുകുന്ന നദിക്ക് കുറുകെ സയേണിൽ അണക്കെട്ട് വന്നതോടെ താഴ്ഭാഗത്തേക്കുള്ള നീരൊഴുക്ക് കുറഞ്ഞ് അവിടെ വറ്റിവരണ്ട് വലിയൊരു ചതുപ്പ് നിലമായി മാറിയ ഭൂപ്രദേശമാണ് പുറംനാടുകളിൽനിന്നും മഹാനഗരത്തിലേക്ക് ജോലി തേടി വന്നവരുടെ താവളമായിമാറിയത്. കൊങ്കൺപ്രദേശത്തുനിന്നും തമിഴ്നാട്ടിൽ നിന്നുമുള്ള തുകൽക്കച്ചവടക്കാരും അവരുടെ പണിക്കാരുമായിരുന്നു ആദ്യം താവളമുറപ്പിച്ചത്. സൗരാഷ്ട്രയിൽ നിന്നും ഗുജറാത്തിൽനിന്നുമുള്ള കളിമൺപാത്രനിർമ്മാണക്കാരും താമസിയാതെതന്നെ ധാരാവിയിലെത്തി.

പിന്നീട് ഉത്തർപ്രദേശത്തുനിന്നുള്ള എംബ്രോയ്ഡറി, റെഡിമെയ്ഡ് വസ്ത്രവ്യാപാരികളും ധാരാവിയിലെ തകരഷീറ്റുകൂടിനുള്ളിലേക്കെത്തി. അതുകഴിഞ്ഞാണ് ബംഗാളികളും തെലുങ്കരും മലയാളികളുമടങ്ങുന്നവരുടെ വരവ്. ഇതോടെ ധാരാവി വിവിധ ഭാഷാവേഷസംസ്കാരങ്ങളുടെ സംഗമഭൂമിയായി മാറി. തങ്ങൾക്കറിയാവുന്ന സാധനങ്ങൾ നിർമ്മിച്ച് വിൽക്കാനും അന്തിയാവുമ്പോൾ പശിയടക്കാനുള്ള ഭക്ഷണമുണ്ടാക്കി അവിടെത്തന്നെ കിടന്നുറങ്ങാനും ജീവിതത്തിന് പുതിയ നിറച്ചാർത്തുകൾ നൽകാനുമായി വരുന്നവർക്ക് മുന്നിൽ ധാരാവിയുടെ കവാടം രാപകൽ തുറന്നുതന്നെ കിടന്നു.

തമിഴ്നാട്ടുകാർ അവരുടെ കുലത്തൊഴിലായ എണ്ണപ്പലഹാരങ്ങളുണ്ടാക്കി. മുറുക്കും കപ്പലണ്ടി മിഠായിയും മിക്സ്ചറും മൈസൂർപാവുമെല്ലാം തകരപ്പെട്ടികളിലാക്കി സൈക്കിളിലും തലച്ചുമടായും കൊണ്ടുപോയി വിൽപ്പന നടത്തി. ഉത്തർപ്രദേശുകാർ പേഴ്സും ബാഗും ചെരുപ്പുകളുമുണ്ടാക്കി വിറ്റു. ഓരോപ്രദേശങ്ങളിൽ നിന്നുമെത്തിയവർ അവരവർക്കറിയാവുന്ന ജോലികൾ ചെയ്ത് ഒറ്റമുറിക്കകത്ത് തന്നെ തിന്നും കുടിച്ചും ഉറങ്ങിയും പ്രണയിച്ചും കല്യാണം കഴിച്ചും ഭോഗിച്ചും പെറ്റുപെരുകിയപ്പോൾ ധാരാവി പിന്നെയും പിന്നെയും തടിച്ചുകൊഴുത്തുകൊണ്ടേയിരുന്നു.

തൊഴിലില്ലാത്തവരും അലസന്മാരും വക്രബുദ്ധികളുമായ മറ്റൊരു വിഭാഗം എളുപ്പത്തിൽ കാശുണ്ടാക്കാനും സുഖിച്ചു ജീവിക്കാനുമുള്ള

മാർഗ്ഗങ്ങൾ തേടി. കള്ളുംകഞ്ചാവും വാറ്റുചാരായവും വിൽപന നടത്തിയും കട്ടും പിടിച്ചുപറിച്ചും പോക്കറ്റടിച്ചും സദാ മദിച്ചുനടന്നു. മറ്റൊരുകൂട്ടർ ശരീരം വിറ്റു തുടങ്ങിയതോടെ കൂട്ടിക്കൊടുപ്പുകാരും ദല്ലാളുമാരും രംഗത്തെത്തി. ചില്ലിക്കാശിനു വേണ്ടി തല്ലാനും കൊല്ലാനും തയ്യാറുള്ള പോക്കിരിമാരും ഗല്ലി ദാദമാരും ഗുണ്ടാ സംഘങ്ങളുമെല്ലാം ധാരാവിയിൽ നാൾക്കുനാൾ പെരുകിവന്നു.

തീപ്പെട്ടികൾ അടുക്കിവെച്ചതുപോലെ കെട്ടിയുണ്ടാക്കിയ കൂരയ്ക്കകത്ത് പത്തിലധികം ആളുകൾ തിങ്ങിഞെരുങ്ങി ജീവിക്കുന്നു. എൺപതുപേർക്ക് ഒരൊറ്റ ശൗചാലയമാണുണ്ടായിരുന്നത്. ഒരുതരം അഡ്ജസ്റ്റ്മെന്റ് ലൈഫാണവർ നയിച്ചിരുന്നത്. പുറത്തിറങ്ങിയാൽ ചെളിയുംഅഴുക്കും നിറഞ്ഞവഴികൾ. തൊട്ടടുത്ത അഴുക്കുചാലിൽ നിന്ന് വമിക്കുന്ന ചപ്പുചവറുകളുടെയും മലമൂത്ര വിസർജനത്തിന്റെയും ദുർഗന്ധം. ധാരാവി എന്ന ഈ ചേരിയിൽ വിവിധ തൊഴിലുകൾ ചെയ്തുജീവിക്കുന്നവർ ആയിരവും പതിനായിരവുമല്ല, പത്ത് ലക്ഷത്തിൽപ്പരമാണ്.

നിന്നു തിരിയാൻ ഇടമില്ലാത്ത ഇത്തിരിസ്ഥലത്ത് പെറ്റുവീഴുന്ന കുഞ്ഞുങ്ങൾ ചെറിയ സൗകര്യങ്ങളോട് പൊരുത്തപ്പെട്ട് ചേരിയുടെ തിക്കും തിരക്കും ദുർഗന്ധവും അറിഞ്ഞ് ഈ അന്തരീക്ഷവുമായി ഇഴുകിച്ചേർന്നു ജീവിക്കുന്നു. എന്നാൽ പുറത്തുനിന്നെത്തുന്നവർക്ക് ഇതൊന്നും അത്ര എളുപ്പത്തിൽ ഉൾക്കൊള്ളാനാവില്ല. അങ്ങിനെയുള്ള ധാരാവികാണാൻ പുതുതായി ബോംബെയിൽ എത്തുന്ന അധികമാളുകളും വലിയ താൽപര്യമൊന്നും കാണിക്കാറില്ല. ധാരാവി എന്ന പേരും സ്ഥലവും സിനിമയിൽ കണ്ടുംകേട്ടും വായിച്ചും അറിഞ്ഞതുകൊണ്ടാണ് ഒന്ന് നേരിൽ കാണണമെന്ന ആഗ്രഹം ഞങ്ങൾ പ്രകടിപ്പിച്ചത്.

ചെളികൾ നിറഞ്ഞ വഴികളിലൂടെ നടന്നുനീങ്ങുമ്പോൾ ഒരുവശങ്ങളിൽനിന്നും അളിഞ്ഞ മാംസത്തിന്റെ ദുർഗന്ധം മൂക്കിലേക്കു തുളച്ചുകയറി. അറവുശാലകളിൽനിന്നും കൊണ്ടുവന്ന് ഊറക്കിട്ട ആടുമാടുകളുടെ തോലുകളിൽനിന്നുള്ള ദുർഗന്ധം അസഹ്യമായിരുന്നു. ഇവിടെയെത്തുന്ന തുകൽ വൃത്തിയാക്കി മാംസം വേർതിരിച്ച് സംസ്കരിച്ചെടുക്കുന്നതിന്റെ അഴുക്കത്രയും മാഹിം നദിയിലേക്ക് തള്ളുന്നതുകൊണ്ടാവാം ചുവപ്പും മഞ്ഞയും കലർന്ന വർണ്ണത്തിലുള്ള ഒരു കൈത്തോടായി അത് പടിഞ്ഞാറോട്ട് ഒഴുകിപ്പോകുന്നത്. ഇവിടെ നരകതുല്യമായ ജീവിതം നയിക്കുന്ന ഒരുകൂട്ടം ആളുകൾ തയ്യാറാക്കുന്ന മുന്തിയതരം തുകലുൽപന്നങ്ങൾ മാർക്കറ്റിലെത്തിച്ച് ലക്ഷങ്ങളും കോടികളും കൊയ്യുന്ന വൻകിടവ്യവസായികൾ വരെ ഇതിനകത്തുണ്ടത്രെ.

ഇതിനുപുറമെ മേൽത്തരം തുണിത്തരങ്ങളും കരകൗശല വസ്തുക്കളും മാത്രമല്ല, വിവിധ ബ്രാന്റുകളിൽ വാറ്റുചാരായങ്ങളും വിദേശമദ്യങ്ങളും പല ബ്രാന്റിലുള്ള വാച്ചുകളും മറ്റു ലോകോത്തര സാധനങ്ങളും യഥേഷ്ടം ഇവിടെനിന്നും മാർക്കറ്റുകളിൽ എത്തുന്നു. ഒറിജിനലേത്, ഡ്യൂപ്ലിക്കേറ്റേത് എന്ന് തിരിച്ചറിയാനാവാത്ത തരത്തിൽ യു.എസ്. ഡോളറടക്കം ഏത് രാജ്യത്തെയും കറൻസികളും നിർമ്മിച്ചുകൊടുക്കുന്ന അതിസമർത്ഥരുടെ കേന്ദ്രം കൂടിയാണ് ധാരാവി.

ബോംബെ മഹാനഗരത്തിനകത്തുള്ള എല്ലാ വസ്തുക്കളും യഥേഷ്ടം കിട്ടുന്ന ഒരു മിനി ബോംബെ തന്നെയാണ് ധാരാവി. അവശ്യസാധനങ്ങൾക്കു പുറമെ മനുഷ്യരുടെ എല്ലാ സുഖങ്ങളും ധാരാവിയുടെ ഇടുങ്ങിയ ഗല്ലികളിൽ ഒരുക്കിവെച്ച് ഉപഭോക്താക്കളെ കാത്തിരിക്കുന്നുണ്ടെന്ന കാര്യവും ധാരാവിയുടെ ഉള്ളറകൾ അറിയുന്ന സുഹൃത്തുക്കൾ വിവരിച്ചു. അഴുക്കു നിറഞ്ഞ ഓവുചാലുകൾക്കരികിൽ കെട്ടിയുണ്ടാക്കിയ ചെറിയ മുറികളിലും പഞ്ചനക്ഷത്ര സൗകര്യങ്ങളോടുകൂടിയ ശീതീകരിച്ച വിശാലമായ മുറിക്കുള്ളിലുമൊക്കെയായി അനേകം മാംസവിൽപനശാലകളും പ്രവർത്തിക്കുന്നുണ്ട്.

കാമഭ്രാന്ത് പിടിച്ച കോടീശ്വരന്മാരായ സേട്ടുമാർക്ക് അവരുടെ ഒഴിവുവേളകൾ ആനന്ദരകരമാക്കാൻ ആട്ടവും പാട്ടും ചേർന്നുള്ള വിചിത്രമായ കാമകേളികൾ നടത്തുന്നതിനുള്ള ഇടങ്ങളുമുണ്ടിവിടെ. അത്തരത്തിൽ വരുന്നവരെ കാലിൽ ചെളിപുരളാതെ കാറിൽനിന്ന് ഇറങ്ങുമ്പോൾതന്നെ പല്ലക്കിൽ ഏറ്റിക്കൊണ്ടുപോകും. ആഗതന്റെ ഇംഗിതമനുസരിച്ച് സുഖിപ്പിക്കുന്ന പിമ്പുകൾക്കും ഏജന്റുമാർക്കും കൈനിറയെ ബക്ഷീസ് നൽകുന്ന മുതലാളിമാർക്ക് മുന്തിയ പരിഗണനയാണ് നൽകുന്നത്. ഇതെല്ലാം ഗല്ലിയിലെ പതിവുകാഴ്ചകളാണ്.

എന്നാൽ യഥാർത്ഥ ധാരാവി നിവാസികൾ പാർക്കുന്ന ഗല്ലികളിൽ ദിനചര്യകൾ നടത്തുന്നതിന് വേണ്ടത്ര കക്കൂസുകൾ പോലുമില്ല. നാമമാത്രമായ ലൈൻ ടോയ്ലറ്റിന്ന് മുമ്പിലെ നീണ്ടക്യൂവിൽ കാത്തുനിന്ന് സമയം കളയാതെ, ചെറിയൊരു പാത്രത്തിൽ വെള്ളമെടുത്ത്, ഓവുചാലിന് ഇരുവശങ്ങളിലും മുഖം താഴ്ത്തിയിരിക്കുന്നവരുടെ നീണ്ടനിര തെരുവിലെ പ്രഭാതകാഴ്ചകളിലൊന്നാണ്. മറ്റു ചിലർ മുറിക്കകത്ത് കടലാസ് വിരിച്ച് അതിൽ കൃത്യം നിർവ്വഹിച്ചശേഷം നന്നായിപൊതിഞ്ഞ് ഓവുചാലിലേക്ക് വലിച്ചെറിയും.

നമുക്ക് തീരെ സങ്കൽപ്പിക്കാൻ പോലുമാവാത്തത്ര ചെറിയ മുറിക്കുള്ളിൽ എട്ടും പത്തും പേരടങ്ങുന്ന കുടുംബം അട്ടിയിട്ടപോലെ

കഴിയുമ്പോഴും പട്ടി, പൂച്ച തുടങ്ങിയ വളർത്തുമൃഗങ്ങളെയും കൂടെക്കിടത്തി പരിപാലിക്കാനും ലാളിക്കാനും താല്പര്യം കാണിക്കാറുണ്ട്. രാവിലെ എഴുന്നേറ്റ ഉടനെ വിരിപ്പും പുതപ്പുമെല്ലാം മടക്കിവെച്ച് അവിടെ പണിപ്പുരകളാക്കി മാറ്റുന്നതുമെല്ലാം നമുക്ക് വിസ്മയമാവുന്നു.

ഇത്തരം ജീവിതസാഹചര്യങ്ങളോട് പൊരുതി ബാല്യകൗമാരവും യൗവ്വനവും പിന്നിടുന്നവർ തന്നെയാണ് ഒരു സുപ്രഭാതത്തിൽ തെരുവിലെ വലിയ പണക്കാരനായും ഗുണ്ടാതലവനുമൊക്കെയായി മാറുന്നത്. ഇങ്ങനെ എത്രയെത്ര സംഭവങ്ങൾക്കാണ് ഈ മഹാനഗരം സാക്ഷിയായിട്ടുള്ളത്. അലാവുദ്ദീന്റെ അത്ഭുതവിളക്കുപോലെയാണ് ബോംബെ നഗരത്തിന്റെയും അധോലോകത്തിന്റെയും ധാരാവി എന്ന മായാലോകത്തിന്റെയും കഥകൾ.

ഇവരുടെയൊക്കെ ജീവിതം വരച്ചുകാണിക്കുന്ന ഒരുപാടു കഥകളും സിനിമകളും ഹിന്ദിയിലും ഉർദുവിലും മാത്രമല്ല, ഇംഗ്ലീഷ്, മലയാളം, തമിഴ്, തെലുങ്ക്, ബംഗാളി എന്നിങ്ങനെ പല ഭാഷകളിൽ ഇറങ്ങിയിട്ടുണ്ട്. ഈ ചലച്ചിത്രങ്ങളെല്ലാം പ്രേക്ഷകമനസ്സുകൾ കീഴടക്കി വൻവിജയം വരിച്ചിട്ടുമുണ്ട്. ഇതേ ചേരിനിവാസികളുടെ കഥ പറയുന്ന 2008ൽ പുറത്തിറങ്ങിയ 'സ്ലംഡോഗ് മില്ല്യണയർ' എന്ന ബ്രിട്ടീഷ് ചിത്രമാണ് ആ വർഷത്തെ ഓസ്കാർ അവാർഡ് നിർണയത്തിൽ നിരവധി പുരസ്കാരങ്ങൾ വാരിക്കൂട്ടിയത്.

ഇന്ത്യൻ നയതന്ത്രജ്ഞനും എഴുത്തുകാരനുമായ വികാസ് സ്വരൂപ് എഴുതിയ 'ക്യൂ ആന്റ് എ' എന്ന കഥ ആസ്പദമാക്കിയുള്ള തിരക്കഥയിൽ ഡാനി ബോയൽ സംവിധാനം ചെയ്ത് ഇംഗ്ലീഷിലും ഹിന്ദിയിലും നിർമ്മിച്ച ഈ ചിത്രത്തിൽ ദേവ് പട്ടേൽ, ഫ്രീഡ പിന്റോ, അനിൽ കപൂർ, ഇർഫാൻഖാൻ തുടങ്ങിയവർക്ക് പുറമെ തെരുവിന്റെ മക്കളും വേഷമിട്ടിരുന്നു. 2009ലെ മികച്ച നാലു ഗ്ലോബ് പുരസ്കാരങ്ങളാണ് സ്ലംഡോഗ് മില്ല്യണയർ കരസ്ഥമാക്കിയത്.

ചേരിനിവാസി ജമാൽ മാലിക്ക് ടെലിവിഷൻഷോയിൽ അവിശ്വസനീയമാംവിധം വിജയിച്ചുകോടീശ്വരനാവുന്നു. തുടർന്ന് ജമാൽ മാലിക്കിന് നേരിടേണ്ടിവരുന്ന പ്രതിസന്ധികളാണ് ഈ ചിത്രത്തിൽ ആവിഷ്കരിക്കുന്നത്. ബോംബെ മഹാനഗരത്തിന്റെ യാഥാർത്ഥ്യങ്ങളിലേക്ക് വെളിച്ചംവീശുന്ന തരത്തിൽ ചിത്രീകരിച്ചതാണ് ഈ സിനിമയുടെ വിജയം. 'ആജ്ക്കാഫഖീർ കൽക്കാ രാജാ' എന്ന ബോംബെയിൽ ജീവിക്കുന്നവരുടെ വാക്കുകൾ എത്ര മാത്രം സത്യമാണെന്ന് ഇത്തരം ജീവിതങ്ങൾ സാക്ഷ്യപ്പെടുത്തുന്നു. ഉള്ള സൗകര്യത്തിൽ അടങ്ങിയൊതുങ്ങി ജീവിക്കാൻ പഠിച്ചവരല്ല ധാരാവിയിലെ

ജനങ്ങൾ. ജീവിതത്തിന്റെ രണ്ടറ്റങ്ങൾ കൂട്ടിമുട്ടിക്കുവാൻ പാടുപെടുന്നതിനിടയിലും എങ്ങനെയെങ്കിലും നാലുകാശുണ്ടാക്കി തിന്നുകുടിച്ച് സുഖിച്ച് അടിച്ചുപൊളിച്ചു ജീവിക്കുകയാണ് ഇവരുടെ ലക്ഷ്യം.

സന്ധ്യമയങ്ങിയപ്പോൾ ഗല്ലികളിലെ കുടിലുകളിൽ പ്രകാശം തെളിഞ്ഞു. റേഡിയോയിലും ടേപ്പ്റിക്കാർഡിലുമൊക്കെ ഹിന്ദുസ്ഥാനി സംഗീതം ഒഴുകിക്കൊണ്ടിരുന്നു. അഗർബത്തിയുടെ പരിമണം പുറത്തെ ദുർഗന്ധത്തോട് ലയിച്ചുചേർന്ന് ഒരു പ്രത്യേക മണമായി മാറി. മനം മടുപ്പിക്കുന്ന അന്തരീക്ഷത്തിൽനിന്നും കൗതുകക്കാഴ്ചകൾ പകർന്ന നിർവൃതിയോടെ ധാരാവിയോട് വിടപറഞ്ഞ് ഞങ്ങൾ ടാക്സിയിൽ മടങ്ങി.

■

ബോംബെയിലെ ദർഗകളും അന്നദാനവും

അക്കരെ കടക്കാനായി ബോംബെയിൽ വിസ കാത്തുനിൽക്കുന്ന ദിവസങ്ങളിൽ ഞങ്ങൾ നഗരത്തിലെ പ്രധാന സ്ഥലങ്ങൾ സന്ദർശിക്കുമായിരുന്നു. ദൂരെയൊന്നും പോകാത്ത ഒരു വെള്ളിയാഴ്ച കുറച്ചു വൈകിയാണ് ഉറക്കമുണർന്നത്. കുളിച്ച് ഡ്രസ്ചെയ്ത് ഞങ്ങൾ താമസിക്കുന്ന കെട്ടിടത്തിന്റെ മൂന്നാംനിലയിലുള്ള ടീ ഷോപ്പിൽ നിന്നും മസാലച്ചായയും കേക്കും കഴിച്ചു. ഒരാൾക്ക് നിന്നുതിരിയാൻമാത്രം സൗകര്യമുള്ള കുടുസ്സുമുറിയുടെ മൂലയിൽ സ്റ്റൗവെച്ച് ഒരാൾ ചായ ഉണ്ടാക്കിക്കൊണ്ടേയിരിക്കും. അവിടെവന്ന് ചായകുടിക്കുന്നവർക്ക് എടുത്തുകൊടുക്കുന്ന രണ്ട് ജോലിക്കാരും പുറത്തു കൊണ്ടുപോയി കൊടുക്കാനായി മൂന്നു ബാഹർവാലമാരുമുണ്ട്. അവിടുത്തെ മസാലച്ചായയുടെ സ്വാദ് പറഞ്ഞറിയിക്കാനാവാത്തതു കൊണ്ടാണ് ദൂരെദിക്കുകളിൽനിന്നുപോലും ആളുകൾ ഇവിടെ വന്നെത്തുന്നത്. വർഷങ്ങൾ ഏറെകഴിഞ്ഞെങ്കിലും മാളികമുകളിലത്തെ ചായയുടെ രുചി ഇപ്പോഴും നാവിൻതുമ്പിലുണ്ട്.

തെരുവോരത്തുകൂടി നഗരക്കാഴ്ചകൾ കണ്ട് നടക്കുമ്പോൾ സാധനങ്ങൾ കയറ്റിയ ഉന്തുവണ്ടികൾ തള്ളുന്നതിനൊപ്പം, ഇടുങ്ങിയ റോഡുകളിൽ നിറഞ്ഞൊഴുകുന്ന ജനങ്ങളെയും തള്ളിക്കൊണ്ടുപോകുന്ന ബയ്യാമാർ. ഒഴിഞ്ഞ കുപ്പികളും കടലാസുകഷണങ്ങളും വാങ്ങാൻ തോളത്ത് ഒരു ചാക്കുമിട്ട് നീട്ടിവിളിച്ചു പോകുന്ന മുഷിഞ്ഞ വസ്ത്രധാരികളായ കന്നാസുമാരും കടലാസുമാരും.

ദുർഗന്ധം പരത്തിക്കൊണ്ട് കെട്ടിടങ്ങൾക്കിടയിലൂടെ ഒഴുകുന്ന അഴുക്കുചാലുകൾ. പൊട്ടിപ്പൊളിഞ്ഞു നിലംപൊത്താറായ അതി പുരാതനമായ നാലും അഞ്ചും നിലകളുള്ള കെട്ടിടങ്ങൾ. അവ ഇടിഞ്ഞു വീഴാതിരിക്കുവാനായി കുത്തിനിർത്തിയിരിക്കുന്ന ഇരുമ്പുദണ്ഡുകൾക്കിടയിലൂടെ തലങ്ങും വിലങ്ങും തിരക്കിട്ടു പോകുന്ന ജനങ്ങൾ. ഇതാണ് മഹാനഗരം തരുന്ന ദൈനംദിന ക്കാഴ്ചകൾ.

അന്നന്നത്തെ അന്നത്തിനുള്ള വകതേടി ഈ മഹാനഗരത്തിലെത്തുന്ന നാടോടികൾ തെരുവോരത്ത് പഴന്തുണികളോ ചാക്കോ കൊണ്ട് കെട്ടിമറച്ചതിനുള്ളിൽ തിന്നും കുടിച്ചും രമിച്ചും ഇണ ചേർന്നും ഉറങ്ങിയും പെറ്റുപെരുകി. കൂരയ്ക്കുപുറത്ത് പിച്ചവെച്ചും കളിച്ചും രസിച്ചും വളരുന്ന തെരുവിന്റെ കുഞ്ഞുങ്ങൾ തമ്മിൽത്തല്ലിയും സ്നേഹിച്ചും വളരുന്നു. അവരിലൊരാൾ മരിച്ചാൽ തുണിയിൽ പൊതിഞ്ഞ്, അഗർബത്തി കത്തിച്ച്, അവരുടെ കൂരയ്ക്കു മുമ്പിൽ റോഡുവക്കിൽക്കിടത്തി അതിനടുത്ത് ഒരു പരന്നപാത്രം വെക്കും. വഴിയാത്രക്കാർ ഇട്ടുകൊടുക്കുന്ന ചില്ലറത്തുട്ടുകൾ സ്വരുക്കൂട്ടിയാണ് അന്ത്യകർമ്മങ്ങൾ നടത്തുന്നത്. ഒടുവിൽ മുനിസിപ്പൽ ജീവനക്കാർ ശവമെടുത്തു കൊണ്ടുപോകുമ്പോഴും ഇതൊന്നും കാണാതെ, ആരുമാരെയും ശ്രദ്ധിക്കാതെ, ജനങ്ങൾ നഗരവീഥിയിലൂടെ ഏതോ ലക്ഷ്യത്തിലേക്ക് ഒഴുകിക്കൊണ്ടേയിരിക്കും. അവരിലൊരാൾ കൂടുന്നതും കുറയുന്നതും ആരും അറിയാറേയില്ല.

മഹാനഗരത്തിൽ തിളച്ചുമറിയുന്നവരുടെ കൂട്ടത്തിൽ ഒരാളായി കുറച്ചുനാൾ ഞാനുമുണ്ടായിരുന്നു. ബിസ്തിമുല്ലയിലെ അബ്ദുൾ റഹിമാൻ ദർഗയ്ക്ക് നേരെ മുമ്പിലുള്ള പള്ളിയിൽ ജുമ്അ നമസ്കരിക്കാൻ കയറുമ്പോൾ ചെരുപ്പെടുത്ത് കൈയിൽപിടിക്കാൻ പരിചയക്കാർ ഓർമ്മിപ്പിച്ചു. പാദരക്ഷകൾ നമസ്കരിക്കുന്നതിന് മുന്നിൽത്തന്നെ വെച്ചില്ലെങ്കിൽ തിരിച്ചുവരുമ്പോൾ കാണില്ലത്രെ. നിസ്കാരം കഴിഞ്ഞിറങ്ങുമ്പോൾ പള്ളിക്കുമുമ്പിൽ കയ്യിലൊരു പിഞ്ഞാണവുമായി നിരനിരയായി ഇരിക്കുന്ന പാവങ്ങൾക്കു മുന്നിലേക്ക് നാണയത്തുട്ടുകൾ ഇട്ടുകൊടുക്കുക പതിവാണ്. അതുകഴിഞ്ഞാൽ അബ്ദുൾറഹിമാൻ ദർഗ്ഗ സന്ദർശിച്ച് സിയാറത്ത് ചെയ്ത് പൂക്കളും പുഷ്പദളങ്ങളും അർപ്പിക്കും. ചന്ദനത്തിരി കത്തിച്ചശേഷം ദർഗ്ഗയുടെ പരിപാലകനായ മുല്ല, ബാബയെ മൂടിയ തുണി വിശ്വാസികളുടെ തലയിലിട്ട് മൂടി മന്ത്രംചൊല്ലി പ്രാർത്ഥിച്ച് മഖ്ബറയിലെ മണ്ണും പൊടിയും തട്ടി വൃത്തിയാക്കുന്ന, പ്രത്യേകതരത്തിലുള്ള പുല്ലുകൊണ്ടുണ്ടാക്കിയ ചൂലുകൊണ്ട്, തല മുതൽ പാദംവരെ തടവുമ്പോൾ ഭക്തർ നാണയത്തുട്ടുകൾ നൽകി മുല്ലയെ സന്തോഷിപ്പിക്കും. അദ്ദേഹം നൽകുന്ന പുണ്യജലം കുടിച്ചു മടങ്ങുന്നവർ ദർഗ്ഗയ്ക്ക് മുമ്പിൽക്കിടക്കുന്ന ബാബയുടെ മുരീദന്മാർക്ക് ഒരു നേരത്തെ ഭക്ഷണം നൽകാറുണ്ട്. വെള്ളിയാഴ്ചകളിൽ തിരക്ക് വളരെ കൂടുതലായിരിക്കും.

ജോലിതേടിയും അല്ലാതെയും നഗരത്തിൽ എത്തുന്നവർക്ക് തങ്ങളുടെ സ്വപ്നം നിറവേറാത്ത നിരാശയിൽ ലക്ഷ്യമില്ലാതെ അലഞ്ഞുനടന്ന് മദ്യത്തിനും മയക്കുമരുന്നിനും കഞ്ചാവിനും ചരസ്സിനും

അടിമകളായി ഒടുവിൽ ഇങ്ങനെയുള്ള തീർത്ഥാടന കേന്ദ്രങ്ങളിലാണ് ചെന്നെത്തുന്നത്. ഇവിടെ അന്ത്യവിശ്രമം കൊള്ളുന്ന ദിവ്യന്മാരെ പുകഴ്ത്തുന്ന ഖവാലികളും മദ്ഹ് ഗാനങ്ങളുമാലപിച്ച് അറബനമുട്ടിനൊപ്പം ആടിയും പാടിയും ചുവടുവെക്കുന്നവർക്ക്, പുണ്യം നേടാനും കാര്യസാധ്യത്തിനുമായി അന്നദാനത്തിനുള്ള നേർച്ച നേർന്ന് ഭക്തന്മാർ ഭക്ഷണം വിതരണം ചെയ്യാറുണ്ട്. നേർച്ച നേരുന്നവർ ദർഗ്ഗയ്ക്കടുത്തുള്ള ഹോട്ടലുകളിൽ ഭക്ഷണം ഏൽപ്പിക്കും. എത്ര പേർക്ക് ഭക്ഷണം വേണമെന്ന് പറഞ്ഞാൽ ഏറ്റവും കുറഞ്ഞനിരക്കിൽ അവർ നൽകും. മട്ടനോ ബീഫോ ചിക്കനോ പച്ചക്കറിയോ പരിപ്പുകറിയോ പാവ് റൊട്ടിയോ ചോറോ ഉൾപ്പെടെ ദാനം ചെയ്യുന്നവരുടെ ഇഷ്ടാനുസരണം ഭക്ഷണംനൽകുന്ന മുപ്പതോളം റസ്റ്റോറന്റുകൾ നഗരത്തിന്റെ പല ഭാഗങ്ങളിലായി പ്രവർത്തിക്കുന്നുണ്ടെന്ന് റസ്റ്റോറന്റ് ഉടമ ചാവക്കാട്ടുകാരൻ ഹമീദ് പറഞ്ഞു.

ബോംബെനഗരത്തിലെ ധനാഢ്യന്മാരും കേരളത്തിൽ നിന്ന് ഗൾഫ് നാടുകളിലേക്ക് പോകുന്നവരുമാണ് കാര്യസാധ്യത്തിനായി, അന്നദാനം നേർച്ച നേർന്ന് ദർഗകളിൽ അന്ത്യവിശ്രമം കൊള്ളുന്ന ദിവ്യാത്മാക്കളായ ബാബാന്മാരുടെ മുരീദുകളെ ഊട്ടാറുള്ളത്. അതിനുപുറമെ ദർഗ്ഗ ചുറ്റിപ്പറ്റിക്കിടക്കുന്ന മിസക്കീന്മാർക്ക് ഇട്ടുകൊടുക്കുന്ന നാണയത്തുട്ടുകളുമായി സന്ധ്യ മയങ്ങുമ്പോൾ പുറത്തുപോയി ലഹരിവസ്തുക്കൾ വാങ്ങിക്കഴിച്ച് വീണ്ടും ഇവിടെത്തന്നെ വന്നു കിടക്കും. കുളിക്കാതെ വസ്ത്രങ്ങൾ അലക്കാതെ ലഹരിക്കടിമയായി മയങ്ങിക്കിടക്കുന്ന ഇവർ അങ്ങനെ ഒരു ദിവസം അനക്കമില്ലാതെ നിശ്ചലമായി മരിച്ചുമരവിച്ചു കിടക്കുന്നത് കാണാം. ഇതും നഗരത്തിന്റെ മറക്കാനാവാത്ത ദൈന്യക്കാഴ്ചകളിൽ ഒന്നാണ്.

■

കരീം ലാലയുടെ കഥകൾ പറയാം

ബോംബെ അധോലോകചരിത്രം പറയുന്ന ഏതൊരാളും ആവേശപൂർവം പറയുന്ന പേരാണ് കരീംലാല. ഒരുകാലത്ത് ബോംബെമഹാനഗരത്തെ വിറപ്പിച്ചിരുന്ന വീരശൂര പരാക്രമികളിൽ ഒരാളായിരുന്നു പല അസാധാരണ സംഭവങ്ങളുടെയും സൂത്രധാരനായ കരീംലാല.

1911ൽ അഫ്ഗാനിസ്ഥാനിലെ കൂനാനിൽ ജനിച്ച അബ്ദുൽ കരീമിന്റെ മാതാപിതാക്കൾ ചെറുപ്പത്തിൽത്തന്നെ, ജോലിസാധ്യതകൾ തേടി ബോംബെയിലെത്തിയിരുന്നു. ഡോംഗ്രിക്ക് അടുത്തെ തിരക്കേറിയ വ്യാപാരകേന്ദ്രമായ ഭേണ്ടിബസാറിൽ പത്താൻ കുടുംബം താമസമാക്കി.

ബോംബെ തുറമുഖത്ത് നങ്കൂരമിടുന്ന കപ്പലുകളിലെ ശുചീകരണത്തൊഴിലാളിയായി ജീവിതം ആരംഭിച്ച കരീം അവിടത്തെ തുച്ഛമായ ശമ്പളം തികയാതെ വന്നതോടെ, നഗരത്തിലെ പലിശ ഇടപാടുകാരും രണ്ടാംനമ്പർ കച്ചവടക്കാരുമായ മാർവാഡികളുടെയും ഗുജറാത്തി സേട്ടുമാരുടെയും കിട്ടാക്കടങ്ങൾ വസൂലാക്കിയിരുന്ന പത്താൻസംഘത്തിൽ ചേർന്നു. തടിമിടുക്കും തന്റേടവും ഒന്നിനും മടിക്കാത്ത സ്വഭാവവുമുള്ള കരീം തന്റെ സാമർത്ഥ്യം കൊണ്ട് ഏറെ താമസിയാതെ പത്താൻസംഘത്തിന്റെ തലവനായി.

വാടകക്കാരെ കുടിയൊഴിപ്പിക്കൽ, തട്ടിക്കൊണ്ടുപോകൽ തുടങ്ങി ഗൗരവതരമായ പ്രവർത്തികങ്ങൾ മുതലാളിമാർക്ക് വേണ്ടി ക്വട്ടേഷൻ വ്യവസ്ഥകളിൽ നടത്തിയിരുന്ന കരീംലാല താമസിയാതെതന്നെ മയക്കുമരുന്നുകടത്തിലേക്കും കച്ചവടത്തിലേക്കും പ്രവേശിച്ചു. ശക്തമായ ഗ്യാങ്ങിന്റെ പിൻബലത്തോടെയുള്ള കരീം ലാലയുടെ ഓരോ നീക്കങ്ങളും അധോലോകത്തുള്ളവർ വളരെ ഗൗരവത്തോടെയായിരുന്നു കണ്ടിരുന്നത്. കാരണം സർക്കാറിന്റെ

കണ്ണുവെട്ടിച്ച് നിയമവിരുദ്ധപ്രവൃത്തികളിൽ ഏർപ്പെടുമ്പോൾ നിയമപാലകരെ സ്വാധീനിക്കാനും പാട്ടിലാക്കാനും സാധിച്ചിരുന്നെങ്കിലും പൊലീസുകാരുടെ നേരെ സദാ ജാഗരൂകരാകുന്നത് അധോലോക നേതാവിന്റെ വിജയരഹസ്യമാണ്. ഇതിനിടയിൽ നഗരത്തിൽ പൊങ്ങിവരുന്ന അധോലോകസംഘത്തെ കരുതലോടെതന്നെ നോക്കിയില്ലെങ്കിൽ പലപ്പോഴും വലിയ അപകടങ്ങളായിരിക്കും വിളിച്ചുവരുത്തുക. പാളയത്തിൽതന്നെ പടനയിക്കേണ്ടിവന്നാൽ അത് നാശത്തിലേക്ക് തള്ളിവിടും എന്ന ബോധത്തോടെയാണ് അധോലോകസംഘങ്ങൾ പ്രവർത്തിക്കുന്നത്. നഗരത്തിലെ ക്വട്ടേഷൻ സംഘത്തിന്റെ തലവനായ കരീംലാലയുമായി യോജിച്ചു പ്രവർത്തിക്കാൻ തീരുമാനിച്ചത് അധോലോകരാജാവ് ഹാജി മസ്താന്റെ തന്ത്രപരമായിരുന്നു.

തനിക്കും തങ്ങൾ കടത്തുന്ന വസ്തുക്കൾക്കും സുരക്ഷയും സംരക്ഷണവും നൽകണമെന്ന ഹാജി മസ്താന്റെ ആവശ്യത്തിന്, അതിൽ തനിക്കെന്തു നേട്ടമെന്ന മറുചോദ്യമായിരുന്നു കരീംലാലയിൽ നിന്നുണ്ടായത്. അനുപാതം വ്യക്തമായി പറയാൻ പറ്റുന്ന കച്ചവടമല്ല ഇതെന്നും എന്നാൽ തെറ്റില്ലാത്ത ഒരു സംഖ്യ താങ്കൾക്കുള്ളതാണെന്നുമുള്ള ഹാജി മസ്താന്റെ തന്ത്രപരമായ മറുപടി കേട്ട് കരീംലാല എഴുന്നേറ്റ് കരങ്ങൾ നീട്ടി ആലിംഗനം നടത്തി. അത് അധോലോകത്തെ പുതിയൊരു ബന്ധത്തിന്റെ തുടക്കമായിരുന്നു.

ഹാജി മസ്താൻ-കരീംലാല-വരദരാജ മുതലിയാർ എന്നീ അധോലോക രാജാക്കന്മാരുടെ അപൂർവ്വ ത്രിമൂർത്തിസംഗമം അതിശക്തമായ ഒരു അധോലോകസാമ്രാജ്യം സൃഷ്ടിച്ചു. മഹാനഗരം അടക്കിവാണ് സ്വന്തമായ ബിസിനസ് സാമ്രാജ്യം പടുത്തുയർത്താനും അധോലോകത്തും സാമ്പത്തികരംഗത്തും കരുത്താർജ്ജിക്കുവാനും ഈ കൂട്ടുകെട്ടിന് സാധിച്ചു.

കൊന്നും കൊലവിളിച്ചും ആധിപത്യമുറപ്പിച്ച്, ജനങ്ങളുടെ വ്യക്തിജീവിതത്തിൽ സ്വാധീനമുറപ്പിക്കാനാണ് കരീംലാല ശ്രമിച്ചത്. കൈയ്യൂക്കുള്ളവൻ കാര്യക്കാരൻ എന്നപോലെയുള്ള മാറ്റങ്ങളായിരുന്നു പിന്നീട് കരീംലാലയുടെ ജീവിതത്തിലുമുണ്ടായത്.

ഒരുകാലത്ത് നഗരത്തിലെ ജനങ്ങളുടെ പേടിസ്വപ്നമായിരുന്നു ഗുണ്ടാത്തലവൻ കരീംലാല. കോടതികളിൽപോലും തീർപ്പാകാത്ത കേസുകളും പറഞ്ഞുതീർക്കാനാവാത്ത പ്രശ്നങ്ങളും അവസാനിക്കുക കരീംലാലയുടെ ദർബാറിലായിരിക്കും. ഏതു നൂലാമാല പിടിച്ച പ്രശ്നങ്ങളും പരിഹരിച്ചുവിടുകയാണ് പതിവ്. അതിനുവേണ്ടി നഗരത്തിന്റെ പല ഭാഗങ്ങളിൽനിന്നുള്ള ആളുകളും ഇവിടെ

എത്താറുണ്ടത്രെ. പ്രശ്നങ്ങൾ പഠിച്ച് രണ്ടുകൂട്ടർക്കും തൃപ്തികരമായ രീതിയിൽ പരിഹരിച്ചുവിടുന്നതിനാൽ പലരും കണ്ടറിഞ്ഞു തന്നെ പ്രതിഫലവും നൽകാറുണ്ട്.

ജനലക്ഷങ്ങൾ തിങ്ങിഞെരുങ്ങി ജീവിക്കുന്ന ബോംബെ മഹാനഗരത്തിൽ ഒരുകാലത്ത് ജ്വലിച്ചുനിന്നിരുന്ന കരീംലാല, ജനമനസ്സുകളിൽ ഇടംനേടിയ ഒരു വില്ലനായിരുന്നു എന്നു പറയുന്നതിൽ തെറ്റില്ല.

ബോളിവുഡ് സിനിമാ മേഖലയുമായി കരീംലാലയ്ക്ക് അടുത്ത ബന്ധമുണ്ടായിരുന്നു. സ്വന്തക്കാരുടെ കല്യാണങ്ങൾക്കും വിരുന്നുകൾക്കും സിനിമാരംഗത്തുള്ളവരുടെ സജീവസാന്നിദ്ധ്യം അതിനു തെളിവായിരുന്നു. ഹിന്ദി ചലച്ചിത്രങ്ങളിലെ നിരവധി കഥാപാത്രങ്ങൾക്ക് കരീംലാലയുടെ ജീവിതവുമായി സാമ്യമുണ്ടായിരുന്നതായി പറയപ്പെടുന്നു. 1973-ൽ പുറത്തിറങ്ങിയ 'സഞ്ജീർ' എന്ന സൂപ്പർഹിറ്റ് ചിത്രത്തിലെ ഷേർഖാൻ എന്ന കഥാപാത്രം കരീംലാലയുടെ ജീവിതത്തോട് അടുത്തുനിൽക്കുന്നു.

2002 ഫെബ്രുവരി 19ന് തൊണ്ണൂറാം വയസ്സിലാണ് സംഭവബഹുലമായ ആ ജീവിതത്തിന് തിരശ്ശീല വീണത്.

■

വരദരാജമുതലിയാർ - അധോലോകത്തെ മറ്റൊരു മന്നൻ

ബോംബെ അധോലോകത്തെ മറ്റൊരു അധോലോക രാജാവായിരുന്നു വരദരാജ മുതലിയാർ. പഴയ മദ്രാസ് സംസ്ഥാനത്തുനിന്നും ബോംബെയിൽ ജോലിക്കെത്തിയ തമിഴ്‌വംശജർ തുകൽ ഊറയ്ക്കിടുന്ന ഫാക്ടറികളിലും തുണിമില്ലുകളിലും മറ്റും ചെറിയ ജോലികൾ ചെയ്ത് ചേരികളിലെ തകരഷീറ്റുപാകിയ ഇടുങ്ങിയ മുറിക്കുള്ളിൽ പുതിയ മേച്ചിൽപ്പുറങ്ങൾ കണ്ടെത്തി. ഇവരിൽ ഒരാളായ വരദരാജ മുതലിയാർ പരമ്പരാഗത തൊഴിലിൽനിന്ന് മാറിചിന്തിച്ചു. എന്തു ചെയ്തും നാലുകാശുണ്ടാക്കണം എന്ന ലക്ഷ്യത്തോടെ ചാരായ നിർമ്മാണത്തിലേക്കാണ് അദ്ദേഹം തിരിഞ്ഞത്.

1954ൽ മുഖ്യമന്ത്രി മൊറാർജിദേശായി മദ്യനിരോധനം ഏർപ്പെടുത്തിയതോടെ ചേരികളിൽ വ്യാജവാറ്റുകൾ വ്യാപകമായി. അതുവരെ 'കൺട്രി' എന്ന നാടൻചാരായം വീടുകളിൽവാറ്റി വിൽപ്പന നടത്തിയിരുന്നത് കോലികളായിരുന്നു. മദ്യനിരോധനത്തോടെ നാടൻചാരായത്തിന് ആവശ്യക്കാരേറിവന്നു. വാറ്റുചാരായത്തിന്റെ കച്ചവടസാധ്യത മനസ്സിലാക്കിയ വരദരാജ, മറ്റു മേഖലകളിൽ പകലന്തിയോളം കുറഞ്ഞ കൂലിക്ക് പണിയെടുത്തിരുന്ന തമിഴന്മാരെ, കൂടുതൽ വേതനവും താമസസൗകര്യവും ഭക്ഷണവും നൽകി, കോലിവാഡയിലാരംഭിച്ച തന്റെ ചാരായ വാറ്റുകേന്ദ്രങ്ങളിലെത്തിച്ചു. നഗരത്തിലെ പഴം-പച്ചക്കറി മാർക്കറ്റുകളിൽനിന്നും കൊണ്ടുവരുന്ന ചീഞ്ഞളിഞ്ഞ പഴങ്ങൾ ഉപയോഗിച്ച് വാറ്റിയെടുക്കുന്ന ചാരായത്തിൽ പഴയ ബാറ്ററിയും മറ്റു ചില രാസവസ്തുക്കളും ചേർത്ത് വീര്യംകൂട്ടി. വ്യാവസായികാടിസ്ഥാനത്തിൽ തന്നെ ചാരായനിർമ്മാണവും വില്പനയും ആരംഭിച്ച് ഏജൻസികളെവെച്ച് നഗരത്തിന്റെ മുക്കുംമൂലകളിലുമെത്തിച്ചു.

വകുപ്പുമേധാവികൾക്കും പൊലീസുകാർക്കും പണവും പെണ്ണും മദ്യവും കാഴ്ചവെച്ച മുതലിയാർ, അധികൃതരുടെ മൂക്കിനു താഴെ

ത്തന്നെ ചാരായക്കച്ചവടം പൊടിപൊടിച്ചു. നഗരത്തിലെ ബാറുകളിൽപോലും മദ്യം സുലഭമായി എത്തിച്ചുതുടങ്ങി. കരീംലാലയുടേയും മറ്റ് അധോലോകസംഘങ്ങളുടെയും പിന്തുണയും ഒത്താശയും വരദരാജയുടെ ഉയർച്ച അതിവേഗത്തിലാക്കി. അദ്ദേഹത്തെക്കുറിച്ചുള്ള ആയിരക്കണക്കിന് അത്ഭുതകഥകൾ ഇപ്പോഴും നഗരത്തിൽ പ്രചരിച്ചുകൊണ്ടിരുന്നു.

ഗല്ലിദാദമാരും ക്വട്ടേഷൻസംഘങ്ങളും എന്നും പരസ്പരം വെല്ലുവിളിച്ചുക്കൊണ്ടിരുന്ന അധോലോകത്ത്, വാറ്റുചാരായ നിർമ്മാണ, വിപണനരംഗത്ത് വലിയൊരു ശൃംഖല രൂപപ്പെടുത്തുകയും മറ്റു അധോലോകസംഘങ്ങളുടെയും സർക്കാറിന്റെയും ഭീഷണികളില്ലാതെ തന്ത്രപൂർവ്വം നിയന്ത്രിച്ചിരുന്നത് വരദരാജയുടെ മിടുക്കും തന്റേടവും ധീരതയും കൊണ്ടുമാത്രമാണെന്ന് പലരും അടക്കം പറഞ്ഞു. ചുമരുകൾക്കുപോലും കാതുകളുണ്ടായിരുന്ന ആ കാലത്ത് വരദരാജയെക്കുറിച്ച് പറയാനോ ഒറ്റുകൊടുക്കാനോ ആളുകൾ ഭയപ്പെട്ടിരുന്നു.

മാട്ടുംഗയിലേയും ധാരാവിയിലേയും തെരുവുകൾ അന്ന് ഭീതിജനകമായിരുന്നു. സന്ധ്യ മയങ്ങിയാൽ സാധാരണക്കാർ പുറത്തിറങ്ങാൻ മടിച്ചിരുന്നു. മിക്കപ്പോഴും ശിരസ്സറ്റ ജഡങ്ങൾ കണികണ്ടായിരിക്കും ചേരിനിവാസികൾ ഉണരുന്നത്. ഇതെല്ലാം കണ്ടുംകേട്ടും അവർക്കതൊരു പ്രശ്നമേയല്ലായിരുന്നു. ഗല്ലികളും നഗരങ്ങളും വിറപ്പിച്ചുനടന്ന ഗുണ്ടത്തലവന്മാർ ഏറ്റുമുട്ടി കാലയവനിക പൂകുമ്പോൾ അതേ ചേരിയിൽനിന്നും മറ്റൊരു താരം ഉദയം ചെയ്യും. അതായിരുന്നു നാളിതുവരെയുള്ള നഗരത്തിന്റെ ചരിത്രം.

ചാരായവാറ്റുകേന്ദ്രങ്ങളിൽ നിന്നുള്ള ലക്ഷക്കണക്കിന് വരുമാനത്തിന് പുറമെ നഗരത്തിലെ കണ്ണായ സ്ഥലങ്ങളിലെല്ലാം ചെറുതും വലുതുമായ ചൂതാട്ടകേന്ദ്രങ്ങൾ തുടങ്ങി സാധാരണക്കാരെ പ്രലോഭിപ്പിച്ച്, ലക്ഷങ്ങളുടെ വരുമാനമാണ് ദിവസവും വരദരാജ മുതലിയാർ ഉണ്ടാക്കിയിരുന്നത്. സർക്കാരിന് ഇത് വലിയൊരു തലവേദനയായി. എന്നാൽ തനിക്കെതിരെയുള്ള സർക്കാറിന്റെ നീക്കങ്ങൾ അപ്പപ്പോൾ അറിയിക്കാൻ ഡിപ്പാർട്ട്മെന്റിനകത്തുതന്നെയുള്ള ഓഫീസർമാരെ മുതലിയാർ പാട്ടിലാക്കിയിരുന്നു. അതുകൊണ്ട് എല്ലാ നീക്കങ്ങളും തടയിടാൻ സാധിച്ചു. തനിക്കെതിര് നിൽക്കുന്ന പൊലീസ് മേധാവികളെ സ്ഥലംമാറ്റി തന്റെ സാമ്രാജ്യം സുരക്ഷിതമാക്കാനുള്ള സ്വാധീനവും പണക്കൊഴുപ്പും ആൾബലവും വരദരാജ മുതലിയാർക്കുണ്ടായിരുന്നു.

പണവും പ്രതാപവും സ്വാധീനവും ഒരുപോലെ കൈയിൽവന്ന വരദരാജ, ഹാജി മസ്താന്റെ ഉറ്റതോഴനായി മാറി. ഇതിനിടയിൽ ജനകീയനാവാനുള്ള ശ്രമങ്ങളാരംഭിച്ച വരദരാജ മക്കൾവാദം

ഉന്നയിച്ചുവന്ന മറാഠകൾക്കെതിരെ പുതിയ നീക്കങ്ങൾക്ക് തുടക്കം കുറിച്ചു. ഇതോടെ കള്ളവാറ്റിന്റെയും ചൂതാട്ടകേന്ദ്രങ്ങളുടെയും ഗുണ്ടകളുടെയും മാത്രം തലവനായിരുന്ന മുതലിയാർ, ഉപജീവന ത്തിനായി ബോംബെയിൽ കുടിയേറിയ ദക്ഷിണേന്ത്യക്കാരുടെ മുഴുവൻ രക്ഷകനായിമാറി.

വരദരാജ മുതലിയാർ, തമിഴനേയും തെലുങ്കനേയും കന്നഡ ക്കാരനേയും മലയാളിയെയും ഒരേ കുടക്കീഴിൽ അണിനിരത്തി. അവരദ്ദേഹത്തെ തങ്ങളുടെ നേതാവായി തെരഞ്ഞെടുത്തു. ബോംബെ മുഴുവനും ഗുണ്ടാതലവനായി അറിയപ്പെട്ടിരുന്ന വരദ രാജയുടെ രൂപവും ഭാവവും മാറി. സൗത്ത് ഇന്ത്യൻ സമൂഹത്തിന് ഉപകാരങ്ങൾ ചെയ്തുകൊടുക്കുന്ന പെരിയവർ എന്ന നിലയിൽ ആളുകൾക്കിടയിൽ വലിയ ആദരവ് നേടിയെടുക്കാൻ സാധിച്ചു. എങ്കിലും ഇതേറെനാൾ നീണ്ടുനിന്നില്ല. വരദരാജയുടെ പുതിയ തീരുമാനങ്ങൾ ശിവസേനപോലുള്ള മറാഠാവാദികളെ ചൊടി പ്പിച്ചതോടെ മുതലിയാർക്കെതിരെയുള്ള പൊലീസ് നീക്കങ്ങൾ ശക്തമാക്കി. 1980കളുടെ തുടക്കത്തിൽതന്നെ വരദരാജയുടെ സാമ്രാജ്യങ്ങൾ തകർന്നുതുടങ്ങി.

ഇക്കാലത്താണ് മുതലിയാരുടെ ഉറ്റ സുഹൃത്തും അധോലോക ചക്രവർത്തിയുമായിരുന്ന ഹാജി മസ്താൻ കള്ളക്കടത്തിൽനിന്ന് പിന്മാറുന്നത്. ഒപ്പംതന്നെ പൊലീസ് മേധാവി വൈ.സി. പവാറിന്റെ നേതൃത്വത്തിൽ മുതലിയാർസംഘത്തിനെതിരെ നടപടികൾ ശക്ത മാക്കി. കൂട്ടാളികളിൽ ചിലരെ അറസ്റ്റുചെയ്തു, മറ്റു ചിലരെ ഏറ്റു മുട്ടലിൽ വകവരുത്തി. ബോംബെയിൽ പിടിച്ചുനിൽക്കാൻ പറ്റാതെ വന്ന വരദരാജ മുതലിയാർ 1983ൽ മദ്രാസിലേക്ക് പോയി. വലി യൊരു അധോലോകസാമ്രാജ്യത്തിന്റെ അധികാരം നഷ്ടമായ മുതലിയാർ മാനസികമായും ശാരീരികമായും തളർന്നിരുന്നു.

1988ൽ മരണമടഞ്ഞ വരദരാജ മുതലിയാരുടെ ഭൗതികശരീരം അദ്ദേഹത്തിന്റെ ആഗ്രഹപ്രകാരം ഹാജി മസ്താൻ ബോംബെയി ലേക്ക് തിരികെക്കൊണ്ടുവന്നു. ബോംബെ നിവാസികൾക്ക് വരദ രാജ മുതലിയാരോട് ഉണ്ടായിരുന്ന ആദരവും ബഹുമാനവും എത്ര ത്തോളമാണെന്ന് അദ്ദേഹത്തിന് അന്തിമോപചാരമർപ്പിക്കാൻ ഒഴുകി യെത്തിയ ജനസാഗരം സാക്ഷ്യപ്പെടുത്തി. ബോംബെയിലെ പൊലീ സിനും ബ്യൂറോക്രാറ്റുകൾക്കും നിയമത്തിനും മുന്നിൽ മാഫിയാ ത്തലവനായിരുന്നപ്പോഴും പാർശ്വവത്കരിക്കപ്പെട്ട വിഭാഗത്തിന്റെ സുഹൃത്തും വഴികാട്ടിയും രക്ഷകനുമാവാൻ വരദരാജ മുതലി യാർക്കു കഴിഞ്ഞു. സംഭവബഹുലമായ ആ ജീവിതം പകർത്തിയ, മണിരത്നം-കമലഹാസൻ കൂട്ടുകെട്ടിന്റെ 'നായകൻ' എന്ന ചിത്ര ത്തിലൂടെ വരദരാജ മുതലിയാർ ചരിത്രത്തിൽ ഇടംപിടിച്ചിരിക്കു കയാണ്.

■

കദന കഥകൾ പറയുന്ന കാമാത്തിപുര

മഹാനഗരത്തെക്കുറിച്ച് കേട്ടറിഞ്ഞ അത്ഭുതകഥകൾ നേരിൽ കാണാനായി ഓരോ സായാഹ്നങ്ങളും ഞങ്ങൾ ഉപയോഗപ്പെടുത്തി. ബോംബെയിലെ മുക്കുംമൂലകളും നന്നായറിയാവുന്ന കരീമും ഹമീദും കൂട്ടിനുണ്ടായത് വലിയ ആശ്വാസമായിരുന്നു.

റൂമിലേക്ക് തിരിച്ചുവരുമ്പോൾ തലേന്നുകണ്ട കാഴ്ച വീണ്ടും കാണാൻ വേണ്ടിയായിരുന്നു ഞങ്ങൾ പുറപ്പെട്ടത്. തിരക്കുപിടിച്ച മുഹമ്മദ് അലി റോഡും മുറിച്ചുകടന്ന് ചൗപ്പാട്ടിലേക്കുള്ള റോഡിലൂടെ കുറച്ചുനടന്നപ്പോൾ ഗ്രാന്റ് റോഡിലേക്കെത്തി. റോഡ് വക്കിലും കെട്ടിടങ്ങൾക്ക് പുറത്തും ചുണ്ടിൽ ചായംതേച്ച അർദ്ധനഗ്നരായ സ്ത്രീകൾ, പല വേഷങ്ങളിൽ, ഒറ്റയായും കൂട്ടമായും നിരന്നുനിന്ന് കണ്ണിറുക്കിയും കൈകാണിച്ചും അവരിലേക്ക് മാടിവിളിച്ചു. ഇതാണാ ചുവന്ന തെരുവ്! ഈ പെണ്ണുങ്ങളെനോക്കി, ചിരിച്ചുകൊണ്ട് അടുത്തുകൂടി പോയാൽ അവർ പിടിച്ചുവലിച്ച് അകത്ത് കൊണ്ടുപോയി പോക്കറ്റിലുള്ള കാശും വാച്ചും എല്ലാമെടുത്ത് കാലിയാക്കിവിടും. അതുകൊണ്ട് സൂക്ഷിച്ചുവേണം അതുവഴി പോകാനെന്ന് കൂടെയുള്ളവർ ഉപദേശിച്ചിരുന്നതിനാൽ വളരെ കരുതലോടെയായിരുന്നു ഞങ്ങൾ നീങ്ങിയത്.

പാവങ്ങളുടെ വേശ്യാതെരുവായ ഗ്രാന്റ്റോഡിലെ പിലാ ഹൗസ് ഗല്ലി കണ്ട് പോകുമ്പോഴാണ് അവർ പറയുന്നത് ഇത് ഒന്നുമല്ല, ഇനി നമ്മൾ കാണാൻ പോകുന്നതാണ് ഏഷ്യയിലെ തന്നെ ഏറ്റവും വലിയ ചുവന്ന തെരുവായ കാമാത്തിപുര. സർക്കാരിൽനിന്നും ലൈസൻസ് വാങ്ങി അംഗീകാരത്തോടെ പ്രവർത്തിക്കുന്ന ലൈംഗികത്തൊഴിലാളികൾ. ഇന്ത്യയിലേയും നേപ്പാളിലേയും നൂറുകണക്കിന് സ്ത്രീകളാണ് ഈ മഹാനഗരത്തിൽ ശരീരം വിറ്റ് ജീവിതമാർഗ്ഗം കണ്ടെത്തുന്നത്. എല്ലാ സംസ്ഥാനങ്ങളിൽ നിന്നുമുള്ള പെണ്ണുങ്ങൾ ഈ തെരുവിൽ മാംസവില്പന നടത്തുന്നുവെന്നത്

ഞെട്ടിപ്പിക്കുന്ന അറിവായിരുന്നു. എല്ലാവരും ഒന്നിനൊന്ന് മെച്ച മുള്ള അതീവസുന്ദരികൾ തന്നെ.

ശുദ്ധമനസ്കരായ യുവതികളെ പ്രണയം നടിച്ച് മോഹന വാഗ്ദാനം നൽകി പറഞ്ഞു പറ്റിച്ച് പാട്ടിലാക്കിക്കൊണ്ടുവന്ന്, ഏജൻസികൾക്ക് വിൽക്കുന്നവരാണ് ഇവിടെയെത്തുന്നവരിൽ അധി കവും. ഇതിന്റെ പിന്നിൽ പ്രവർത്തിക്കുന്ന മാഫിയാസംഘങ്ങളുണ്ട്. അതുകൊണ്ടാണ് ഇവിടെവന്നു പെട്ടുപോയാൽ ആർക്കും രക്ഷ പ്പെടാൻ സാധിക്കാത്തത്.

പുറത്തുനിന്നുള്ളവരും തുണിമില്ലുകളിലേയും ഹോട്ടലുകളി ലേയും ജീവനക്കാരുമൊക്കെ അവരുടെ ലൈംഗികാവശ്യം ശമി പ്പിക്കാനുള്ള വഴി കണ്ടെത്തുന്നത് ഈ തെരുവിലാണ്. ചായംതേച്ച് സദാ പുഞ്ചിരിയോടെ സന്ദർശകരെ മാടിവിളിക്കുന്ന സുന്ദരി കൾക്കും ഒരായിരം കദനകഥകൾ പറയാനുണ്ടാവും.

പത്തൊമ്പതാം നൂറ്റാണ്ടിൽ ബ്രിട്ടീഷ് പട്ടാളക്കാർക്ക് അവരുടെ കാമവികാരങ്ങൾ തീർക്കാൻവേണ്ടി യൂറോപ്യൻരാജ്യങ്ങളിൽ നിന്നും ജപ്പാനിൽനിന്നും കൊണ്ടുവന്ന് പാർപ്പിച്ചിരുന്ന സ്ത്രീ കളുടെ പിന്മുറക്കാരാണ് കാമാത്തിപുരയിൽ പ്രതാപത്തോടെ തുട രുന്നത്. നിവർന്നുനിന്ന് നേരാംവണ്ണം ശ്വസിക്കാൻപോലും സാധി ക്കാത്ത ഇടുങ്ങിയ മുറിക്കുള്ളിൽ മണിയറയൊരുക്കി മാറിമാറി വരുന്ന ഇടപാടുകാരെ തൃപ്തിപ്പെടുത്തുന്നത് പതിനായിരത്തിൽ പ്പരം പെൺകുട്ടികളും സ്ത്രീകളുമാണ്. കുടുംബങ്ങളായി അന്ത സ്സോടുകൂടി ജീവിക്കാനുള്ള അവകാശം നിഷേധിക്കപ്പെട്ട വെറും മാംസവില്പനക്കാർ മാത്രമാണ് ഇവർ. നടത്തിപ്പുകാരായ അധോ ലോകസംഘങ്ങൾ ഈ പാവങ്ങളുടെ മാംസം വിറ്റുകിട്ടുന്നതിന്റെ പങ്കുപറ്റിത്തിന്ന് തടിച്ചുകൊഴുത്ത് ആർഭാടപൂർവ്വം ജീവിക്കുമ്പോൾ, ആണുങ്ങളെ ആകർഷിക്കാനുള്ള കൃത്രിമ ചിരിയോടെ ഉള്ളം നീറി, മാംസക്കച്ചവടത്തിൽ അകപ്പെട്ടുപോയ സ്ത്രീജന്മങ്ങൾ പിന്നീടൊരി ക്കലും പുറംലോകം കാണുകയേ ഇല്ല.

കാമശമനത്തിനായി വന്നെത്തുന്നവരുടെ കൂടെക്കിടന്ന് ചിരിച്ചു കളിച്ച് സന്തോഷത്തോടെ പറഞ്ഞുവിടുമ്പോഴും ഇവരുടെ ഉള്ളിൽ അഗ്നിപർവ്വതം പുകയുകയാവും. ഇങ്ങനെ ആവർത്തനവിരസമായ ദിനരാത്രങ്ങളിൽ നൊമ്പരങ്ങൾ പരസ്പരം പങ്കുവയ്ക്കാൻപോലു മാവാതെ പുതിയ പുതിയ ബന്ധങ്ങൾക്കൊടുവിൽ ചോരയും നീരും വറ്റി വൃദ്ധകളും വിരൂപികളുമാകുമ്പോൾ, ഇതിന്റെ നടത്തിപ്പുകാർ തന്നെ ഇവരെ അജ്ഞാതകേന്ദ്രങ്ങളിൽ കൊണ്ടുപോയി പുറം തള്ളുന്നു.

തന്ത്രങ്ങളിലും കുതന്ത്രങ്ങളിലും അകപ്പെട്ട് ഇത്തരം കേന്ദ്രങ്ങളിൽ എത്തപ്പെടുന്ന സ്ത്രീകൾ കടുത്ത നീതിനിഷേധങ്ങളാണ് നേരിടുന്നത്. അറിയാതെതന്നെ കെണിയിലകപ്പെടുന്നവർ ഗുണ്ടാസംഘങ്ങളും പിമ്പുകളും വാഴുന്ന അധോലോകസംഘത്തിന്റെ കരങ്ങളിൽനിന്ന് രക്ഷപ്പെടാനാവാതെ, സ്വയംശപിച്ചു ജീവിക്കുന്ന ലക്ഷക്കണക്കിന് സ്ത്രീകളാണ് രാജ്യത്തിന്റെ പലഭാഗങ്ങളിലുള്ള ചുവന്ന തെരുവുകളിൽ കഴിയുന്നത്. അതിൽ ബഹുഭൂരിപക്ഷവും ബോംബെയിലെ കാമാത്തിപുരയിലും കൽക്കത്തയിലെ സോനഗല്ലിയിലുമാണുള്ളത്.

സ്ത്രീകൾക്കുവേണ്ടി ശബ്ദമുയർത്തുന്ന നൂറുകണക്കിന് സംഘടനകളും പ്രവർത്തകരുമൊന്നും നരകയാതന അനുഭവിക്കുന്ന ഇവരുടെ ഉന്നമനത്തിന് വേണ്ടി ശ്രമിക്കാറില്ല. കടുത്ത മനുഷ്യാവകാശലംഘനത്തിന് ഇരയാവുന്നവരാണെന്ന് എല്ലാ രാഷ്ട്രീയ പാർട്ടികൾക്കും അറിയാവുന്നതാണ്. എങ്കിലും ഇവിടെ നിന്നും ഇവരെ മാറ്റി മറ്റൊരു തൊഴിൽ നൽകാൻ മാറിമാറി ഭരിച്ച സർക്കാരുകൾക്കൊന്നും ഇതുവരെ സാധിച്ചിട്ടില്ല. കൂടാതെ സ്ത്രീകളുടെ ചെറുതും വലുതുമായ പ്രശ്നങ്ങളിൽ ഇടപെട്ട് സമരം നടത്താറുള്ള ഫെമിനിസ്റ്റ് സംഘടനകളും ഇവിടെ നടക്കുന്നതൊന്നും അത്ര ഗൗനിക്കാറില്ലെന്നതാണ് വാസ്തവം.

പുതിയ അനുഭവങ്ങൾതേടി സന്തോഷത്തോടെ പോയ ഞങ്ങൾ ഇവരുടെ ജീവിതാനുഭവങ്ങൾ കേട്ട് വളരെ വിഷമത്തോടെയാണ് തിരിച്ചുവന്നത്.

■

ആർ.കെ. സ്റ്റുഡിയോയും കപൂർ കുടുംബവും

ബോംബെ കാഴ്ചകൾ കാണാനുള്ള ഓട്ടപ്പാച്ചിലിനിടയിൽ ഹിന്ദി സിനിമയിലെ ബഹുമുഖ പ്രതിഭ രാജ്കപൂറിനെയും അദ്ദേഹത്തിന്റെ ആർ.കെ. സ്റ്റുഡിയോയും കണ്ടു. അതേക്കുറിച്ച് കൂടുതൽ അറിഞ്ഞത് കുവൈറ്റിലെ, പ്രവാസകാലത്ത്, സഹജീവനക്കാരായിരുന്ന ഹസ്സൻബായി, അലാവുദ്ദീൻ, സ്റ്റാൻലി, ലോറൻസ് എന്നിവരിൽ നിന്നായിരുന്നു.

വളരെ ചെറുപ്പത്തിൽതന്നെ ബോംബെയിലെത്തിയ അവർ മഹാനഗരത്തിന്റെ ഓരോ അനുഭവങ്ങളും ആവേശത്തോടെ പറഞ്ഞു. കൂട്ടത്തിൽ ഹിന്ദി സിനിമയിലെ ഡയലോഗുകളും പാട്ടുകളും ഖവാലികളും ഗസലുകളും സന്ദർഭത്തിനനുസരിച്ച് പറഞ്ഞും പാടിയും ഞങ്ങളെ ഹരം പിടിപ്പിച്ചു. അവരിൽ സ്റ്റാൻലിയും ഹസ്സൻബായിയും ആർ.കെ. സ്റ്റുഡിയോയിൽ ജോലി ചെയ്തിരുന്നതിനാൽ രാജ്കപൂറിനെക്കുറിച്ചും കപൂർ ഫാമിലിയെക്കുറിച്ചുമൊക്കെ പറയുമ്പോൾ അവർക്ക് എന്തെന്നില്ലാത്ത ആവേശമാണ്. അവരിൽനിന്ന് പകർന്നുകിട്ടിയ അനുഭവങ്ങളിൽ നിന്നും ഇപ്പോഴും മനസ്സിൽ മായാതെ കിടക്കുന്ന ഒന്നാണ് ആർ.കെ. സ്റ്റുഡിയോ.

ഹിന്ദി ചലച്ചിത്രരംഗത്തെ എക്കാലത്തെയും മഹാപ്രതിഭകളെ സംഭാവനചെയ്ത കപൂർകുടുംബത്തിലെ പ്രമുഖ നടനായിരുന്ന പൃഥ്വിരാജ് കപൂറിന്റെ മകനായി 1924 ഡിസംബർ 14ന് ജനിച്ച രാജ്കപൂർ വളരെ ചെറുപ്പത്തിൽ അഭിനയരംഗത്തെത്തി. തന്റെ പതിമൂന്നാം വയസ്സിലായിരുന്നു അദ്ദേഹം ആദ്യമായി സിനിമയിൽ അഭിനയിച്ചത്. 24-ാം വയസ്സിൽ രാജ്കപൂർ സ്ഥാപിച്ച സ്റ്റുഡിയോ ആണ് ആർ.കെ. സ്റ്റുഡിയോ. 'ആഗ്' എന്ന സിനിമയുടെ തിരക്കഥ, സംവിധാനം, നിർമ്മാണം എന്നിവയെല്ലാം ഇവിടെവെച്ച് ചെയ്ത് രാജ്കപൂർ അക്കാലത്തുതന്നെ ഏറ്റവും പ്രായംകുറഞ്ഞ ജനകീയനടനായി മാറിയതിൽ അത്ഭുതപ്പെടാനില്ല. ബോളിവുഡിലെ ഷോമാനായാണ് അദ്ദേഹം അറിയപ്പെട്ടത്.

1951-ൽ 'ആവാര' എന്ന ചിത്രത്തിലെ, ആസ്വാദകഹൃദയങ്ങൾ കീഴടക്കിയ, തെണ്ടിയുടെ വേഷമാരുന്നു അദ്ദേഹത്തെ ഏറെ പ്രശസ്തനും ജനപ്രിയനുമാക്കിയത്. ചിന്തിക്കാനും ചിരിപ്പിക്കാനും വക നൽകുന്ന ആ കഥാപാത്രം ഇന്ത്യൻ ചാർളി ചാപ്ലിൻ എന്ന വിശേഷണവും ഇത് അദ്ദേഹത്തിന് നേടിക്കൊടുത്തു.

ബോളിവുഡിലെ പ്രമുഖതാരങ്ങളായിരുന്ന ഷമ്മി കപൂറും ശശി കപൂറും രാജ്കപൂറിന്റെ ഇളയ സഹോദരങ്ങളായിരുന്നു. അച്ഛനപ്പൂപ്പന്മാരിൽനിന്നും പകർന്നുകിട്ടിയ അഭിനയപാടവം സഹോദരങ്ങളിലേക്കും മക്കളിലേക്കും പകർന്നുകൊടുത്ത് കപൂർഫാമിലിയെ ഹിന്ദി സിനിമാലോകത്തെ മുൻനിരയിലെത്തിക്കുന്നതിൽ രാജ്കപൂർ നിർണ്ണായക പങ്കാണ് വഹിച്ചിട്ടുള്ളത്.

1973ൽ ഇറങ്ങിയ 'ബോബി' എന്ന പ്രണയചിത്രം കൗമാര ഹൃദയങ്ങളെയും മുതിർന്നവരേയും ഒരേപോലെ കീഴടക്കുകയായിരുന്നു. ബോംബെയിലെ പല തിയേറ്ററുകളിലും വർഷങ്ങളോളം ഈ ചിത്രം പ്രദർശിപ്പിച്ചിരുന്നു. മകൻ ഋഷികപൂറിനെ ആദ്യമായി ബാലനടനായി അഭിനയിപ്പിച്ചതും ബോബിയിലൂടെയാണ്. ഋഷികപൂർ പിന്നീട് ഹിന്ദി സിനിമയിലെ പ്രമുഖ നടനായി മാറി.

ഒരു കാലത്ത് ഹിന്ദി സിനിമയെ നിയന്ത്രിച്ചിരുന്ന കപൂർകുടുംബത്തിലെ നെടുംതൂണായിരുന്നു രാജ്കപൂർ എന്ന ബഹുമുഖപ്രതിഭ. ഇദ്ദേഹം ഇന്ത്യൻ സിനിമയ്ക്ക് നൽകിയ സംഭാവനകൾ ചില്ലറയൊന്നുമല്ല. നാടകാഭിനയത്തിലൂടെ കടന്നുവന്ന കപൂർ കുടുംബം പാക്കിസ്ഥാനിലെ പെഷാവാറിൽനിന്നുംവന്നു ബോംബെയിൽ വേരുറപ്പിച്ചശേഷമാണ് അഭിനയരംഗത്ത് സജീവമായത്.

1929ൽ 'സിനിമഗേൾ' എന്ന മൂകചിത്രത്തിൽ ശ്രദ്ധേയമായ വേഷംചെയ്ത പൃഥ്വിരാജ് കപൂർ പിന്നെയും ഒമ്പത് മൂകചിത്രങ്ങളിൽകൂടി അഭിനയിച്ചു. 1931ൽ പുറത്തിറങ്ങിയ ഇന്ത്യയിലെ ആദ്യത്തെ ശബ്ദചിത്രമായ 'ആലംആര'യിൽ സഹനടനായി. 1937ൽ പുറത്തിറങ്ങിയ വിദ്യാപതിയിലെ ശ്രദ്ധേയവേഷം അദ്ദേഹത്തെ നാടക-സിനിമാരംഗങ്ങളിൽ ഒരുപോലെ പ്രശസ്തനാക്കി.

ഇന്ത്യൻ സിനിമയുടെ വികാസത്തിന് സമഗ്രസംഭാവന നൽകിയ കുടുംബപാരമ്പര്യമുള്ള രാജ്കപൂറും ബോളിവുഡ് സിനിമാമേഖലയിൽ വിപ്ലവകരമായ മാറ്റങ്ങൾ വരുത്തുന്നതിൽ നിർണ്ണായക പങ്കുവഹിച്ചിട്ടുണ്ട്. സിനിമയ്ക്ക് നൽകിയ മഹത്തായ സംഭാവനകൾ പരിഗണിച്ച് രാജ്കപൂർ എന്ന മഹാപ്രതിഭയെ 1971ൽ പത്മഭൂഷനും 1987ൽ ദാദാസാഹേബ് ഫാൽക്കേ അവാർഡും നൽകി രാഷ്ട്രം ആദരിച്ചിട്ടുണ്ട്. 1988 ജൂൺ 2-ാം തീയതി രാജ്കപൂർ എന്ന പ്രിയ നടൻ തിരശ്ശീലയ്ക്ക് പിന്നിലേക്ക് മറഞ്ഞു.

■

ഇതിഹാസ നായകനെ തൊട്ടനാൾ

കുവൈറ്റിലേക്ക് പോകാൻ ബോംബെയിൽ വിസ കാത്തുനിൽക്കുന്ന നാളുകളിലെ സായാഹ്നങ്ങളിൽ കൂട്ടുകാരോടൊപ്പം നഗരത്തിലെ പ്രധാന കേന്ദ്രങ്ങൾ സന്ദർശിക്കുക പതിവായിരുന്നു. ഒരു വൈകുന്നേരം ബാങ്ക് ഓഫ് ബറോഡ ബിൽഡിംഗിലെ അഞ്ചാം നിലയിലുള്ള ഞങ്ങളുടെ റൂമിൽനിന്നിറങ്ങി ഞാൻ കാസർകോട്ടുകാർ ധാരാളമുള്ള ബിസ്തിമുല്ലവരെ നടന്നു. നെക്കരാജെ (കാസർകോടൻ) റസ്റ്റോറന്റിൽനിന്നും നാലുമണിച്ചായയോടൊപ്പം നാടൻ പലഹാരവും കഴിച്ച് കുറച്ചുനേരം അവിടെ കഴിച്ചുകൂട്ടിയെങ്കിലും സംസാരിച്ചിരിക്കാൻ പരിചയക്കാരെയൊന്നും കാണാതിരുന്നതിനാൽ നഗരക്കാഴ്ചകൾ കണ്ട് തിരക്കേറിയ റോഡുവക്കിലൂടെ തിരിച്ചുവരുമ്പോൾ സന്ധ്യയോടടുത്തിരുന്നു.

മുസാഫർഖാനയ്ക്കടുത്തെത്തിയപ്പോൾ തൊട്ടടുത്ത ഗല്ലി വൈദ്യുതാലങ്കാരങ്ങളാൽ ആകർഷകമാക്കിയിരുന്നു. അങ്ങോട്ടുനീങ്ങിയപ്പോൾ ഉച്ചഭാഷിണിയിലൂടെ അതിമനോഹരമായ ഹിന്ദുസ്ഥാനി ഗാനങ്ങൾ ഒഴുകിയെത്തി. വർണ്ണഭംഗിയോടെ, ദീപാലങ്കാരത്തോടെ ഒരുക്കിവെച്ചിരിക്കുന്ന ഒരു സ്റ്റേജിൽ നിന്നായിരുന്നു കേട്ടിരുന്നത്. എന്തോ കലാപരിപാടിയാണ് മനസ്സിലായെങ്കിലും അതെന്താണെന്ന് ഹിന്ദിക്കാരോട് ചോദിച്ചറിയാൻ തക്ക ഭാഷാപരിജ്ഞാനം എനിക്കന്ന് ഉണ്ടായിരുന്നില്ല. സംഗീത സാന്ദ്രമായ ആ അന്തരീക്ഷത്തിൽ പരിസരം മറന്നു പാട്ടിൽ ലയിച്ചു നിൽക്കുന്നതിനിടയിലാണ് രണ്ടുപേർ മലയാളം സംസാരിക്കുന്നത് കേൾക്കാനിടയായത്. അവരോട് ചോദിച്ചപ്പോൾ പരിപാടിയുടെ ഏകദേശരൂപം പിടികിട്ടി. ആ ഗല്ലിയിലെ ഒരു കലാസാംസ്കാരിക സംഘടനയുടെ വാർഷികാഘോഷമാണവിടെ നടക്കുന്നത്. അതിന്റെ ഉദ്ഘാടനത്തിന് ഇന്ത്യൻ സിനിമയുടെ ഇതിഹാസതാരവും ബോംബെ ഷെരീഫുമായ ദിലീപ് കുമാർ വരുന്നുണ്ട്.

ആ അനുഗൃഹീത കലാകാരനെക്കുറിച്ച് ഞങ്ങൾ ഓരോന്ന് പറഞ്ഞുകൊണ്ടിരിക്കെയാണ് ആൾക്കൂട്ടത്തിലേക്ക് ഒരു വലിയ കാർ വന്നുനിന്നതും സംഘാടകർ ഓടിയെത്തിയതും. ആ വാഹനത്തിൽ നിന്ന് താരനക്ഷത്രം ദിലീപ് കുമാർ നേരെ ഇറങ്ങിവന്നത് എന്റെ മുമ്പിലേക്കായിരുന്നു.

വെള്ളിത്തിരയിൽ വിസ്മയം സൃഷ്ടിക്കുന്ന ഇന്ത്യൻ സിനിമയുടെ ഇതിഹാസം ദിലീപ് കുമാർ എന്ന യൂസഫ് ഖാൻ മുമ്പിൽ നിൽക്കുന്നുവെന്ന യാഥാർത്ഥ്യം ഉൾക്കൊള്ളാനാവാതെ ഒരു സ്വപ്നാടനത്തിലെന്നപോലെ അന്ധാളിച്ചുനിൽക്കാനേ എനിക്കായുള്ളൂ. ആ വലിയ മനുഷ്യന്റെ കരങ്ങൾ പിടിച്ച് ആശ്ലേഷിക്കണമെന്ന ബോധം മനസ്സിലുദിച്ചപ്പോഴേക്കും സംഘാടകർ ഓടിയെത്തി അദ്ദേഹത്തെ വേദിയിലേക്ക് ആനയിച്ചിരുന്നു. അതിനിടയിൽ ആ കരങ്ങളിൽ ഒന്ന് സ്പർശിക്കാനേ എനിക്ക് സാധിച്ചുള്ളൂ. എങ്കിലും രാജ്യത്തിനകത്തും പുറത്തുമുള്ള ജനലക്ഷങ്ങൾ ആദരിക്കുന്ന താരപ്രതിഭയെ തൊടാനുള്ള അവസരം കിട്ടിയത് വലിയൊരു സൗഭാഗ്യമായിട്ടാണ് ഞാനിന്നും കണക്കാക്കുന്നത്.

ഇന്ത്യൻ സിനിമയിൽ തിളങ്ങിനിൽക്കുമ്പോൾ തന്നെയാണ്, അതായത് ഏതാനും വർഷങ്ങൾക്ക് മുമ്പാണ്, ദിലീപ് കുമാറും പ്രമുഖനടിയും അദ്ദേഹത്തിന്റെ സഹധർമ്മണിയുമായ സൈറാ ബാനുവും മിലൻ തിയറ്ററിന്റെ ഉൽഘാടനത്തിനായി കാസർകോട്ടേക്കെത്തിയത്. ആ ചടങ്ങിന് സാക്ഷ്യം വഹിക്കാനോ ആ പരിപാടി നടക്കുമ്പോൾ ദൂരെ നിന്നെങ്കിലും നോക്കിക്കാണാനോ സാധിക്കാതിരുന്നതിന്റെ സങ്കടമാണ് ഇവിടെ വെച്ച് മാറിയത്.

ഞാൻ ബോംബെയിലെത്തിയപ്പോൾ, ബിസ്തിമുല്ലയിൽ കണ്ടുമുട്ടിയ നാട്ടുകാരനും മുപ്പതുവർഷമായി നാട്ടിൽ പോലും പോകാതെ അവിടെനിന്ന് കല്യാണം കഴിച്ച് സ്ഥിരതാമസമാക്കിയ ബായിക്കര ഖാദർബായി പറഞ്ഞ വാക്കുകൾ എന്റെ മനസ്സിൽ ഇന്നും തങ്ങിനിൽക്കുന്നു. ബോംബെ വെറുമൊരു നഗരം മാത്രമല്ല ഇത് മഹാസാഗർ ഹെ... ഈ മഹാസമുദ്രത്തിൽ മീനുകളും പരൽമീനുകളും മാത്രമല്ല ഉള്ളത്. വിലമതിക്കാനാവാത്ത അനേകം മുത്തുകളും രത്നങ്ങളും മഹാത്ഭുതങ്ങളുമുണ്ട്. അതൊക്കെ കണ്ടുതന്നെ ബോധ്യമാവണം. അദ്ദേഹത്തിന്റെ വാക്കുകൾ പ്രാവർത്തികമാക്കാനുള്ള ശ്രമത്തിന്റെ ഭാഗമായിരുന്നു നഗരത്തിലെ പ്രധാന കേന്ദ്രങ്ങൾ ചുറ്റിക്കാണാൻ എന്നെ പ്രേരിപ്പിച്ചതും ഇപ്പോൾ ഇങ്ങനെ ആ അനുഭവങ്ങൾ പങ്കുവെക്കാൻ സാധിച്ചതും.

ഇന്ത്യൻ സിനിമയുടെ ആരംഭകാലത്ത് തന്നെ അഭിനയരംഗത്തെത്തിയ ദിലീപ് യൂസഫ്ഖാൻ കേവലം അറുപത്തഞ്ചു സിനിമകളിൽ അഭിനയിച്ചുകൊണ്ട് നടനമികവിലൂടെ ഇന്ത്യൻ സിനിമയുടെ

നെറുകയിലെത്തുകയായിരുന്നു. അഭിനയിച്ച ഓരോ സിനിമകളിലും ഏറ്റെടുത്ത കഥാപാത്രങ്ങൾക്ക് നടനവിസ്മയംകൊണ്ട് ജീവൻ നൽകി അഭ്രപാളിയിൽ തിമിർക്കുകയായിരുന്നു അദ്ദേഹം. അപാരമായ അഭിനയപാടവം കാണികളെ തന്നിലേക്ക് ആകർഷിച്ചതുകൊണ്ടാണ് അദ്ദേഹത്തെ വെള്ളിത്തിരയിൽ നിന്ന് കാണികളുടെ നെഞ്ചകത്തേക്ക് പറിച്ചുനട്ടത്. 1922 ഡിസംബർ പതിനൊന്നിന് പാക്കിസ്ഥാനിലെ പെഷവാറിലെ ഗുലാം സർവ്വർ ഖാൻ ആയിഷാ ബീഗം ദമ്പതികളുടെ മകനായി ജനിച്ച മുഹമ്മദ് യൂസഫ്ഖാൻ നാടകാഭിനയത്തിലൂടെയാണ് സിനിമാരംഗത്തേക്ക് വന്നത്.

1944ൽ 'ജാർ ഭട്ട' എന്ന ചലചിത്രത്തിൽ ദിലീപ് കുമാർ എന്ന പേര് സ്വീകരിച്ച് സിനിമയിലെത്തിയ ഈ അതുല്യപ്രതിഭ ഭാവാഭിനയംകൊണ്ട് കഥാപാത്രങ്ങൾക്ക് പുതുജീവൻ നൽകിക്കൊണ്ട് ആറുപതിറ്റാണ്ടുകാലത്തോളം ഇന്ത്യൻ സിനിമയുടെ താരചക്രവർത്തിയായി വാഴുകയായിരുന്നു. ദേവദാസ്, നയദോർ, മുകൾ ഇ അസം, ഗംഗ യമുന, അന്ദാസ്, ബാബൂൾ, ക്രാന്തി, ദിദാർ, സൗഭാഗർ, കർമ്മ തുടങ്ങിയവയാണ് അദ്ദേഹത്തിന്റെ ഏറ്റവും പ്രസക്തമായ സിനിമകളിൽ ചിലത്. തൊട്ടതെല്ലാം പൊന്നാക്കി മാറ്റിയ ഈ അതുല്യപ്രതിഭയുടെ അഭിനയമികവിനെ വാഴ്ത്തിക്കൊണ്ട് വിശ്വവിഖ്യാത ചലച്ചിത്ര സംവിധായകൻ സത്യജിത്ത് റേ വിശേഷിപ്പിച്ചത് ഇന്ത്യാ ഉപഭൂഖണ്ഡത്തിലെ ആത്യന്തിക അഭിനയ പാടവമുള്ള മഹാനടനെന്നാണ്. ഫിലിംഫെയർ അവാർഡ് ഏർപ്പെടുത്തിയത് മുതൽ പത്ത് തവണയും ഈ അവാർഡ് സ്വന്തമാക്കിയ ദിലീപ് കുമാർ ഏറ്റവും നല്ല നടനുള്ള നിരവധി ദേശീയ പുരസ്കാരങ്ങളും നേടി. പുറമേ 2015ൽ രാജ്യം അദ്ദേഹത്തിന് പത്മവിഭൂഷൻ നൽകി ആദരിച്ചു. ദിലീപ് കുമാറിനോടുള്ള ബഹുമാനത്താൽ സ്വദേശമായ ബോംബെ മഹാനഗരം 1980ൽ അദ്ദേഹത്തെ ബോംബെ ഷെരീഫായി തെരഞ്ഞെടുത്തിരുന്നു. കോൺഗ്രസ് അനുഭാവിയും പ്രധാനമന്ത്രി ജവഹർലാൽ നെഹ്റുവിന്റെ ഇഷ്ടതോഴനുമായിരുന്ന ദിലീപ് കുമാറിന് 2000 മുതൽ 2006 വരെ രാജ്യസഭാംഗമായി പ്രവർത്തിക്കാനും അവസരം നൽകി.

1947ൽ പാക്കിസ്ഥാന്റെ പരമോന്നത ബഹുമതിയായ നിഷാൻ ഇ ഇംതിയാസ് ബഹുമതി നൽകി ആദരിച്ചു. ഇന്ത്യൻ സിനിമാ ചരിത്രത്തിൽതന്നെ വലിയൊരു മാറ്റം വരുത്തിക്കൊണ്ട് 1960ൽ പുറത്തിറങ്ങിയ ബ്രഹ്മാണ്ഡ ചലച്ചിത്രം മുഗൾ ഇ അസംമിലെ സലീം രാജകുമാരന്റെ വേഷമിട്ട ദിലീപ് കുമാറിന്റെ അഭിനയത്തെ സിനിമാ ലോകം അത്ഭുതത്തോടെയാണ് കാണുന്നത്. എല്ലാം മറന്ന് രാജകുമാരനായി മാറിയ അദ്ദേഹം നൂറു ശതമാനവും കഥാപാത്രത്തോട്

നീതിപുലർത്തി, അതിൽ ജീവിക്കുകയായിരുന്നു. വിഖ്യാത സംഗീതജ്ഞൻ നൗഷാദലിയുടെ സംഗീതത്തിൽ നൂറിലധികം കോറസ് ഗായകരോടൊപ്പം മൊഹമ്മദ് റഫി പാടി ചരിത്രം സൃഷ്ടിച്ച ഗാനവും സംഗീതാസ്വാദകരുടെ ഹൃദയത്തിൽ ആലേഖനം ചെയ്തിരിക്കുകയാണ്.

പ്രശസ്ത നടി സൈറാബാനു, തന്നേക്കാൾ ഇരുപത്തിരണ്ട് വയസ്സ് പ്രായക്കൂടുതലുള്ള ദിലീപ് കുമാറിന്റെ അഭിനയമികവിലും ആകാരവടിവിലും ആകൃഷ്ടയായി വിവാഹബന്ധത്തിൽ ഏർപ്പെട്ടു. ആ ദമ്പതികൾക്ക് മക്കളുണ്ടായിരുന്നില്ല.

ഇവർ കുട്ടികളില്ലാത്ത ദുഃഖം മറച്ചുവെച്ചുകൊണ്ട് സിനിമയിലെന്നപോലെ അനശ്വരപ്രണയജോടികളായി യഥാർത്ഥ ജീവിതത്തിലും സ്നേഹവാത്സല്യത്തോടെ ആർക്കും അനുകരിക്കാവുന്ന തരത്തിൽ ഒരു മാതൃകാജീവിതം നയിക്കുകയായിരിന്നു. ദിലീപ് കുമാർ എന്ന ഇതിഹാസതാരം തന്റെ തൊണ്ണൂറ്റി എട്ടാമത്തെ വയസ്സിൽ ഈ ലോകത്തോട് വിട പറഞ്ഞപ്പോൾ ഇന്ത്യൻ സിനിമയിൽ കാലങ്ങളോളം ചരിത്രം രചിച്ച യുഗപുരുഷനെയാണ് നഷ്ടമായത്. ആ നടനചക്രവർത്തി മനുഷ്യമനസ്സുകളിൽ ഒരിക്കലും മായാത്ത ഒരു വെള്ളിനക്ഷത്രമായി തിളങ്ങി നിൽക്കും.

■

ബോംബെ നഗരത്തോട് വിട

ബോംബെ ജീവിതത്തിനിടയിൽ നഗരത്തിലെ ഓരോരോ മുക്കിലും മൂലയിലും കണ്ട കാഴ്ചകളും ഹോട്ടലുകളിൽ നിന്നു കഴിക്കാറുള്ള ഭക്ഷണങ്ങളുടെ സ്വാദുമെല്ലാം ഇപ്പോഴും നാവിൻ തുമ്പിൽ തങ്ങിനിൽക്കുന്നുണ്ട്. ബിസ്തിമുല്ലയിലെ നെക്കരാജെ, ബാഗ്ദാദിയ, ആയിഷ തുടങ്ങിയ ഹോട്ടലുകളിലെ തനിനാടൻ ഭക്ഷണം കഴിച്ചുമടുക്കുമ്പോൾ ഇറാനിയൻ, അഫ്ഗാനി റസ്റ്റോറന്റു കളിലും പോകാറുണ്ട്. നഗരത്തിലെ നമ്പർവൺ സ്വദേശി ഭക്ഷണ ശാലകളായ ദില്ലി ദർബാർ, ഷാലിമാർ, മുഗൾ റസ്റ്റോറന്റുകളിലെയും ഗുജറാത്തി, പഞ്ചാബി, ഉഡുപ്പി റസ്റ്റോറന്റുകളിലെയും ഉച്ചയ്ക്കും രാത്രിയും കിട്ടുന്ന സസ്യാഹാരവും കഴിച്ച് മിക്ക രാത്രികളിലും ഡോംഗ്രി ചാർനല്ലിയിലെ സിംല കൂൾ ബാറിലെ ജ്യൂസും തണുത്ത തെംസപ്പും കുടിച്ച് ഉല്ലാസത്തോടെ കറങ്ങിനടക്കാറാണ് പതിവ്. ചില നേരങ്ങളിൽ കരിമ്പിൻജ്യൂസും തെരുവോരങ്ങളിൽ നിന്നു കിട്ടുന്ന വിവിധ തരത്തിലുള്ള സർബ്ബത്തുകളും കുടിച്ചിരുന്നെങ്കിലും തെരുവിൽ സുലഭമായി ലഭിക്കാറുള്ള മാംസം, പച്ചക്കറി, മത്സ്യവിഭവ ങ്ങളും പലതരത്തിലുള്ള റൊട്ടികളും വാങ്ങി കഴിക്കാറില്ല. പലരും കുറഞ്ഞ വിലയ്ക്ക് ലഭിക്കുന്ന ഇത്തരം ഭക്ഷണങ്ങൾ വാങ്ങി വിശ പ്പടക്കുന്നത് കാണാറുണ്ടെങ്കിലും എന്തുകൊണ്ടോ അതൊന്നും കഴി ക്കാൻ എനിക്ക് തോന്നിയിട്ടില്ല.

എഴുത്തും വായനയും ഏറെ താൽപര്യമുള്ളതിനാൽ അതിനു വേണ്ടി ഞാൻ ധാരാളം സമയം കണ്ടെത്തിയിരുന്നു. മലയാളപത്ര ങ്ങൾ പിറ്റേ ദിവസമേ അവിടെ കിട്ടാറുള്ളൂ. എന്നാൽ പിന്നീട് കലാ കൗമുദി ദിനപത്രം ബോംബെയിൽനിന്ന് പ്രസിദ്ധീകരിച്ചു തുടങ്ങി. ഇവിടെനിന്ന് പ്രസിദ്ധീകരിക്കുന്ന മറുനാടൻ മലയാളി മാസികയുടെ വരിക്കാരനായിരുന്ന എനിക്ക് അതിന്റെ ഓഫീസിൽ പോകാൻ പറ്റി യില്ല. എങ്കിലും ട്രാഫോഡ് മാർക്കറ്റിനടുത്തുള്ള ഇന്ത്യൻ എക്സ് പ്രസ് ഓഫീസും രാജ്യത്ത് ഏറ്റവും കൂടുതൽ പ്രചാരമുള്ള ഇംഗ്ലീഷ്

സായാഹ്നപത്രം മിഡ്ഡെയുടെ ഓഫീസും സന്ദർശിച്ചു. പുതിയ പുതിയ നഗരക്കാഴ്ചകൾ കണ്ട് ഉല്ലാസത്തോടെ കഴിഞ്ഞുവരുന്നതിനിടയിൽ ഗൾഫ് യാത്രയ്ക്കായി നാട്ടിൽനിന്നും കൂടുതലാളുകൾ എത്തിക്കൊണ്ടേയിരുന്നു. ഞങ്ങളുടെ തൊട്ടുപിറകെ എത്തിയ അരിയിൽ മൊയ്തുവും മൂസയും ഞങ്ങളുടെ സഹയാത്രക്കാരായിരുന്നു.

ഒരുദിവസം രാവിലെ ഞാനും അബൂബക്കറും മൊയ്തുവും അളക്കുവും നെക്കരാജെ റസ്റ്റോറന്റിൽ ബ്രേക്ക്ഫാസറ്റ് കഴിക്കുന്നതിനിടയിലാണ് മുകളിൽ പിടിപ്പിച്ചിരുന്ന മരംകൊണ്ടുള്ള തടിച്ച ബീം ഇളകി ഡൈനിംഗ് ടേബിളിന് മുകളിലേക്ക് വീഴുന്ന കാഴ്ച കാണുന്നത്. ആ പഴയ കെട്ടിടം പൊളിഞ്ഞുവീഴുകയാണോ എന്ന് കരുതി പേടിച്ച് എഴുന്നേറ്റ് ഓടുമ്പോഴേക്കും തുലാൻ മേശയിൽ വീണ് മാർബിൾക്കല്ല് പൊട്ടിയിരുന്നു. ആയുസ്സിന്റെ ബലത്തിൽ ഭാഗ്യംകൊണ്ടാണ് ആർക്കുമൊരു പോറലുമില്ലാതെ രക്ഷപ്പെട്ടത്.

1980 ജൂൺ മുപ്പതിന് കൂട്ടത്തിലുള്ള അബൂബക്കറിനും അളക്കുവിനും സൗദിവിസ വന്നു. ഞങ്ങൾ സാന്താക്രൂസ് എയർപോർട്ടിൽ നിന്ന് അവരെ കയറ്റിവിട്ടു. ഇനി ഏതു സമയത്തും ഞങ്ങളുടെ ഊഴമെത്തുമെന്ന് കരുതി പുതിയ കാഴ്ചകൾ തേടിയുള്ള യാത്രകൾ നിർത്തിവെച്ചു. എങ്കിലും സായാഹ്നങ്ങളിലെ ബിസ്തിമുല്ല സന്ദർശനത്തിന് മാറ്റം വരുത്തിയില്ല.

നാട്ടിൽനിന്ന് പലരും വന്നുകൊണ്ടിരുന്നു. അവരെ ചെന്ന് കണ്ടാൽ വീട്ടിലെ വിവരങ്ങളും നാട്ടുവിശേഷങ്ങളും അറിയാൻ സാധിച്ചിരുന്നു. ഇങ്ങനെ എത്തുന്നവർ വാടക കുറഞ്ഞ ലോഡ്ജുകളോ ബെഡ് സ്പെയ്സോ അല്ലെങ്കിൽ ജമാഅത്ത് റൂമുകളോ താമസിക്കും. അതുമല്ലെങ്കിൽ ഏതെങ്കിലും ഹോട്ടലുകളിൽ ജോലി തരപ്പെടുത്തും. ഭക്ഷണവും താമസവും അങ്ങനെ കഴിയുമല്ലോ. ഓരോ നാടുകളിൽനിന്നും ബോംബെയിൽ ജോലി തേടിയെത്തിയതോടെ ആ പ്രദേശങ്ങളിലെ മുസ്ലീംപള്ളികൾക്ക് കീഴിലുള്ളവർ പണം സ്വരൂപിച്ച് വലിയൊരു മുറി സംഘടിപ്പിച്ച് അതിൽ പുൽപ്പായ വിരിച്ച് തുച്ഛമായ വാടകയ്ക്ക് കൊടുക്കും. കക്കൂസിൽ പോകാനും കുളിക്കാനും ഓരോ ഗല്ലികളിലുമുള്ള മുനിസിപ്പാലിറ്റിയുടെ ശൗചാലയങ്ങൾ ഉപയോഗിക്കും.

അന്ന് ഗൾഫ് രാജ്യങ്ങളിലേക്ക് പോകുന്നവരും വരുന്നവരും ബോംബെയിൽ ഏതാനും ദിവസങ്ങൾ തങ്ങിയശേഷമാണ് യാത്ര തിരിക്കാറുള്ളത്. അങ്ങനെ ഒരു ദിവസം ഞങ്ങളുടെ നാട്ടിലെ ആദ്യ ഗൾഫുകാരിൽ ഒരാളായ എ.ബി. മാഹിൻച്ചാനെ കണ്ടു. വലിയ സമ്പന്നനായിരുന്ന അദ്ദേഹം ഞങ്ങളെ റൂമിലേക്ക് ക്ഷണിച്ചു

കൊണ്ടുപോയി. ഏറെ നേരം ഞങ്ങൾ അദ്ദേഹത്തിന്റെ ദുബായി ക്കഥകൾ കേട്ട് അത്തറുമണവും ആസ്വദിച്ചിരുന്നു.

കൂട്ടത്തിലുള്ള രണ്ടുപേർ പോയതുകൊണ്ടോ കീശ കാലിയാ യതിനാലോ പിന്നീടുള്ള ദിവസങ്ങൾ ഗൾഫിലെ ഓർമ്മകൾ മാത്ര മായിരുന്നു. വീട്ടിലെ വിവരങ്ങളടങ്ങിയ ഉപ്പയുടെ കത്ത് ആഴ്ച തോറും എന്നെ തേടിയെത്തും. അതിലൊന്നിലെ ഉപ്പായുടെ ഉമ്മ കുഞ്ഞാമിനുമ്മ മരിച്ചുപോയെന്ന ദുഃഖകരമായ വാർത്ത എന്നെ വളരെയേറെ വേദനിപ്പിച്ചു.

പ്രവാസസ്വപ്നങ്ങൾ നെയ്ത് ഖാദർ ബായിയുടെ റൂമിലിരിക്കു മ്പോഴാണ് സലീം പാഷയുടെ ഓഫീസ് ജീവനക്കാരൻ താഴേക്ക് പോകാൻ പറഞ്ഞത്. എന്റെ വിസ വന്നിരിക്കുന്നു, കുവൈറ്റിലേ ക്കാണ്. വേറെയും കുറേ ആളുകളുണ്ട്. കാറ്ററിംഗ് കമ്പനിയിലേ ക്കുള്ള ഗ്രൂപ്പ് വിസയായതുകൊണ്ട് എല്ലാവരും ഒരുമിച്ചാണ് പോകേ ണ്ടത്. അങ്ങനെ ജൂലൈ അവസാനവാരം അതിരാവിലെതന്നെ ഓഫീസ് ജീവനക്കാരനോടൊപ്പം ഞങ്ങൾ എയർപോർട്ടിലേക്ക് പോയി. വെളുപ്പാൻകാലത്താണ് കുവൈറ്റ് എയർവെയ്സിൽ കയറി യത്. ഏറെ നാളത്തെ പ്രവാസസ്വപ്നങ്ങൾ സാക്ഷാത്കരിച്ചതിന്റെ ആനന്ദനിർവൃതിയിലായിരുന്നു എന്റെ ആദ്യ വിമാനയാത്ര.

■

അറേബ്യയിലേക്കുള്ള അത്ഭുതവാതിൽ തുറന്ന ജബൽ അദ്ദുഖാൻ

അറേബ്യൻ മരുഭൂമിയുടെ വരണ്ട കുന്നുകളിൽനിന്ന് ചീറിയടിക്കുന്ന തീ പാറുന്ന മണൽക്കാറ്റിനോടു പൊരുതി, മീൻപിടിച്ചും ഈന്ത പ്പഴങ്ങൾ പറിച്ചുതിന്നും ജീവിച്ചിരുന്നവർ, പുതിയ മേച്ചിൽപുറങ്ങൾ തേടി പത്തേമാരികളിലും പായ്ക്കപ്പലുകളിലുമായി, കടലുകൾ താണ്ടി മലബാറിലും ലോകത്തിന്റെ നാനാഭാഗങ്ങളിലുമെത്തി വറുതിക്ക് ആശ്വാസം കണ്ടെത്താൻ പാടുപെട്ടു. പട്ടിണിയും പരിവട്ട വുമായിരുന്ന അറബികൾക്ക് സൗഭാഗ്യത്തിന്റെ പറുദീസയിലേക്കുള്ള കവാടം മലർക്കെ തുറന്നുകൊടുത്തതാണ് ജബൽ അദ്ദുഖാൻ.

ഗൾഫ് നാടുകളെ ലോകത്തെ സാമ്പത്തികശക്തിയിലേക്ക് നയിച്ച പെട്രോഡോളറുകളുടെ അത്ഭുതവാതിലുകൾ തുറക്കുക യായിരുന്നു ജബൽ അദ്ദുഖാൻ. പുകയുന്ന മലനിരകൾ എന്നർത്ഥം വരുന്ന കുന്നുകൾക്കപ്പുറത്തെ ചെറിയ താഴ്വരയിൽ ഗൾഫിലെ ആദ്യത്തെ എണ്ണക്കിണർ (1930ൽ) പ്രവർത്തനമാരംഭിച്ചതോടെ ഗൾഫ് സമ്പന്നതയിലേക്കുള്ള മുന്നേറ്റത്തിന് തുടക്കം കുറിച്ചു.

പൂമ്പാറ്റകളെ പിടിക്കാനുള്ള വലയുമായി മരുഭൂമിയിൽ കറങ്ങി ക്കൊണ്ടിരുന്ന മേജർ ഫ്രാങ്ക് ഹോംസാണത്രെ 1927-ൽ ബഹ്റൈ നിന്റെ ഭൂമിക്കടിയിൽ അത്ഭുതനിധിയുണ്ടെന്ന് ആദ്യം കണ്ടെത്തി യത്. പാശ്ചാത്യരെ വിശ്വാസത്തിലെടുക്കാൻ ഭയപ്പെട്ടിരുന്ന അറേ ബ്യൻ ഭരണാധികാരികൾ വെള്ളക്കാരുടെ പ്രവർത്തനങ്ങളെ സംശയത്തോടെ വീക്ഷിച്ചിരുന്നതിനാലാണത്രെ മരുഭൂമിയിലെ പൂമ്പാറ്റകളെ കണ്ടെത്താനെന്ന വ്യാജേന അറേബ്യൻ മരുഭൂമിയിലെ എണ്ണനിക്ഷേപം കണ്ടെത്താനുള്ള ശ്രമങ്ങൾ മേജർ ഫ്രാങ്ക് ഹോംസ് നിരന്തരം തുടർന്നുകൊണ്ടിരുന്നത്.

1930കളിൽ രണ്ടാം ലോക മഹായുദ്ധത്തിന്റെ കെടുതിയിൽ തള്ള പ്പെട്ടപ്പോൾ യൂറോപ്പ് പുതിയ വൻകരകൾ തേടിപ്പെട്ടു. ഓരോ നാട്ടു

രാജ്യങ്ങളിലും തന്ത്രപരമായി കടന്നുകൂടിയ യൂറോപ്യന്മാർ രാജാക്കൻമാരെ തങ്ങളുടെ വരുതിയിലാക്കി ഭരണം പിടിച്ചെടുത്ത് സമ്പത്തു കൊള്ളയടിച്ച് സ്വന്തം രാജ്യത്തേക്ക് കടത്തിയതു കൊണ്ടാണ് അറബികൾ വെള്ളക്കാരെ സംശയത്തോടെ വീക്ഷിച്ചിരുന്നത്. അതുകൊണ്ടായിരിക്കാം ചുട്ടുപൊള്ളുന്ന വിശാലമരുഭൂമിക്കുള്ളിൽ എണ്ണയുടെ നിക്ഷേപം ഒളിഞ്ഞിരിപ്പുണ്ടെന്ന് ഹോംസ് മനസ്സിലാക്കിയിട്ടും സത്യം ഭരണാധികാരികളെ അറിയിക്കാനാവാതെ മരുഭൂമിയിൽ അലഞ്ഞുനടന്നുകൊണ്ടേയിരുന്നത്.

മാറിമറിയുന്ന കാലാവസ്ഥകളുടെ സൂചനയെന്നോണം ശൈത്യകാലത്ത് പൊടിക്കാറ്റ് ചീറിയടിച്ചുകൊണ്ടിരുന്ന ബഹറൈനിലെ അദ്ദുഖാൻ മലനിരകളിൽ, പൂമ്പാറ്റഗവേഷണം നടത്താനെന്ന പേരിൽ, സമുദ്രനിരപ്പിൽനിന്ന് 440 അടി ഉയരത്തിലുള്ള ജബൽ അദ്ദുഖാനിൽ എത്തിയ മേജർ ഫ്രാങ്ക് ഹോംസാണ് ഭൂമിക്കടിയിലെ അത്ഭുതനിധി ആദ്യമായി കണ്ടെത്തിയത്.

1932ൽ ഡ്രില്ലിംഗ് തുടങ്ങി. 1250 അടിയിലെത്തിയപ്പോഴേക്കും എണ്ണയുടെ ഗന്ധം വമിച്ചുതുടങ്ങി. ഇത് അറബ്ലോകത്തിന് മാത്രമല്ല, രണ്ടാംലോകമഹായുദ്ധത്തെത്തുടർന്ന് 1930 മുതൽ സാമ്പത്തിക തകർച്ചയിലേക്ക് കൂപ്പുകുത്തിക്കൊണ്ടിരുന്ന യൂറോപ്യൻ രാജ്യങ്ങൾക്കും പ്രതീക്ഷ നൽകി.

അറബികൾ അറബ്മേഖലകളിൽ പാശ്ചാത്യരുടെ സാന്നിദ്ധ്യം ഇഷ്ടപ്പെടാതിരുന്ന കാലത്താണ് ശുചിമുറി ഉപകരണങ്ങളുടെ കച്ചവടക്കാരനായ അമേരിക്കൻ വ്യവസായി ചാൾസ് ആർ. ക്രാണ, സൗദി രാജാവ് അബ്ദുൽ അസീസ് അൽസൗദിന്റെ ഈജിപ്തിലെ പ്രതിനിധി സാബിഖുമായി അടുക്കുന്നത്.

നിങ്ങളുടെ രാജ്യം ദരിദ്രമാണ്. പക്ഷേ, ഈ ഭൂമിക്കടിയിൽ പെട്രോളിയം ഉൽപന്നങ്ങളുടെ അമൂല്യമായ നിധിയാണുള്ളത്.അത് ഉപയോഗപ്പെടുത്തുകയാണെങ്കിൽ സാമ്പത്തികമായ ഉന്നതിയിലെത്താമെന്നും അത് ഭരണാധികാരിയെ അറിയിക്കണമെന്നുമുള്ള ക്രാണയുടെ വാക്കുകൾ കൈമാറാനായി സാബിഖ് അന്നുതന്നെ രാജാവിന് കത്തയച്ചു.

1929കളിലെ ലോക സാമ്പത്തികമാന്ദ്യം മൂലം പ്രയാസമനുഭവിച്ചുകൊണ്ടിരുന്ന സൗദി അറേബ്യയിലെ പ്രധാന വരുമാനമാർഗ്ഗം ഹജ്ജ് തീർത്ഥാടനവും ഈന്തപ്പഴം കയറ്റുമതിയുമായിരുന്നു. ഇതിലൂടെ ലഭിച്ചിരുന്ന വരുമാനംകൊണ്ട് കഷ്ടിച്ചുകഴിഞ്ഞുകൂടുമ്പോഴാണ് രണ്ടാംലോക മഹായുദ്ധാനന്തരമുണ്ടായ ആഗോള സാമ്പത്തികമാന്ദ്യം സൗദിയുടെ നട്ടെല്ല് തകർത്തത്. ദാരിദ്ര്യത്തിന്റെ

പിടിയിൽ അകപ്പെട്ട സൗദി രാജാവ് അയൽരാജ്യങ്ങളായ ഖത്തറിനോടും ഒമാനോടും സഹായമപേക്ഷിച്ച് മൂന്ന് ലക്ഷം പൗണ്ട് കടം ആവശ്യപ്പെടുമ്പോൾ, അറബ് ലോകത്തെതന്നെ ഇട്ടുമൂടാനുള്ള ധനം തങ്ങളുടെ മണ്ണിനടിയിൽ ഒളിഞ്ഞിരിപ്പുണ്ടെന്ന വസ്തുത അമേരിക്കൻ കച്ചവടക്കാരൻ ക്രാണ, അബ്ദുൽ അസീസ് രാജാവുമായുള്ള കൂടിക്കാഴ്ചയിൽ വ്യക്തമാക്കി.

1931 ഫെബ്രുവരി 25-ാം തീയതി ജിദ്ദയിലെത്തിയ ക്രാണയെ അറബ് ഉപചാരങ്ങളോടെ അബ്ദുൽ അസീസ് രാജാവ് സ്വീകരിച്ചു. രണ്ടുനാൾ രാജാവിന്റെ അതിഥിയായി കഴിഞ്ഞ ക്രാണയും രാജാവും തമ്മിൽ നടത്തിയ ചർച്ചകൾക്കൊടുവിൽ എണ്ണഖനനം നടത്താനുള്ള ധാരണയായി. പിന്നീടെല്ലാം അതിവേഗതത്തിലായിരുന്നു. ആഴ്ചകൾക്കുശേഷം സാബിഖിന്റെ ഓഫീസിലേക്ക് ഇരുപത് എഞ്ചിനീയർമാരുടെ ലിസ്റ്റ് ക്രാണ എത്തിച്ചു. അതിൽനിന്ന് ഒരാളെ തെരഞ്ഞെടുക്കാനായിരുന്നു നിർദ്ദേശം. ഇംഗ്ലീഷറിയാത്ത സാബിഖ് അതിന്ന് നടുവിലുള്ള ഒരു പേരിൽ വിരലമർത്തി. കാൾസ് എസ് ടിറ്റ്ഷെല്ലിന്റെ പേരായിരുന്നു അത്. അബ്സീനിയയിലും യമനിലും ക്രാണയ്ക്കുവേണ്ടി സർവ്വേകൾ നടത്തിയ മിടുക്കനായ എഞ്ചിനീയറായിരുന്ന ടിറ്റ്ഷെൽ സർവ്വേ ആരംഭിച്ചു.

അതിശൈത്യത്തിന്റെ കാലമായിരുന്നു അത്. കിഴക്കൻ പ്രവിശ്യയിലെ മരുഭൂമിയിലാകമാനം പര്യവേഷണം നടത്തിയിട്ടും ടിറ്റ്ഷെലിനും കൂട്ടർക്കും എണ്ണ കണ്ടെത്താനായില്ല. എന്നാൽ 1931 ഒക്ടോബർ പതിനാറിന്ന് ദമാമിലെ കടൽത്തീരത്തുനിന്ന് കിലോമീറ്ററുകൾക്കപ്പുറത്തായി ബഹ്റൈനിലെ ടിറ്റ്ഷെൽ അടങ്ങുന്ന സംഘം എണ്ണ കണ്ടെത്തി. ജബൽ അദ്ദുഖാൻ നമ്പർ 1 എന്ന ഗൾഫിലെ ആദ്യത്തെ എണ്ണക്കിണറായി അത് മാറി.

ബഹ്റൈനിലെയും സൗദിയിലേയും ഭൂമിയുടെ ഘടനയിൽ വ്യത്യാസമൊന്നുമില്ലാത്തതിനാൽ താങ്കളുടെ മണ്ണിനടിയിലും എണ്ണയുടെ അത്ഭുതനിക്ഷേപമുണ്ടാവുമെന്ന് ടിറ്റ്ഷെൽ ആത്മവിശ്വാസത്തോടെ അബ്ദുൽ അസീസ് രാജാവിനോട് പറഞ്ഞു. ഇതുകേട്ട പുത്തനുണർവോടെ ദീർഘവീക്ഷണവുള്ള അദ്ദേഹം മേജർഫ്രങ്ക് ഹോംസിന്റെ സഹായം തേടി. അദ്ദേഹത്തിന്റെ നിരന്തരമായ ഗവേഷണങ്ങളിലൂടെ 1935ൽ തന്നെ സൗദിയിൽ എണ്ണയുണ്ടെന്ന് ഉറപ്പാക്കിയെങ്കിലും 1938 മാർച്ച് നാലിനാണ് സൗദിയിലെ ആദ്യ വാണിജ്യ എണ്ണക്കിണറായ ദമ്മാം 7 കണ്ടെത്തിയത്.

കടലിൽനിന്ന് മുത്ത് വാരിയും മീൻ പിടിച്ചും ജീവിതമാർഗ്ഗം കണ്ടെത്തിയിരുന്ന ബഹ്റൈനിന്റെ ജീവിതരീതിയിൽ ജബൽ അദ്ദുഖാൻ വലിയ മാറ്റങ്ങൾ വരുത്തി. മണിക്കൂറിൽ നാനൂറ് ബാരൽ

എന്ന നിലയിലായിരുന്നു തുടക്കത്തിൽതന്നെ എണ്ണ ലഭിച്ചിരുന്നത്. മരം കൊണ്ടുണ്ടാക്കിയ വീപ്പകളിൽ നിറച്ച എണ്ണ കഴുതപ്പുറത്തായിരുന്നു സംസ്കരണത്തിനായി എത്തിച്ചിരുന്നത്. കുതിരവണ്ടികളും യാനങ്ങളും മാത്രമുണ്ടായിരുന്ന ബഹ്റൈനിൽ എണ്ണ കണ്ടെത്തിയതോടെ ആധുനികയന്ത്രസംവിധാനങ്ങൾക്ക് വഴിമാറി. ബഹ്റൈനിനുശേഷമാണ് സൗദി അറേബ്യയും മറ്റു ഗൾഫ് രാജ്യങ്ങളും എണ്ണ ഉല്പാദനത്തിലൂടെ സാമ്പത്തികമുന്നേറ്റങ്ങൾക്ക് തുടക്കം കുറിച്ചത്. ഇത് അറേബ്യൻമണലാരണ്യത്തിൽ മാത്രമല്ല, മലബാറിന്റെയും കേരളത്തിന്റെയും ഇന്ത്യയടക്കമുള്ള ലോകരാജ്യങ്ങളുടെയും മുഖച്ഛായതന്നെ മാറ്റിമറിക്കുന്നതിൽ നിർണ്ണായക പങ്കാണ് വഹിച്ചിട്ടുള്ളത്.

എണ്ണക്കിണറുകളാൽ ചുറ്റപ്പെട്ട സാഖിർ മരുഭൂമിയുടെ ആസുരതയിൽ ബഹ്റൈൻ പെട്രോളിയം കമ്പനിയുടെ മ്യൂസിയത്തിനടുത്തുള്ള ജബൽ അദ്ദുഖാന് രാജകീയസ്ഥാനമാണ് പകുത്തുനൽകിയിരിക്കുന്നത്. വറുതിയുടെയും കഷ്ടതകളുടെയും ആധുനിക സംവിധാനങ്ങളൊന്നുമില്ലാതിരുന്ന ഒരു കാലത്തിൽനിന്ന് അലാവുദ്ദീന്റെ അത്ഭുതവിളക്കുപോലെ വികസനകുതിപ്പുകൾ ഉണ്ടായത് പെട്രോളിയത്തിന്റെ വരവോടെയായിരുന്നു. അതിന് തുടക്കം കുറിച്ച ഗൾഫിലെ ആദ്യത്തെ എണ്ണക്കിണറായ ജബൽ അദ്ദുഖാൻ, നിറം മങ്ങാതെ എന്നും ഓർമ്മകളിൽ കാത്തുസൂക്ഷിക്കാം.

■

ആധുനിക കുവൈറ്റ് ചരിത്രത്തിലേക്കൊരെത്തിനോട്ടം

തന്ത്രപ്രധാനമായ ഒരു പ്രദേശമായിരുന്നതിനാൽ വർഷങ്ങൾക്ക് മുമ്പുതന്നെ ലോകശക്തികളിൽ പലരും കുവൈറ്റിനെ അവരുടെ ഭരണത്തിന്റെ കീഴിൽ കൊണ്ടുവന്നിരുന്നു. ഏറെക്കാലം ബ്രിട്ടീഷ് മേൽക്കോയ്മയിലായിരുന്നു രാജ്യം. വർഷങ്ങൾക്ക് മുമ്പുതന്നെ അറബ്-ഗൾഫ്മേഖലയിൽ വൻതോതിലുള്ള ഇന്ധന നിക്ഷേപ മുണ്ടെന്ന് മണത്തറിഞ്ഞ പാശ്ചാത്യരുടെ വിദഗ്ദ്ധസംഘം മരുഭൂമി യിലും കടലിലും പര്യവേക്ഷണം നടത്തിക്കൊണ്ടേയിരുന്നു.

കുവൈറ്റ്, അമേരിക്ക, ബ്രിട്ടൻ സംയുക്ത കമ്പനിയായ കുവൈറ്റ് ഓയിൽ കമ്പനി (കെ.ഒ.സി) 1938 ഫെബ്രുവരി ഇരുപത്തിരണ്ടിന് ബുർഗാനിൽ വൻതോതിലുള്ള എണ്ണശേഖരം കണ്ടെത്തി. ചെറിയ തോതിൽ എണ്ണ എടുക്കാൻ ആരംഭിച്ചെങ്കിലും 1952 ആയപ്പോഴേക്കും പേർഷ്യൻ ഗൾഫിലെ ഏറ്റവും വലിയ എണ്ണകയറ്റുമതി രാജ്യമായി കുവൈറ്റ് മാറി. ഇതോടെ കുവൈറ്റികളുടെ ജീവിതരീതിയും കുവൈ റ്റിന്റെ മുഖച്ഛായയും പാടേ മാറി. ഇതോടെ എണ്ണപ്പാടത്തും രാജ്യത്തെ മറ്റു വികസനപ്രവർത്തനങ്ങൾക്കുമായി ധാരാളം തൊഴി ലാളികളെ ആവശ്യമായി വന്നു. അങ്ങനെ ലോകത്തിന്റെ നാനാഭാഗ ങ്ങളിൽനിന്നും പ്രത്യേകിച്ച് ഇന്ത്യയിൽ നിന്നുമുള്ള തൊഴിലന്വേ ഷകർ കുവൈറ്റിലെത്തി.

ബ്രിട്ടീഷുകാരുടെ അധീനതയിലായിരുന്ന കുവൈറ്റിന് 1961 ജൂൺ പത്തൊമ്പതിന് പൂർണ്ണസ്വാതന്ത്ര്യവും പരമാധികാരവും ലഭിച്ചു. അന്നത്തെ ഭരണാധികാരി ഷെയ്ഖ് അബ്ദുല്ല സാലിം അൽസബ തന്നെ സ്വാതന്ത്ര്യാനന്തര ഭരണാധികാരിയായി തുടർന്നു. എന്നാൽ ജനാധിപത്യരീതിയിൽ വോട്ടെടുപ്പ് നടത്തി തെരഞ്ഞെടുക്കപ്പെട്ട ഒരു സർക്കാർ സംവിധാനവും നിലവിൽ വന്നു. ജനാധിപത്യരീതി യിൽ ഭരണം നടത്തുന്ന ഗൾഫിലെ പ്രഥമ രാജ്യം കുവൈറ്റാണ്. 1756 മുതൽ 1762 വരെ കുവൈറ്റ് ഭരിച്ചിരുന്ന ഷെയ്ഖ് സബാബിൻ

ജാബിറിലൂടെയാണ് കുവൈറ്റ് ഭരണം സബാ കുടുംബത്തിൽ വന്നു ചേർന്നതെന്നും തുടർന്ന് ഷെയ്ഖ് അബ്ദുല്ല ഒന്നാമൻ (1762-1812), ഷെയ്ഖ് ജാബിർ ഒന്നാമൻ (1812-1859), ഷെയ്ഖ് സബാ രണ്ടാമൻ (1859-1866), ഷെയ്ഖ് അബ്ദുല്ല രണ്ടാമൻ (1866-1892), ഷെയ്ഖ് മുഹമ്മദ് (1892-1896), ഷെയ്ഖ് മുബാറക്ക് അൽസബ (1896-1915), ഷെയ്ഖ് ജാബിർ രണ്ടാമൻ (1915-1917), ഷെയ്ഖ് സാലിം അൽ മുബാറക്ക് (1917-1921), ഷെയ്ഖ് അഹമ്മദ് അൽ ജാബിർ അൽ സബ (1921-1950), ഷെയ്ഖ് അബ്ദുല്ല അൽ സാലിം അൽസബാ (1950-1965), ഷെയ്ഖ് ജാബിർ അൽ അഹമ്മദ് അൽ ജാബിർ അൽ സബായുമായിരുന്നു അന്നു വരെയുള്ള കുവൈറ്റ് ഭരണ സാരഥികൾ. അന്ന് വിദേശകാര്യ വകുപ്പ് മന്ത്രിയായിരുന്ന ഷെയ്ഖ് സാദ് ബിൻ അബ്ദുല്ല അൽസാലം ഇവരുടെ കാലശേഷം കുവൈറ്റ് അമീറായി.

വർഷങ്ങൾക്കുമുമ്പേ എണ്ണ കണ്ടെത്തി ഖനനം തുടങ്ങിയ കാലത്ത് ലോകകമ്പോളത്തിൽ എണ്ണയ്ക്ക് വലിയ ചിലവൊന്നുമില്ലായിരുന്നു. എന്നുമാത്രമല്ല അറുപതുകളുടെ തുടക്കത്തിൽ പോലും ഒരു ബാരൽ എണ്ണയ്ക്ക് മൂന്ന് യു.എസ് ഡോളർ മാത്രമായിരുന്നു വില. 1980 ആകുമ്പോഴേക്കും അത് മുപ്പത്തിയെട്ട് ഡോളറായി ഉയർന്നു. എന്നാൽ 1984ൽ ഇറാൻ-ഇറാഖ് യുദ്ധഭീതിയും ചില ആഭ്യന്തരഗ്രൂപ്പുകൾ നടത്തിയ ബോംബ് സ്ഫോടനങ്ങളും മറ്റു ഭീകര പ്രവർത്തനങ്ങളും കാരണം രാജ്യത്തുണ്ടായ അരക്ഷിതാവസ്ഥയെ തുടർന്ന് സാമ്പത്തിക രംഗവും പുരോഗതിയും പിറകോട്ടുപോയി.

ഇറാനുമായി നീണ്ട പത്തുവർഷം യുദ്ധം ചെയ്തത് ഇറാൻ തങ്ങളെ ആക്രമിച്ചു കീഴടക്കാതിരിക്കാൻ വേണ്ടിയായിരുന്നെന്നും അതിന്റെ പേരിൽ ഉണ്ടായ അറുപത്തഞ്ച് ബില്യൻ ഡോളറിന്റെ കടം എഴുതിത്തള്ളണമെന്നും കുവൈറ്റ്-ഇറാഖ് അതിർത്തി പുനർനിർണ്ണയിക്കണമെന്നും മറ്റുമുള്ള ചില അവകാശവാദങ്ങൾ സദ്ദാം ഹുസൈൻ ഉന്നയിച്ചപ്പോൾ, അതിനെ അംഗീകരിക്കാൻ കുവൈറ്റ് തയ്യാറല്ലാത്തതിനാൽ അതേത്തുടർന്ന് ഉടലെടുത്ത അഭിപ്രായവ്യത്യാസങ്ങൾ അനുദിനം രൂക്ഷമായിക്കൊണ്ടിരിക്കുകയും 1990 ആഗസ്റ്റ് രണ്ടിന് അർദ്ധരാത്രി ഇറാഖ് സൈന്യം കുവൈറ്റിലേക്ക് അതിക്രമിച്ചുകടക്കുകയുമായിരുന്നു. സദ്ദാമിന്റെ ഈ തന്ത്രം രഹസ്യമായി അറിഞ്ഞ കുവൈറ്റ് രാജകുടുംബം സൗദിയിലേക്ക് പലായനം ചെയ്തു. രാജകുടുംബത്തിലെ ഫഹദ് അൽ സബ അടക്കം നിരവധി കുവൈറ്റികളേയും വിദേശികളേയും കൊന്നൊടുക്കിക്കൊണ്ടാണ് സദ്ദാം ഹുസൈന്റെ പട്ടാളക്കാർ കുവൈറ്റ് അധിനിവേശം നടത്തിയത്.

സമാധാനപരമായി ഇറാഖിനെ പിന്തിരിപ്പിക്കാനായി സൗദി രാജാവും മറ്റു ലോകനേതാക്കളുമെല്ലാം സദ്ദാമുമായി നിരന്തരം ചർച്ച നടത്തിയെങ്കിലും അദ്ദേഹം വഴങ്ങിയില്ല. യുദ്ധമില്ലാതെതന്നെ കുവൈറ്റ് മോചിപ്പിക്കാമെന്ന ഐക്യരാഷ്ട്രസഭയുടേയും ലോക നേതാക്കളുടെയും ശ്രമവും ഒരിക്കലും നടക്കില്ലെന്ന് കരുതി, അമേരിക്കൻ പ്രസിഡന്റ് ജോർജ് ഹെർബർട്ട് വാൾക്കർ ബുഷ് അമേരിക്കൻ സൈനികരോടൊപ്പം സഖ്യരാഷ്ട്രങ്ങളുടെ സേനയേയും കൂട്ടി 1991 ഫെബ്രുവരി 26ന് കുവൈറ്റ് മോചിപ്പിക്കുകയായിരുന്നു. ലോകത്ത് എണ്ണ ഉൽപ്പാദനത്തിൽ അഞ്ചാംസ്ഥാനത്തുള്ള കുവൈറ്റിന്റെ കറൻസിക്കുതന്നെയാണ് ഏറ്റവും കൂടിയ മൂല്യമുള്ളത്.

എണ്ണയുടെയും പ്രകൃതിവാതകങ്ങളുടെയും കലവറകളിൽ നിന്നൂറ്റിയെടുക്കുന്ന ഇന്ധനങ്ങൾ വിറ്റുകിട്ടുന്ന പണം രാജ്യത്തിന്റെ വികസനത്തിനും ജനക്ഷേമത്തിനും വേണ്ടി പ്രയോജനപ്പെടുത്തുന്നതുകൊണ്ടാണ് ദാരിദ്ര്യനിർമ്മാർജ്ജനം നടത്താനും എല്ലാവർക്കും ഭക്ഷണവും പാർപ്പിടവും വിദ്യാഭ്യാസവും ആരോഗ്യസംരക്ഷണവും നൽകി പുതുതലമുറയെ വാർത്തെടുക്കാനും സാധിച്ചത്. ജനങ്ങളുടെ തലയിൽ നികുതിഭാരംപോലും കെട്ടിവെക്കാത്ത ഒരു ക്ഷേമ രാഷ്ട്രമാണ് കുവൈറ്റ്. തൊണ്ണൂറ്റി ഒമ്പത് ശതമാനം ഇസ്ലാം മതവിശ്വാസികളുള്ള രാജ്യത്ത് മറ്റു മതവിഭാഗങ്ങൾക്കും പരിഗണനയും സ്വാതന്ത്ര്യവും നൽകുന്നു. പ്രത്യേകിച്ച് ക്രിസ്ത്യൻ മതവിഭാഗങ്ങൾക്ക്. 1938ൽ എണ്ണ ഖനനത്തിനുശേഷം ജോലി തേടിയെത്തിയതിൽ ബഹുഭൂരിപക്ഷവും ക്രിസ്ത്യാനികളായിരുന്നു. ആദ്യകാലങ്ങളിൽതന്നെ അവിടെ മാർത്തോമാ സഭയും ദേവാലയങ്ങളും സ്ഥാപിതമായിട്ടുണ്ട്.

അറേബ്യൻ ഗൾഫ് രാജ്യങ്ങളിൽ ജനാധിപത്യ രീതിയിൽ തെരഞ്ഞെടുക്കുന്ന അംഗങ്ങളാണ് ഇവിടത്തെ ഭരണകർത്താക്കൾ. ഭരണകർത്താവിനെ അമീർ എന്നും സഭയെ 'മജ്ലിസ് അൽ ഉമ്മ' എന്നുമാണ് പറയുക. കുവൈറ്റിന്റെ തലസ്ഥാനമായ കുവൈറ്റ് സിറ്റിയെ സർഖ്, ദസ്മാൻ, മിർഖാസ്, സാൽഹിയ, ഖിബ്ല എന്നീ അഞ്ച് ജില്ലകളായി തരംതിരിച്ചിട്ടുണ്ട്.

എട്ടുലക്ഷത്തി ഇരുപതിനായിരത്തിലധികം ഇന്ത്യക്കാർ ഇവിടെ താമസിക്കുന്നതായി പറയപ്പെടുന്നു. ഇതിൽ കൂടുതലും മലയാളികളാണ്. ഈജിപ്ത്, സിറിയ, ലെബനോൻ, പാക്കിസ്ഥാൻ, ഫലസ്തീൻ എന്നീ രാജ്യങ്ങളിൽ നിന്നുമുള്ളവരും കുറവല്ല. എന്നാൽ ഇറാഖ് അധിനിവേശകാലത്ത് ഫലസ്തീനികൾ സദ്ദാമിനോടൊപ്പം നിന്ന് കുവൈറ്റിനെതിരെ പ്രവർത്തിച്ചതിന്റെ പേരിൽ പിന്നീട് വന്ന സർക്കാർ പലസ്തീനികളെ നാടുകടത്തി. പാർക്കുകളും കടലോരങ്ങളും മൃഗശാലകളും മറ്റുമായി വിനോദസഞ്ചാരകേന്ദ്രങ്ങളും

ഉണ്ടെങ്കിലും ഷർഖ് കടലോരത്തായി സ്ഥിതിചെയ്യുന്ന കുവൈറ്റ് ടവർ തന്നെയാണ് ഈ കൊച്ചു രാജ്യത്തിന്റെ പ്രതിബിംബമായി തല ഉയർത്തി നിൽക്കുന്നത്.

ആരെയും ആകർഷിക്കുന്ന രൂപഭംഗികളോടെ നിർമ്മിച്ചിട്ടുള്ള ഈ ഗോപുരം കുവൈറ്റിലെ ജനങ്ങൾക്ക് കുടിവെള്ളമെത്തിക്കാനുള്ള ഒരു ജലസംഭരണികൂടിയാണ്. 147 മീറ്റർ ഉയരമുള്ള ഈ ടാങ്കിൽ 4500 ക്യൂബിക് വെള്ളം ശേഖരിക്കാനുള്ള ശേഷിയുണ്ട്. രണ്ടാമത്തേതിൽ റസ്റ്റോറന്റും കഫത്തേരിയയും പ്രവർത്തിക്കുന്നു. ആധുനിക ശില്പവിദ്യയിലൂടെ പണിത, ആരേയും ആകർഷിക്കുന്ന നിർമ്മിതിയുള്ള ടവറുകളാണ് കുവൈറ്റിലെ ഏറ്റവും കൗതുകകരം.

നാഷണൽ ലിബറേഷൻ ടവറും ആകർഷകവും ഉയരത്തിൽ രണ്ടാമത്തെതുമാണ്. ഒഴിവുദിനങ്ങളിൽ സ്വദേശികളും വിദേശികളുമായ ധാരാളം വിനോദസഞ്ചാരിക്കളത്താറുണ്ട്. ഡൽഹിയിലെ കുത്തബ്മിനാർ പോലെ കുവൈറ്റിന്റെ ട്രേഡ്മാർക്കാണ് 1979ൽ നിർമ്മിച്ച ഈ ഗോപുരങ്ങൾ. രാജ്യത്തിന്റെ വിവിധ ഇടങ്ങളിലായി നാൽപ്പത്തിനാല് മ്യൂസിയങ്ങളുണ്ട്. കുവൈറ്റിന്റെ ചരിത്രം, രാജപരമ്പര, ഇസ്ലാമിക്ക് ആർട്ട്, ആധുനിക ശില്പകല, വിശ്വവിഖ്യാതമായ സാഹിത്യങ്ങൾ, ഖുർആൻ ലിഖിതങ്ങൾ, അറബ് സാഹിത്യം, ആയിരത്തിയൊന്ന് രാവുകൾ അടക്കം സമ്പന്നമായ അറബ് സംസ്കൃതിയെക്കുറിച്ച് പഠിക്കാൻ പറ്റിയ പാശ്ചാത്തലമാണ് ഈ മ്യൂസിയങ്ങളിലും നാഷണൽ ലൈബ്രറിയിലുമുള്ളത്.

ജലക്ഷാമം പരിഹരിക്കാൻ കടൽ ജലം ശുദ്ധീകരിച്ചു ജനങ്ങളിൽ എത്തിക്കുന്നതിനായി നാടിന്റെ വിവിധ ഭാഗങ്ങളിൽ നിർമ്മിച്ച മുപ്പത്തിമൂന്ന് വാട്ടർ ടവറുകളും കൗതുക കാഴ്ചയാണ്. 1927ൽ പണിത പർവ്വാനിയയിലെ കുവൈറ്റ് അന്താരാഷ്ട്ര വിമാനത്താവളത്തിൽ വലിയ വിമാനങ്ങൾക്കും വന്നിറങ്ങാനുള്ള സൗകര്യമുണ്ട്. 2001ൽ പുനർനിർമ്മാണം നടത്തി ഈ വിമാനത്താവളത്തിന് മോടി കൂട്ടി.

മീന അഹമ്മദി, മീന അബ്ദുല്ല, അൽസൂർ, ഷുവൈഖ്, ഷുഹൈബ, ദോഹ എന്നീ തുറമുഖങ്ങളാണ് ഉള്ളത്.

വിദ്യാഭ്യാസത്തിന് വളരെയേറെ പ്രാധാന്യം നൽകുന്ന കുവൈറ്റിൽ ധാരാളം വിദ്യാലയങ്ങൾ പ്രവർത്തിക്കുന്നുണ്ട്. ഇന്ത്യൻ വിദ്യാലയങ്ങളുമുണ്ട് ഇക്കൂട്ടത്തിൽ.1966 മുതൽ സർവ്വകലാശാല നിലവിൽ വന്ന ഗൾഫ് രാജ്യമാണ് കുവൈറ്റ്.

ആരോഗ്യമേഖലയിലും കുവൈറ്റ് വലിയ മുന്നേറ്റമാണ് നടത്തിയിട്ടുള്ളത്. 1949ൽ നാല്പത്തിയഞ്ച് കിടക്കകളും ഓപ്പറേഷൻ

തിയേറ്ററും അടങ്ങിയ അമേരിക്കൻ ഹോസ്പിറ്റൽ നിലവിൽ വന്നു. കുവൈറ്റ് ആരോഗ്യമന്ത്രാലയത്തിന്റെ കീഴിൽ എൺപത് പ്രാഥമിക ആരോഗ്യകേന്ദ്രങ്ങളും ആറ് അത്യന്താധുനിക ആശുപത്രികളും മുപ്പത്തിരണ്ട് പ്രത്യേക ആശുപത്രികളും കൂടാതെ അമീരി ഹോസ്പിറ്റൽ, സബാ ഹോസ്പിറ്റൽ, മുബാറക്ക് അൽകബീർ, ജഹ്റ, പർവ്വാനിയ തുടങ്ങിയ ഇരുപത്തിനാലു മണിക്കൂറും പ്രവർത്തിക്കുന്ന ആശുപത്രികൾക്കും പുറമെ രാജ്യത്തിന്റെ പല ഭാഗങ്ങളിലുമായി ഒട്ടേറെ സർക്കാർ-സ്വകാര്യ ആശുപത്രികളും പ്രവർത്തിക്കുന്നു. ■

കുവൈറ്റിലെ ആദ്യപുലരി

ഏകദേശം ആറുമണി കഴിഞ്ഞപ്പോൾ തന്നെ എമിഗ്രേഷൻ കഴിഞ്ഞ് എയർപോർട്ടിനകത്തെ വിസിറ്റിംഗ് റൂമിൽ ഇരിക്കുന്നവരുടെ കൂട്ടത്തിൽ ഞാനും ഇടം പിടിച്ചു. സെൻട്രൽ എ.സിയുടെ മരംകോച്ചുന്ന തണുപ്പിൽ ലോകത്തിന്റെ പല ഭാഗങ്ങളിൽ നിന്നെത്തിയവർ ആരും അധികമൊന്നും സംസാരിക്കാതെ ഏറെനേരം ഇരുന്നു. നാടിനെയും വീട്ടുകാരെയും ഓർത്തുകൊണ്ടിരിക്കവെ മെലിഞ്ഞുനീണ്ട ഒരു ചെറുപ്പക്കാരൻ കുവൈറ്റ് കാറ്ററിംഗ് കമ്പനിയിലേക്ക് വന്നവരെ സ്വീകരിക്കാനെത്തി. ഇംഗ്ലീഷിൽ സ്വാഗതമോതിക്കൊണ്ട് മാടി വിളിച്ചപ്പോൾ അദ്ദേഹത്തിന്നടുത്തേക്ക് പോയി. വാക്കുകൾക്ക് മലയാളച്ചുവയുള്ളതുകൊണ്ട് ചോദിച്ചപ്പോൾ പത്തനംതിട്ടക്കാരനായ ജോൺസനാണ്.

എയർപോർട്ട് കവാടത്തിന്റെ ചില്ലുവാതിൽ തുറന്ന് ഡ്രൈവർക്ക് പിന്നാലെ കുറച്ചു ദൂരെ പാർക്കു ചെയ്തിരുന്ന മിനി ബസ്സിലേക്ക് നടക്കുമ്പോൾ തീക്കാറ്റ് ആഞ്ഞടിക്കുന്നതുപോലെ തോന്നി. മൂക്കും ചെവിയും പൊള്ളിപ്പോയി. തലമുടിപോലും കരിഞ്ഞുപോകുമോ എന്ന ഭയത്തോടെ ബസിൽ കയറിയപ്പോൾ എ.സിയുടെ തണുപ്പ് ആശ്വാസമായി. ഹിന്ദിയിൽ പരസ്പരം സംസാരിച്ചുപരിചയപ്പെടുന്ന പതിനഞ്ചോളം പേർ വേറെയുമുണ്ടായിരുന്നു. ഹിന്ദി അറിയാത്ത ഞാൻ പരിചയപ്പെടലും സംഭാഷണങ്ങളുമെല്ലാം ഒരു ചെറുപുഞ്ചിരിയിൽ ഒതുക്കാൻ ശ്രമിച്ചു.

മിനുമിനുത്ത റോഡിലൂടെ വാഹനം അതിവേഗത്തിൽ ഓടിക്കൊണ്ടിരുന്നു. വൺവേ ട്രാഫിക് സിസ്റ്റമായിരുന്നു അവിടെ. ഒരു ഭാഗത്തുകൂടി വാഹനങ്ങൾ പോകുമ്പോൾ മറുഭാഗത്തുകൂടെയാണ് വാഹനങ്ങൾ വന്നുകൊണ്ടിരുന്നത്. ഇതിന് നടുവിലൂടെ കെട്ടിയുണ്ടാക്കിയ ഇടത്തിൽ വർണ്ണഭംഗിയുള്ള പൂക്കൾ നട്ടുപിടിപ്പിച്ചു വെച്ചിരിക്കുന്നു. നഗരപ്രദേശങ്ങളിലെ മിക്കയിടങ്ങളിലും പുല്ലും കൊച്ചുചെടികളും പൂക്കളും വെച്ച് സ്പ്രിംഗ്ളർ ഉപയോഗിച്ച് വെള്ളം

നനച്ചുകൊടുക്കുന്നു. വൃത്തിയായി സംരക്ഷിക്കുന്നതിന് ആവശ്യമായ ജോലിക്കാരുമുള്ളതിനാൽ നല്ല ഭംഗിയോടെ കാത്തുസൂക്ഷിക്കാൻ സാധിച്ചിട്ടുണ്ട്.

ഞങ്ങളെ കൊണ്ടുപോകുന്നത് ഏതോ മരുഭൂമിയിലേക്കാണെന്ന് കരുതിയിരുന്നെങ്കിലും പ്രതീക്ഷിച്ചതിലും ഭംഗിയുള്ള ഒരിടത്താണ് എത്തിയത്. തെരുവോരങ്ങളിൽ മൂന്നും നാലും നിലകളുള്ള കെട്ടിട സമുച്ചയങ്ങളും ഇടയ്ക്ക് മരുഭൂപ്രദേശങ്ങളുമായിരുന്നു. ഇതൊക്കെ കണ്ടുകൊണ്ട് കുറച്ചുദൂരം പിന്നിട്ടപ്പോൾ പുതുതായി നിർമ്മാണം പൂർത്തിയായ ഒരു ഇരുനിലക്കെട്ടിടത്തിന് പുറത്ത് ബസ് നിർത്തി. ഓരോരുത്തരും അവരവരുടെ പെട്ടിയും ബാഗും പിടിച്ചുകൊണ്ട് പുറത്തിറങ്ങി. അവിടെ പുഞ്ചിരിതൂകി നിന്നിരുന്ന ചെറുപ്പക്കാരന് ഞങ്ങളുടെ പാസ്പോർട്ടും വിസയും കൈമാറി ജോൺസൺ യാത്ര പറഞ്ഞുപോയതോടെ, ഞങ്ങളെ ഓരോരുത്തരെയും ഷെയ്ക്ഹാന്റ് തന്ന് പേരും നാടും ചോദിച്ചറിഞ്ഞശേഷം ഞാൻ ക്യാമ്പ് ബോസ് ഇബ്രാഹിം ഖലീൽ എന്ന് സ്വയം പരിചയപ്പെടുത്തിക്കൊണ്ട് ഞങ്ങൾക്ക് വേണ്ടി ഒരുക്കിവെച്ചിരിക്കുന്ന മുറികളിലേക്ക് കൊണ്ടുപോയി. ഓരോ മുറിയിലും രണ്ട് ഡബിൾകോട്ട് കട്ടിലുകൾ. കൂടാതെ ഓരോ എക്സ്ട്രാ ബെഡ്ഷീറ്റും പുതപ്പും സോപ്പും അവശ്യസാധനങ്ങളും അവരവരുടെ മാട്രസ്സിനു മുകളിൽതന്നെയുണ്ട്. ഒപ്പം സാധനങ്ങൾ സൂക്ഷിക്കാനുള്ള സ്റ്റീൽ അലമാരകളും.

എന്റെ കൂടെയുള്ള മധ്യവയസ്കൻ ബോംബെ ചെമ്പൂരിൽ സ്ഥിരതാമസമാക്കിയ പയ്യന്നൂർകാരൻ വിജയൻ, മറ്റു രണ്ടുപേർ എന്റെ സമപ്രായക്കാരായ പോണ്ടിച്ചേരി കാരയ്ക്കൽ സ്വദേശികളായ മഹമ്മൂദും സമീറുമാണ്. അതുകൊണ്ട് തന്നെ ഭാഷാപ്രശ്നംകൊണ്ട് ഒരു ബുദ്ധിമുട്ടും അനുഭവിക്കേണ്ടിവന്നിട്ടില്ല. മുമ്പ് ചെറുതായി നടത്തിയിരുന്ന കാറ്ററിംഗ് കമ്പനി വിപുലീകരിക്കാനായിരുന്നു ഞങ്ങളെ റിക്രൂട്ട് ചെയ്തത്. കുവൈറ്റിലെ വിദ്യാഭ്യാസമന്ത്രിയായിരുന്ന അബ്ദുൽ റഹ്മാൻ അൽ അവാദിയുടെ മരുമകൻ അബ്ദുൽ അസീസ് അൽ അവാദിയുടെ പേരിലുള്ള കെ.സി.സി. എന്ന കുവൈറ്റ് കാറ്ററിംഗ് കമ്പനിയുടെ പേഴ്സണൽ മാനേജർ ബ്രിട്ടീഷുകാരനായ ഡേവിഡ് ന്യൂട്ടനായിരുന്നു. അതുകൊണ്ടുതന്നെ ഇതിലെ എല്ലാ ജീവനക്കാർക്കും ഒരുവിധം നല്ല ആനുകൂല്യങ്ങൾ നൽകിയിരുന്നു.

ഓഫീസ് കാര്യങ്ങളിലും മാനേജ്മെന്റിലും ഉന്നതാധികാരമുണ്ടായിരുന്ന ആലപ്പുഴക്കാരായ രാജൻ ഡാനിയേലും തോമസും കമ്പനിയിലേക്ക് അവരുടെ നാട്ടിൽനിന്നും ധാരാളം ആളുകളെയാണ് കൊണ്ടുവന്നിട്ടുള്ളത്. ബോംബെയിൽനിന്ന് സലീംപാഷ അയച്ച

ചുരുക്കം ചിലർ ഒഴിച്ചാൽ നൂറുകണക്കിനാളുകളാണ് ആലപ്പുഴ, പത്തനംതിട്ട ജില്ലകളിൽ നിന്നായി എത്തിയിട്ടുള്ളത്. സ്വന്ത ക്കാരെയും ബന്ധുക്കളെയും നാട്ടുകാരെയുമെല്ലാം കൊണ്ടുവരു വാൻ കിട്ടിയ അവസരം അവർ ശരിക്കും മുതലാക്കി എന്നുപറയാം.

ഈജിപ്ത്, ശ്രീലങ്ക, ഫിലിപൈൻസ്, അൽജീരിയ തുടങ്ങിയ രാജ്യങ്ങളിൽനിന്നും കൊണ്ടുവന്ന ജീവനക്കാരുമുണ്ടായിരുന്നു. കൂടാതെ ലെബനോൺ, പലസ്തീൻ പൗരന്മാരെയും കുവൈറ്റിലെ ഓഫീസുവഴിയും മാനേജ്മെന്റ് തസ്തികകളിലേക്കുള്ള ആളു കളെയും വനിതാ ജീവനക്കാരെയും പ്രാദേശികമായും റിക്രൂട്ട് ചെയ്തിരുന്നു. കുവൈറ്റിലെ വിവിധ കമ്പനികൾക്കും ആശുപത്രി കൾക്കും സ്കൂളുകൾക്കും ഭക്ഷണം വിതരണം ചെയ്യുന്നതിന് പുറമെ സ്വന്തമായി റെസ്റ്റോറന്റുകളും സൂപ്പർമാർക്കറ്റുകളും കെ. സി.സിക്ക് ഉണ്ടായിരുന്നു. പിന്നീടത് പൊലീസിനും പട്ടാളത്തിനും വരെ ഭക്ഷണം നൽകുന്ന കുവൈറ്റിലെ ഏറ്റവും വലിയ കാറ്ററിംഗ് കമ്പനിയായി മാറി.

ഞങ്ങളെത്തി മാസങ്ങളോളം എനിക്ക് ജോലിയൊന്നുമില്ലായി രുന്നു. രാവിലെ എട്ട് മണിക്ക് ചായയും പലഹാരവും ഉച്ചഭക്ഷ ണവും ഡിന്നറും. സമയാസമയങ്ങളിൽ ഭക്ഷണം ഡൈനിംഗ് ഹാളിൽ എത്തും. ദിവസവും മെനു അനുസരിച്ചുള്ള വിവിധങ്ങളായ ഭക്ഷണങ്ങൾക്ക് പുറമെ, ഭക്ഷണം ചൂടാക്കണമെങ്കിൽ ഗ്യാസ് സിലിന്ററും പാത്രങ്ങളും അത്യാധുനികസംവിധാനങ്ങളോടുകൂടിയ കിച്ചണും ഇത് വൃത്തിയാക്കിവെക്കുന്ന ജോലിക്കാരും ഉണ്ടായി രുന്നു.

■

അസ്ഹാബിയ ക്യാമ്പിലെ ജീവിതം

കെ.സി.സി ജീവനക്കാർക്കായി, ഇരുനിലകളുള്ള വലിയ മൂന്ന് കെട്ടിടങ്ങൾ. അബ്ബാസിയ പ്രവിശ്യയുടെ കീഴിലുള്ള അസ്ഹാബിയയിലും ഇതിന് തൊട്ടടുത്തായി മുമ്പേ എത്തിയവർ താമസിക്കുന്ന ഒരു കെട്ടിടവും ഉണ്ടെന്നാണ് അറിഞ്ഞത്. ഇവയുടെ നിയന്ത്രണം ക്യാമ്പ് ബോസ് ഖലീലിനാണ്. എന്റെ റൂമിനുതൊട്ട് മുമ്പിലാണ് ഖലീലിന്റെ ഓഫീസും താമസസ്ഥലവും. പുതുതായി വന്നെത്തുന്നവരുടെയും താമസിക്കുന്നവരുടെയും സംശയങ്ങളും പരാതിയും പറയാനായി എത്തുന്നവരുടെയും ശബ്ദവും ബഹളവും എപ്പോഴും കേൾക്കാം.

എന്തെങ്കിലും പ്രശ്നവും പ്രയാസവുമുണ്ടായാൽ പെട്ടെന്നത് പരിഹരിക്കുന്നതിനും ആയിരത്തിലധികം ആളുകളിൽ ഓരോരുത്തരേയും പേര് വിളിച്ച് ഉറ്റമിത്രങ്ങളോടെന്നപോലെ സ്നേഹത്തോടെ ഇടപഴകാനും ഖലീലിന് പ്രത്യേക മിടുക്കാണ്. ഇംഗ്ലീഷും അറബിയും ഹിന്ദിയും ഒരുപോലെ സംസാരിക്കാനും പറഞ്ഞു മനസ്സിലാക്കാനുമുള്ള കഴിവും ഈ മനുഷ്യനെ എല്ലാവരുടെയും ഇഷ്ടക്കാരനാക്കി മാറ്റി.

പുതുതായി വരുന്നവരെ മെഡിക്കൽ ചെക്കപ്പിന് അയയ്ക്കുക, കാർഡ് കിട്ടിയാൽ അവർക്ക് വിസ അടിക്കാനായി പി.ആർ.ഒയെ ഏൽപ്പിക്കുക തുടങ്ങിയ പണികൾക്ക് പുറമെ ഹെഡ് ഓഫീസിൽ നിന്നും സർക്കുലർ വരുന്നതിനനുസരിച്ച് അതാത് ലൊക്കേഷനിലേക്ക് ജീവനക്കാരെ പറഞ്ഞുവിടുന്നതും ക്യാമ്പ് ബോസായിരുന്നു. തൊട്ടടുത്ത മുറികളിലെല്ലാം പുതുതായി വന്നവരിൽ മലയാളികളുണ്ടായിരുന്നു. തൃശ്ശൂർകാരൻ ജോർജ് ചേട്ടൻ, ആലപ്പുഴക്കാരൻ മമ്മദ്ക്ക, കൊല്ലക്കാരൻ കലാം, തലശ്ശേരിക്കാരായ അഹമ്മദ്ക്ക, കാദർ, മൊയ്തു തുടങ്ങിയവരെല്ലാം ബോംബെയിലെ ഏജൻസി

വഴി വന്നവരാണ്. കുറച്ചകലെ മറ്റൊരു ക്യാമ്പിൽ ഞങ്ങളേക്കാൾ മുമ്പേ സലീം പാഷയുടെ ഓഫീസിൽനിന്ന് വന്നവരുണ്ടെന്നറിഞ്ഞ് പിറകുവശത്തുള്ള റോഡിലൂടെ ഏകദേശ ലക്ഷ്യം വെച്ചുനടന്നു. ഞങ്ങൾ താമസിക്കുന്ന കെട്ടിടത്തിന് പിറകിൽ പൂഴിയിലൂടെ വാഹനങ്ങൾ പോകുന്ന ഒരു റഫ് റോഡ്. അതിന് മുമ്പിൽ മൂന്നു നിലകളിൽ ഒരേ രൂപത്തിലുള്ള കെട്ടിടങ്ങൾ. താഴെ കടമുറികളും അകത്തും മുകളിലും താമസസ്ഥലങ്ങളുമാണ്. ബാച്ച്ലർമാരും ഫാമിലിയും വെവ്വേറെ കെട്ടിടങ്ങളിലാണ് താമസിക്കുന്നത്. കൂടുതലും അറബ് വംശജരായ സിറിയ, ലബ്നാൻ, പലസ്തീൻ, ഇറാഖ് തുടങ്ങിയ രാജ്യങ്ങളിൽ നിന്നുള്ളവരാണ്. ഈ ഗല്ലിയിൽ മൂന്ന് ബക്കാലയും ഒരു റസ്റ്റോറന്റും ലോൺട്രി, ബാർബർ ഷോപ്പ്, ടൈലറിംഗ് തുടങ്ങിയ കടകളുമുണ്ട്. ഇതിൽ റെസ്റ്റോറന്റും ഒരു ബക്കാലയും കാസർകോട്ടുകാരുടേതാണ്. അവിടന്ന് ഒരു ചായയും കുടിച്ച് ഞാൻ മറ്റേ ക്യാമ്പിലേക്ക് നടന്നു.

കെട്ടിടത്തിന് മുമ്പിലെ ബക്കാലക്കാരനോട് ചോദിക്കാമെന്ന് വെച്ചപ്പോൾ ബോംബെയിൽ സലീം പാഷയുടെ ഓഫീസിന് മുമ്പിൽ വെച്ച് കണ്ട് പരിചയമുള്ള കൃഷ്ണന്റെ മുഖം. എന്നെ കണ്ടപ്പോൾ പുഞ്ചിരിച്ചുകൊണ്ട് പുറത്ത് വന്ന് കാര്യങ്ങൾ തിരക്കി. കാസർകോട്ടുകാരനാണെന്നറിഞ്ഞപ്പോൾ ഒരു നാട്ടുകാരനെ കണ്ടുമുട്ടിയ സന്തോഷത്തോടെ എന്നെ കൈപിടിച്ച് അകത്തേക്ക് കൊണ്ടുപോയി. അവിടെ പെരിയയിലെ കുഞ്ഞിരാമനും കെ. കൃഷ്ണനനും കണ്ണൂർകാരായ മോഹനൻ, വിമൽ, അനിൽ, കണ്ണൻ എന്നിവരും തൊട്ടടുത്ത റൂമുകളിലായി താമസിക്കുന്നവരേയും കണ്ട് ഏറെനേരം സംസാരിച്ചു. ചായകുടിച്ചു. കുറെ നേരത്തിനുശേഷം തിരിച്ചുവന്ന ഞാൻ പിന്നീട് അവിടത്തെ നിത്യസന്ദർശകനായി മാറി.

എത്തിയ വിവരം പരസ്പരം ഫോൺ ചെയ്ത് അറിയിക്കാൻ പോലും സാധിക്കാത്ത അക്കാലത്ത് കത്തിലൂടെ മാത്രമായിരുന്നു വിവരങ്ങൾ കൈമാറിയിരുന്നത്. കത്തെഴുതിയാൽ വീട്ടിൽ കിട്ടാൻ പത്തു ദിവസമെങ്കിലുമെടുക്കും. അത് കിട്ടി വായിച്ച് ഒരു എയർ മെയിൽ അല്ലെങ്കിൽ കവർ വാങ്ങി കടലാസിൽ എഴുതി ഒട്ടിച്ചു പോസ്റ്റ് ചെയ്ത് കത്ത് കൈകളിലെത്താൻ പതിനഞ്ചോ ഇരുപതോ ദിവസമെങ്കിലും വേണ്ടിവരും. അങ്ങനെയുള്ള കാലത്ത് ഏകാന്തതയുടെ വീർപ്പുമുട്ടലുകളോടെ കഴിയുമ്പോൾ നാട്ടുകാരെ കാണാൻ കഴിഞ്ഞതിൽ മനസ്സിൽ ആഹ്ലാദത്തിന്റെ പൂത്തിരി കത്തി.

ഞാൻ ജോലിക്ക് പോകാൻ തുടങ്ങിയതോടെ മിക്ക ദിവസങ്ങളിലും നാട്ടുകാരുടെ റൂമിൽ പോയിരുന്ന് സൊറ പറയുകയാണ് പതിവ്. താമസിക്കുന്നതിന് തൊട്ടുപിറകിലായി പെരിയക്കാരായ

മൂന്നാലുപേർ താമസിക്കുന്നുണ്ടെന്നും വെള്ളിയാഴ്ചകളിൽ പ്രാതൽ കഴിക്കാൻ രാവിലെ അവിടെ ചെല്ലാറുണ്ടെന്ന് കൂടെയുള്ളവർ പറഞ്ഞിരുന്നെങ്കിലും എന്നെ ക്ഷണിക്കാതെ പരിചയമില്ലാത്തിട ത്തേക്ക് പോകാൻ മടിയായതിനാൽ പോയില്ല. അങ്ങനെ റൂമിൽ കിടക്കുമ്പോഴാണ് തടിച്ച ഒരാൾ വന്ന് എന്നെ കൂട്ടിക്കൊണ്ട് പോയത്.

പെരിയ ബസാറിലെ ബാലകൃഷ്ണനനും കുമാരനും മറ്റുമാണ് അവിടെ താമസിച്ചിരുന്നത്. പുറത്ത് ഏതോ കമ്പനിയിൽ നല്ല ജോലി യിലുള്ള ഇവർ വെള്ളിയാഴ്ചകളിലെ അവധിദിനങ്ങളിൽ നല്ല നാടൻ ഭക്ഷണങ്ങളുണ്ടാക്കി അടുത്തുള്ള നാട്ടുകാരെയും വിളിച്ചുവരുത്തി കഴിക്കുകയും കൊടുക്കുകയും പതിവാണത്രെ. നല്ല നാടൻ ദോശയും തേങ്ങാച്ചമ്മന്തിയും ഫ്രഷ് പാലിൽ കാച്ചിയ ചായയും കഴിക്കുമ്പോൾ വീട്ടിൽനിന്ന് കഴിക്കുന്നതിന്റെ സ്വാദും സംതൃപ്തി യുമുണ്ടായി. പിന്നീട് ഒത്തിരി തവണ അവരുടെ റൂമിൽ പോയി കഴിച്ചിട്ടുണ്ടെങ്കിലും അഞ്ചാറ് മാസത്തിനുശഷം ഞാൻ ഫയലക്ക ദ്വീപിലേക്ക് സ്ഥലം മാറിപ്പോയതോടെ അതിനുള്ള അവസരവും നഷ്ടമായി. എന്നാലും അവർ നൽകിയ ഭക്ഷണത്തിന്റെ രുചിയും അവരോടുള്ള നന്ദിയും കടപ്പാടും മനസ്സിലിന്നും മായാതെ കിട ക്കുന്നു.

ഞങ്ങളുടെ ക്യാമ്പിൽനിന്ന് പുതുതായി വന്നവരിൽ പലരും ജോലിക്ക് പോകാൻ തുടങ്ങിയെങ്കിലും ഞാനടക്കം ബോംബെ യിൽ നിന്നെത്തിയവർക്ക് പണിയൊന്നുമില്ലാത്തതിനാൽ രാവിലെ ത്തന്നെ വന്നെത്തുന്ന ഖുബ്ബൂസ്, സമൂൻ ബ്രഡ് എന്നീ റൊട്ടികൾ ക്കൊപ്പം, മുട്ട, ജാം, ഹോഡ്റോഗ് എന്നിവയിലേതെങ്കിലും ചേർത്ത് ഇവ തിന്നും ചായ കുടിച്ചും കഥകൾ പറഞ്ഞും സമയം കഴിച്ചു കൂട്ടുമ്പോൾ, ഞാൻ നാട്ടിൽനിന്നു കൊണ്ടുവന്ന പുസ്തകങ്ങൾ വായിച്ച് എന്റേതായ ലോകത്ത് കഴിഞ്ഞുകൂടും. സായാഹ്നങ്ങളിൽ ഞങ്ങളുടെ കെട്ടിടത്തിന് മുമ്പിലുള്ള അരമതിലിൽ കേറിയിരുന്നു സൊറ പറയുന്നവരുടെ അടുത്തിരുന്ന് അവരുടെ സംഭാഷണങ്ങൾ കേൾക്കും.

അങ്ങനെ വൈകുന്നേരങ്ങളിൽ സൊറ പറഞ്ഞിരുന്ന ഒരു ദിവസം കാറ്റടിക്കാൻ തുടങ്ങി. ചെറിയ ചാറ്റൽ മഴയും. ഇത്തിരി സമയം കഴിയുമ്പോഴേക്കും കാറ്റിന് ശക്തി കൂടി, പൊടിയും മണലും മൂക്കിലും ചെവിയിലും കണ്ണിലും തുളച്ചുകയറാൻ തുടങ്ങി. ഞങ്ങളുടെ വീടിന്റെ വാതിലുകളും ജനാലകളും കാറ്റിന്റെ ശക്തിയിൽ അടഞ്ഞും തുറന്നും ശബ്ദകോലാഹലങ്ങളുണ്ടാക്കി. പൊടിപടലങ്ങൾകൊണ്ട്

അടുത്തിരിക്കുന്ന ആളെപ്പോലും കാണാൻ പറ്റാഞ്ഞപ്പോൾ വല്ലാത്ത പേടിതോന്നി. ഇതെന്തുപറ്റി, നിനച്ചിരിക്കാതെ ഇങ്ങനെയൊരു കൊടുങ്കാറ്റ്. കെട്ടിടംതന്നെ തകർന്നുവീഴുമോ? ഇവിടെതന്നെ ഇരുന്നാൽ ഞാൻ ഈ കാറ്റത്ത് മരുഭൂമിയിൽനിന്ന് അങ്ങ് അജ്ഞത തയിലേക്ക് പാറിപ്പോകുമോ എന്നൊക്കെ ചിന്തിച്ചുകൊണ്ട് പടച്ച വനെ മനസ്സിൽകരുതി പ്രാർത്ഥിച്ച് ശക്തികളും സംഭരിച്ച് മുറിയി ലേക്ക് ഒരൊറ്റ ഓട്ടം. അവിടെച്ചെന്ന് എന്റെ കട്ടിലിൽ കമിഴ്ന്നു കിടന്നു.

ഇന്ന് വ്യാഴാഴ്ച വൈകുന്നേരമാണ്. വെള്ളിയാഴ്ച രാവിലായി രിക്കും ഖിയാമം നാളടുക്കുക എന്ന് പണ്ട് ഇസ്മാഈൽ മൊയ്ലി യാർ മതപ്രസംഗത്തിൽ പറഞ്ഞതിന്റെ ഓർമ്മ മനസ്സിൽ തികട്ടി വന്നു. അതേ, ഇന്ന് വെള്ളിയാഴ്ച രാവ് തന്നെ. അപ്പോൾ ഇത് ലോകാവസാനം തന്നെ. ഇസ്റാഫീൽ മാലാഖ സൂർ എന്ന കാഹളം മുഴക്കുന്നതിന്റെ ശബ്ദവും കാറ്റും തന്നെയാണിത്. ഈ മരുഭൂമി യിൽ കിടന്നു മരിക്കാനായിരിക്കും എന്റെ വിധി. ഒരു നിമിഷം ഉപ്പയും ഉമ്മയും കുടുംബക്കാരും ബന്ധുമിത്രാദികളും ചങ്ങാതി മാരുമെല്ലാം മനസ്സിൽ തെളിഞ്ഞു.

■

മരുഭൂമിയിൽ ഹോമിച്ച ജീവിതങ്ങൾ

ഗൾഫ് കുടിയേറ്റത്തെ ലോകജനത ആവേശത്തോടെ ഏറ്റെടുത്തിരുന്നതുകൊണ്ട് ബോംബെയിൽ നിന്നും നാട്ടിൽനിന്നുമൊക്കെ പലരും ഞങ്ങളുടെ കമ്പനിയിലെത്തിക്കൊണ്ടിരുന്നു. അവരിൽ ചിലരെക്കുറിച്ചുള്ള ഓർമ്മകൾ ഇവിടെ പങ്കുവെക്കാം.

ബോംബെയിൽനിന്ന് ഹെവി ഡ്രൈവറുടെ വിസയിലെത്തിയ നിയാസ്ഖാന് ആദ്യടെസ്റ്റിൽതന്നെ ഡ്രൈവിംഗ് ലൈസൻസ് കിട്ടി. സൗദിയിലും ഖത്തറിലും മറ്റു ഗൾഫ് നാടുകളിലും പോയിട്ടുള്ള, നീണ്ടു തടിച്ച ശരീരപ്രകൃതിയുള്ള നിയാസ്ഖാൻ കമ്പനിയാവശ്യങ്ങൾക്കായി പലവഴി ഓടി വളരെ വൈകിമാത്രമേ റൂമിലെത്താറുള്ളൂ. ആരുമായും എളുപ്പത്തിൽ പരിചയപ്പെടാനും ബന്ധം സ്ഥാപിക്കാനുമൊക്കെ ബഹുമിടുക്കനായിരുന്നു ഖാൻ.

ഹിന്ദിപ്പാട്ടുകൾ പാടി നർമ്മരസത്തോടെ എല്ലാവരുമായി ഇടപെട്ടിരുന്ന ഖാൻ ഏകദേശം രണ്ടോ മൂന്നോ മാസം കഴിഞ്ഞപ്പോൾ ജോലി രാജിവെച്ച് നാട്ടിൽ പോകാനൊരുങ്ങി. വിവരം അറിഞ്ഞപ്പോൾ ഞാൻ ചോദിച്ചു. ‘‘സാമാന്യം തെറ്റില്ലാത്ത ജോലി വേണ്ടെന്ന് വെച്ച് ഇത്ര പെട്ടെന്ന് പോകുന്നെങ്കിൽ പിന്നെന്തിനാണ് ഇങ്ങോട്ട് വന്നത്?” എന്റെ ചോദ്യത്തിന് മുമ്പിൽ കുണുങ്ങിച്ചിരിച്ചുകൊണ്ട് നിയാസ്ഖാൻ...

“മേരാ കാം കലാസ്...” എന്നുപറഞ്ഞു സന്തോഷത്തോടെ ഒന്നുകൂടി ചിരിച്ചു. എങ്കിലും ഈ തിരിച്ചുപോക്കിന്റെ കാര്യം ഞങ്ങൾ പലപ്പോഴും ചർച്ചചെയ്തുകൊണ്ടേയിരുന്നു. അങ്ങനെ മാസങ്ങൾക്കുശേഷം ഹസ്സൻബായിയാണ് നിയാസ്ഖാന്റെ തിരിച്ചുപോക്കിന്റെ രഹസ്യം പുറത്തുവിട്ടത്.

ബോംബെയിലെ ഏജൻസി വഴി നൂറുകണക്കിനാളുകൾ ഗൾഫ് രാജ്യങ്ങളിലെ കമ്പനികളിലേക്ക് വരുമ്പോൾ പാവപ്പെട്ട

തൊഴിലാളികളെ ഇരുരാജ്യങ്ങളിലും വേണ്ടത്ര എമിഗ്രേഷൻ പരിശോധനകൾക്ക് വിധേയമാക്കാറില്ല. അതിനാൽ ബോംബെയിലെ മയക്കുമരുന്നുലോബികൾ അവരുടെ ആളുകളെയും ഇക്കൂട്ടത്തിൽ കയറ്റിവിട്ട് കിലോകണക്കിന് ലഹരിവസ്തുക്കൾ കടത്തും. ഇവിടെയെത്തി അവർപറയുന്ന ആളുകൾക്ക് കൈമാറുമ്പോൾ, കടത്തുകാരുടെ സ്വന്തക്കാർക്ക് വൻതുക കൈമാറുന്നതോടെ അവരുടെ ജോലി കഴിഞ്ഞു. വർഷങ്ങളോളം ഇവിടെ കഷ്ടപ്പെടുന്നതിന് പകരം വലിയതുക വളഞ്ഞ വഴിയിലൂടെ ഒപ്പിച്ചെടുത്ത് അവർ പോകും. അതാണ് നിയാസ് ഖാനും ചെയ്തത്.

വളരെ ചെറുപ്പത്തിൽതന്നെ ബോംബെയിലെത്തിയ ഹസ്സൻ ബായി മഹാനഗരത്തിന്റെ മുക്കുംമൂലകളും മാത്രമല്ല, അവരുടെ സ്വഭാവങ്ങളും തരികിട ഏർപ്പാടുകളുമെല്ലാം ശരിക്കും പഠിച്ചിരുന്നു.

പാർലെ-ജി ബിസ്കറ്റ് കമ്പനിയിലും ആർ.കെ. സ്റ്റുഡിയോവിലും വിവിധ ഹോട്ടലുകളിലും മാറിമാറി പണിയെടുത്തു. കാശ് കൈയിൽ വരുമ്പോൾ പൂനെ, ഗോവ, ഹൈദ്രാബാദ്, ലഖ്നൗ, ആഗ്ര, ഡൽഹി, കൽക്കത്ത, ഹിമാചൽ പ്രദേശ്, ലഡാക്ക്, ജമ്മു, കശ്മീർ, മദ്രാസ് എന്നിങ്ങനെ ഇന്ത്യയിലെ വിവിധ നഗരങ്ങളിൽ കറങ്ങി ജോലിചെയ്ത് സുഖിച്ചു ജീവിച്ചിരുന്ന ഹസ്സൻബായി ആ കാലത്തിന്റെ കഥകൾ പറഞ്ഞും സന്ദർഭത്തിനനുസരിച്ച് റഫിയുടെയും കിഷോറിന്റെയും ഗാനങ്ങൾ ആലപിച്ചും ഹിന്ദി സിനിമകളിലെ കോമഡി വാക്കുകളും പഴഞ്ചൊല്ലുകളും പറഞ്ഞും കൂടെ ജോലി ചെയ്യുന്നവരെ രസിപ്പിച്ചും ചിരിപ്പിച്ചും ഞങ്ങളുടെ ഇഷ്ടപ്പെട്ട ഒരു ഹാസ്യസമ്രാട്ടായിരുന്നു. തന്റെ ബോംബെ ജീവിതം ആരെയും കൂസാതെ 'തല്ലിന് തല്ല് കുത്തിന് കുത്ത്' എന്നായിരുന്നു തന്റെ ചോരത്തിളപ്പിന്റെ കാലത്തെ ജീവിതമെന്ന് പലപ്പോഴും അദ്ദേഹം പറഞ്ഞിട്ടുണ്ട്.

ഒരു കുട്ടിദാദയായിരുന്ന ഹസ്സൻബായി ഉലകം ചുറ്റിവന്ന് ബോംബെയിലെത്തിയപ്പോഴായിരുന്നു നാട്ടുകാരനായ ഹോട്ടലുടമയ്ക്ക് പെട്ടെന്ന് നാട്ടിൽ പോകേണ്ടിവന്നത്. ഹസ്സൻ ബായിയോട് കട നോക്കിക്കൊള്ളാൻ പറഞ്ഞ കൂട്ടത്തിൽ ഗല്ലിദാദ മുനീർ ബായിയെ വെറുപ്പിക്കരുതെന്ന് പ്രത്യേകം ഓർമ്മപ്പെടുത്തി. ഹസ്സൻ ബായി ഹോട്ടലിൽ ചാർജ്ജെടുത്ത് ഒരാഴ്ച കഴിഞ്ഞപ്പോൾ മുനീർ ബായിയും പത്തോളമുള്ള സംഘവും ഹോട്ടലിൽ വന്നു നന്നായി ഫുഡടിച്ചു കാശു കൊടുക്കാതെ ഇറങ്ങിയപ്പോൾ ഹസ്സൻ ബായി കാശ് ചോദിച്ചതും "സാലെ ബെയിൻചൂത്ത്.... ക്യാമൻത്തെ" എന്ന് ഗാംഭീര്യത്തോടെയുള്ള ചോദ്യം കേട്ട് തിരിഞ്ഞുനോക്കുമ്പോഴേക്കും കഴുത്തിൽ ശക്തമായ ഒരു ഇടിവന്നുപതിച്ചിരുന്നു. ഇതോടെ

മറ്റൊന്നും ചിന്തിക്കാതെ ക്യാഷ് കൗണ്ടറിനടുത്ത് കരുതിവെച്ചിരുന്ന ഇരുമ്പുദണ്ഡെടുത്ത് കണ്ണുംചിമ്മി വീശിയടിക്കാൻ തുടങ്ങി. ഗുണ്ടാസംഘത്തിലുണ്ടായിരുന്നവരുടെ തലപൊട്ടി രക്തം ചിതറി. ശബ്ദകോലാഹലങ്ങൾക്കിടയിൽ കടയിലുണ്ടായിരുന്നവർ ഇറങ്ങിയോടി. ജോലിക്കാർ പേടിച്ചുവിറച്ചു. ഗല്ലിയിലെ ശക്തനും ക്രൂരനുമായ മുനീർബായിയെയാണ് നോവിച്ചുവിട്ടിരിക്കുന്നത്. ഇനി ഇവിടെ എന്തൊക്കെയാണ് സംഭവിക്കുക. മുനീർ ബായിയെക്കുറിച്ച് നന്നായി അറിയാവുന്ന കടയിലെ ജോലിക്കാരും അടുത്തുള്ള കടക്കാരും ഹസ്സൻബായിയോട് എവിടെയെങ്കിലും പോയി രക്ഷപ്പെട്ടുകൊള്ളാൻ ഉപദേശിച്ചുവെങ്കിലും അതിനൊന്നും ചെവികൊടുക്കാതെ പേടിച്ചോടുന്ന പ്രശ്നമേയില്ലെന്ന വാശിയിൽ അദ്ദേഹം അവിടെത്തന്നെ ഉറച്ചുനിന്നു.

ഹോട്ടലിൽ ചായ അടിക്കുന്ന ആളൊഴികെ മറ്റുള്ളവരെല്ലാം ഗുണ്ടകൾ തിരിച്ചുവരുമെന്ന ഭയംകൊണ്ട് സ്ഥലംവിട്ടു. സന്ധ്യമയങ്ങിയതോടെ മുനീർബായിയും മൂന്നു കൂട്ടാളികളും കടയിലേക്കു വന്ന് ഹസ്സൻ ബായിയോട് സലാം പറഞ്ഞു ഷെയ്ക്ഹാന്റ് കൊടുത്ത് ജുബ്ബയുടെ പോക്കറ്റിൽനിന്നും രാവിലെ കഴിച്ച ഭക്ഷണത്തിന്റെ കാശ് കൊടുത്തതോടെ ഹസ്സൻബായി ഗല്ലിയുടെ മറ്റൊരു ദാദയും ആളുകളുടെ പേടിസ്വപ്നവുമായി മാറി.

കഴിഞ്ഞകാലാനുഭവങ്ങൾ ഓർത്തെടുത്ത് പങ്കുവെക്കലാണ് അക്കാലത്തെ പ്രവാസികളുടെ പ്രധാന ഹോബി. പിന്നീടാണ് ചിലർ പണം സ്വരൂപിച്ച് ടെലിവിഷനും വി.സി.ആറും വാങ്ങി വാടകയ്ക്ക് വീഡിയോ കാസറ്റുകളെടുത്ത് കാണുന്ന പതിവുതുടങ്ങിയത്. കടകളിൽനിന്നും മാസവാടകയ്ക്ക് ഓഡിയോ, വീഡിയോ കാസറ്റ് കൊടുക്കുമായിരുന്നു. അതിനുള്ള തുക സ്വരൂപിച്ചെടുക്കാനായി ഒരു ലീഡറുമുണ്ടാകും. രാത്രിഭക്ഷണത്തിനുശേഷം സിനിമകളും ഡാൻസും പാട്ടും അടങ്ങിയ കാസറ്റുകൾ ഇട്ട് വൈകുവോളം കണ്ടിരിക്കും.

■

തണുപ്പുകാലം വരവായി

ജഹ്റയ്ക്കും അപ്പുറത്ത് മരുഭൂമിയിലൂടെ ഇരുപത് മിനിറ്റോളം സഞ്ചരിച്ചാൽ കാണുന്നതാണ് കുവൈറ്റ് ഓയിൽ കമ്പനി (കെ.ഒ. സി). കമ്പനിയുടെ ഓയിൽ റിഫൈനറിക്യാമ്പിൽ പണിയെടുത്തിരുന്നപ്പോൾ ഒരു സായംസന്ധ്യയിൽ പൊടുന്നനെ കാറ്റടിക്കാൻ തുടങ്ങി. രണ്ടുമൂന്നു മുറികളുള്ള താൽക്കാലിക ഭവനങ്ങളിലായിരുന്നു ഞങ്ങളുടെ താമസം. വൈകുന്നേരങ്ങളിൽ പുറത്തിറങ്ങി അല്പം നടക്കുകയും തൊട്ടുമുമ്പിലുള്ള ഗാർഡനിലെ സിമന്റ് ബെഞ്ചിലിരുന്നു കഥകൾ പറയുകയുമൊക്കെയായിരുന്നു അക്കാലത്തെ പ്രധാന ഹോബികൾ.

അങ്ങനെ അവിടെ ഇളംചൂടേറ്റിരുന്നു വർത്തമാനങ്ങൾ പറഞ്ഞുകൊണ്ടിരിക്കുമ്പോഴാണ് കാറ്റടിക്കാൻ തുടങ്ങിയത്. ചെറുതായി വന്ന ഇളംതെന്നൽ പൊടുന്നനെ രൗദ്രഭാവം പൂണ്ട് ചുഴലിക്കാറ്റായി മാറി. ചപ്പുചവറുകളും കടലാസ്സ് കഷണങ്ങളുമെല്ലാം ആകാശത്തിലൂടെ പാറിപ്പറന്നു. കൂടാതെ മണൽത്തരികൾ കണ്ണിലും ചെവിയിലും മൂക്കിലുമെല്ലാം കയറിക്കൊണ്ടിരിക്കവെ ഓരോരുത്തരും എഴുന്നേറ്റ് താമസസ്ഥലത്തേക്ക് ഓടിക്കയറി കതകടച്ചു. മാറിവരുന്ന കാലാവസ്ഥയുടെ മുന്നറിയിപ്പായ പൊടിക്കാറ്റ് ഒരാഴ്ചയിൽ കൂടുതൽ നീണ്ടുനിന്നു. ഇടയ്ക്ക് ഒന്നുരണ്ട് മഴപെയ്തതോടെ പൊടിക്കാറ്റിന് അല്പം ശമനമുണ്ടായി. തുടർന്ന് സുഖകരമായ ഇളംകാറ്റടിക്കാൻ തുടങ്ങി. ഇനിയങ്ങോട്ട് തണുപ്പുകാലമാണ്. എല്ലാവരും മുന്നൊരുക്കങ്ങൾ തുടങ്ങി. ഓരോരുത്തരും ഒഴിവുദിവസങ്ങളിൽ ടൗണിൽപ്പോയി റൂം ഹീറ്ററും മങ്കിസ്യൂട്ടും സ്വെറ്ററും തൊപ്പിയും സോക്സുമെല്ലാം വാങ്ങി. തണുപ്പിനെ പ്രതിരോധിക്കാനുള്ള എല്ലാ സന്നാഹങ്ങളുമൊരുക്കി.

പിന്നീടുള്ള ദിവസങ്ങളിൽ വീശിയടിച്ച കാറ്റിന് തണുപ്പ് കൂടിക്കൊണ്ടേയിരുന്നു. വെള്ളവും മണലും തണുത്തുതുടങ്ങി. ബാത്ത്റൂമിലെ ഹീറ്ററിൽനിന്ന് ചൂടുവെള്ളം കിട്ടാനായി ഓരോരുത്തരും

നേരത്തെ ഉണർന്ന് പ്രഭാതകൃത്യങ്ങൾ നടത്തി. കട്ടൻചായ ചൂടാക്കി ക്കുടിച്ച് റൂംഹീറ്ററിന്റെ ചൂടിൽ ഇരിക്കാൻ തുടങ്ങി.

നാളുകൾ കഴിയുന്തോറും തണുപ്പ് കൂടിക്കൊണ്ടേയിരുന്നു. മങ്കി സ്യൂട്ട് ധരിച്ച് തലയിൽ തൊപ്പിവെച്ച് റൂം ഹീറ്റർ ഓൺചെയ്ത് കമ്പിളിപ്പുതപ്പും മൂടിപ്പുതച്ചുകിടന്നുറങ്ങുമ്പോഴും അതിനിടയിലൂടെ തണുപ്പ് അരിച്ചരിച്ച് തുളച്ചുകയറി. ആറാംക്ലാസിൽ ശാരദ ടീച്ച റുടെ മലയാളം ക്ലാസിൽ പാടിപ്പഠിപ്പിച്ച "തീക്കുംതന്നുള്ളിലെ തോന്നിത്തുടങ്ങിന തീക്കായവേണമെനിക്കുമെന്ന്..." എന്ന ചെറു ശ്ശേരിയുടെ കൃഷ്ണഗാഥയിലെ വരികൾ എന്റെ മനസ്സിൽ തെളിഞ്ഞുകൊണ്ടിരുന്നു.

കഠിനമായ തണുപ്പേറ്റ് വിരഹനൊമ്പരങ്ങളാൽ നാടിനെ കിനാവു കണ്ടുകൊണ്ട് മൂടിപ്പുതച്ചു കിടക്കുമ്പോഴായിരിക്കും കട്ടൻചായയുമിട്ട് ശിവരാമൻപിള്ള വന്ന് വിളിക്കാറ്. ഞങ്ങളുടെ കൂട്ടത്തിൽ പ്രായം ചെന്ന ആളാണ് ആലപ്പുഴ ചമ്പക്കുളത്തുകാരനായ പിള്ള. അദ്ദേഹ ത്തിന്റെ രസകരമായ അനുഭവങ്ങൾ കേട്ടിരിക്കാനാണ് എന്നേയും മുരളിയേയും ജേക്കബ്ബിനേയും ഹനീഫ റാവുത്തറേയും രാജപ്പനേ യുമെല്ലാം ചായ കുടിപ്പിച്ചുകൊണ്ട് ഒപ്പം കൂട്ടാറുള്ളത്. സെക്സിന്റെ മേമ്പൊടി ചേർത്ത് അദ്ദേഹം പറയാറുള്ള കഥകൾ ഞങ്ങളിൽ ആന ന്ദവും ആവേശവും കൊള്ളിച്ചിരുന്നു. അതുകൊണ്ടുതന്നെ വർഷ ങ്ങൾ പലതുകഴിഞ്ഞിട്ടും മനസ്സിന്റെ അകത്തളങ്ങളിൽ ഇപ്പോഴും അവ മായാതെ കിടക്കുന്നുണ്ട്.

അറ്റമില്ലാത്ത ഭൂസ്വത്തുള്ള കുഞ്ചൻപിള്ളയുടെ നാലാൺ മക്കളിൽ മൂത്ത മണിയൻപിള്ള സരസമ്മയ്ക്ക് പുടവകൊടുത്തു. ഭൂമിയും സ്വത്തും നശിച്ചുപോകാതിരിക്കാനായി കുഞ്ചൻപിള്ള മറ്റു മക്കളെക്കൊണ്ട് കല്യാണം കഴിപ്പിക്കാതെ, മണ്ണിലും പെണ്ണിലും ഒരുപോലെ അവകാശം പങ്കുവെച്ച് സരസമ്മയുമായി അങ്ങനെ കഴിഞ്ഞുപോവുകയായിരുന്നുവത്രെ. അവരുടെ മകനായിരുന്നു ഞങ്ങളുടെകൂടെ ജോലി ചെയ്തിരുന്ന ഉത്തമൻ എന്നും ശിവരാമൻ പിള്ള പറഞ്ഞു.

ബോട്ടുജെട്ടിക്കടുത്ത് പലചരക്കുകട നടത്തുന്ന പാക്കരൻ നായ രുടെ ഭാര്യ അമ്മിണിയുമായി ശിവരാമൻപിള്ള ലോഹ്യത്തിൽ ആയതും അവസാനം പിരിയാൻ കഴിയാത്ത അവസ്ഥയിലെത്തി യതും രസകരമായി പിള്ളയുടെ നാവിൽനിന്ന് കേൾക്കാൻ ഞങ്ങൾക്ക് നല്ല ആവേശമാണ്. ആറ്റുവക്കത്തുകൂടി കടയിൽ വരുന്ന ഒരു സന്ധ്യക്കാണ് കടവിൽ അമ്മിണി കുളിക്കുന്നത് കാണുന്നത്. പിള്ള ഒളിഞ്ഞിരുന്ന് ഏറെനേരം നോക്കിയിരുന്നു. അതൊരു രഹസ്യമായ തുടക്കമായിരുന്നു. ഒളിഞ്ഞിരുന്നു കുളി കാണുന്നത് പതിവാക്കിയ ശിവരാമൻപിള്ളയെ അമ്മിണി കൈയോടെ പിടികൂടി

വിരട്ടിവിട്ടെങ്കിലും ഇവർ തമ്മിലുള്ള അനുരാഗത്തിന്റെ തുടക്കമതായിരുന്നു.

അതിരാവിലെ ബോട്ടിൽ ആലപ്പുഴയിൽ പോയി കടയിലേക്കുള്ള സാധനങ്ങൾ കൊണ്ടുവരുന്ന പാക്കരൻനായർ രാവേറെ കഴിയും കടയടച്ച് വീട്ടിലെത്താൻ. അതിരാവിലെ കടയിൽ പോകാനുള്ളതിനാൽ വന്നാൽ ഉടൻ ഊണുകഴിച്ച് കിടന്നുറങ്ങും. ഇതൊരു നിത്യചര്യയായപ്പോൾ മനംമടുത്ത അമ്മിണിയുടെ ജീവിതം ഉഴുതുമറിച്ച് ദാമ്പത്യത്തിന്റെ ബാലപാഠങ്ങൾ പറഞ്ഞുകൊടുത്തതും അവളുടെ ജീവിതം പുഷ്പാവൃതമാക്കിയതും ശിവരാമൻപിള്ളയായിരുന്നു.

പാത്തും പതുങ്ങിയും അമ്മിണിയുടെ വീട്ടിലെത്താറുള്ള രാവുകൾ നിദ്രാവിഹീനങ്ങളായിരുന്നു. നമുക്ക് നാടുവിട്ടുപോകാമെന്ന ആശയം മുന്നോട്ടുവെച്ച അമ്മിണിയുടെ വാക്കുകൾ ആദ്യം സ്വീകാര്യമായി തോന്നിയെങ്കിലും പിന്നീട് രണ്ട് കുടുംബങ്ങളിൽ സംഭവിക്കുന്ന ദുരന്തങ്ങളോർത്ത് ഓരോ കാരണങ്ങൾ പറഞ്ഞു പിള്ള തന്നെ അത് നീട്ടിക്കൊണ്ടുപോയി.

വളരെ കരുതലോടെ സൂക്ഷിച്ചുനടത്തിയിരുന്ന അമ്മിണിയുമായുള്ള രഹസ്യബന്ധങ്ങൾ എങ്ങനെയോ നാട്ടുകാരുടെ കാതുകളിലെത്തി. ആദ്യം ഒരു പൊട്ടലും ചീറ്റലുമൊക്കെയുണ്ടായിരുന്നെങ്കിലും പിന്നീടെങ്ങനെയോ അത് കെട്ടടങ്ങി. രഹസ്യബന്ധത്തിന്റെ ഓർമ്മകൾ താലോലിക്കാൻ വേണ്ടി അമ്മിണിയുടെ ആശപോലെ പിറവിയെടുത്ത ലക്ഷ്മിക്കുട്ടി തന്റെ അതേ രൂപവും ഭാവവും നിറവും എല്ലാമെല്ലാം ഒത്തുചേർന്ന മോളാണെന്ന് പറഞ്ഞ് അദ്ദേഹം ആനന്ദക്കണ്ണീർ പൊഴിക്കും.

പൊടിപടലങ്ങൾ വീശിക്കൊണ്ട് ഒച്ചപ്പാടോടെ കടന്നുവരുന്ന കാലാവസ്ഥാവ്യതിയാനങ്ങൾക്കനുസരിച്ചുള്ള വേഷഭൂഷാദികൾ ആയിരിക്കും തദ്ദേശീയരായ കുവൈറ്റികളും പ്രവാസികളുമെല്ലാം ഉപയോഗിച്ചിരുന്നത്. തണുപ്പിനും ചൂടിനും അനുസരിച്ചുള്ള വസ്ത്രങ്ങളായിരിക്കും കടകളിലെത്തുക. ഇങ്ങനെ പ്രതികൂല കാലാവസ്ഥകളോട് മല്ലിട്ടാണ് ഓരോ പ്രവാസിയും പണിയെടുത്ത് പണമുണ്ടാക്കി നാട്ടിലേക്കയയ്ക്കുന്നത്. എന്നാൽ ആ ചിന്ത നാട്ടിലുള്ളവർക്കുണ്ടാവാറില്ലെന്നതാണ് പ്രവാസികളെ സംബന്ധിച്ച് ഏറെ വേദനാജനകം. നാടിന്റെ നറുമണമുള്ള ഓർമ്മകൾ മുന്നോട്ടു ഗമിക്കാനുള്ള ചാലകശക്തിയായി മാറുന്നതാണ് ഓരോ പ്രവാസിയുടെയും ഇന്ധനം.

■

ഞാൻ കണ്ട ആദ്യകാല കുവൈറ്റ് മലയാളി

അസ്ഹാബിയയിലെ മുറിക്കുള്ളിൽ ഇരുന്നും കിടന്നും വായിച്ചും മടുക്കുമ്പോൾ പുറത്തിറങ്ങി തൊട്ടടുത്ത ഗ്രോസറിയിൽനിന്ന് തണുത്ത പെപ്സിയും നൈസ് ബിസ്ക്കറ്റും വാങ്ങിക്കഴിച്ച് ചെറുപ്പക്കാരനായ കടക്കാരനോട് മിണ്ടിയും പറഞ്ഞുമങ്ങനെയിരിക്കും. ഞാനെത്തുന്നതിനും പത്തു വർഷംമുമ്പേ മണലാരണ്യത്തിൽ സൗഭാഗ്യം തേടിയെത്തിയ അബ്ദുൽറഹിമാനാണ്, ഞാൻ ആദ്യമായി കണ്ടുമുട്ടിയ കുവൈറ്റ് ഇന്ത്യക്കാരിൽ, ഓർമ്മയിൽ തങ്ങിനിൽക്കുന്നവരിൽ ഒരാൾ.

1950കളിൽ ഹോട്ടൽ വ്യവസായികളായി കുവൈറ്റിലെത്തിയ സാൽമിയയിലെ അൽ-സലാമ റെസ്റ്റോറന്റ് ഉടമ അബ്ദുൽറഹ്മാനും സഹോദരനും കാസർകോട് തളങ്കരസ്വദേശികളായിരുന്നു. ഖൈത്താനിലെ ഫരീദ റസ്റ്റോറന്റ് ഉടമ സി.ഐ.ഡി ഇസ്മാഈലും കാസർകോട്ടുകാരനായിരുന്നു. അവരുടെ സ്ഥാപനങ്ങൾ കണ്ടിട്ടുണ്ടെങ്കിലും അവരൊന്നും ഇന്ന് ജീവിച്ചിരിപ്പില്ല.

1970 ആദ്യം കുവൈറ്റിലെത്തിയതാണ് കാഞ്ഞങ്ങാടിനടുത്തെ അതിഞ്ഞാൽ സ്വദേശി കെ.ബി. അബ്ദുൽ റഹ്മാൻ ഹാജി. മരം കോച്ചുന്ന തണുപ്പിനോടും അത്യുഷ്ണത്തോടും പൊടിക്കാറ്റിനോടും അന്നത്തെ കുവൈറ്റിലെ പരുക്കൻ കാലാവസ്ഥയോടും മല്ലിട്ടാണ് അദ്ധ്വാനത്തിലൂടെ സ്വരൂപിച്ചതും ബന്ധുക്കളിൽനിന്നും ചങ്ങാതിമാരിൽനിന്നും കടംവാങ്ങിയും കുറിവിളിച്ചും തട്ടിക്കൂട്ടിയ കാശുകൊണ്ട് ഖൈത്താനിൽ സ്വന്തമായി ഒരു മെസ്സ് തുടങ്ങിയത്. താമസിയാതെ അത് കഫത്തേരിയയാക്കി മാറ്റിയെങ്കിലും ഹോട്ടൽ രംഗത്തേക്ക് മാറാതെ ഗ്രോസറിയിലേക്ക് വഴിമാറിയത് ഇത്രയൊന്നും അദ്ധ്വാനിക്കേണ്ടല്ലോ എന്ന ഒരു സുഹൃത്തിന്റെ വാക്കു കേട്ടാണ്.

1980കളിലാണ് ഇദ്ദേഹം ഗ്രോസറികച്ചവടത്തിലേക്ക് തിരിഞ്ഞത്. പിന്നീടങ്ങോട്ട് പടിപടിയായുള്ള വളർച്ചയുടെയും ഉയർച്ചയുടെയും കാലമായിരുന്നു. കുവൈറ്റിലും നാട്ടിലും നല്ല നിലയിൽ ബിസിനസ്സ് നടത്തി. ജീവിതത്തിനും പുതിയ അർത്ഥതലങ്ങൾ സമ്മാനിച്ച പോറ്റമ്മയായ കുവൈറ്റിനെയും അന്നാട്ടിലെ അറബികളേയും ജീവനുതുല്യം സ്നേഹിക്കുന്ന അബ്ദുൽറഹിമാൻ ഹാജിയുടെ അതിഞ്ഞാലിലെ വീട്ടിൽ ചെന്നാണ് ഇന്റർവ്യൂനടത്തിയത്. ഇപ്പോൾ അദ്ദേഹം ജീവിച്ചിരിപ്പില്ല. പഴയകാലത്തിന്റെ മായാത്ത ഓർമ്മകൾ ചികഞ്ഞെടുത്ത് കൂട്ടുകാരുമായി പങ്കുവെക്കുന്ന ഹാജിയാരെ ഈ കൊറോണക്കാലത്തെ ലോക്ക്ഡൗണിന്റെ നിബന്ധനകൾ കാരണം, നേരിൽപോയി കാണാൻ നിൽക്കാതെ ഫോൺ ചെയ്തു പറഞ്ഞപ്പോൾതന്നെ എന്നെ അദ്ദേഹത്തിന് മനസ്സിലായി. സുഖവിവരങ്ങൾ ചോദിച്ചറിഞ്ഞശേഷം അരനൂറ്റാണ്ടിനപ്പുറമുള്ള നാടിന്റെ ഇരുണ്ട ഇടനാഴികളിലേക്ക് ടോർച്ചടിച്ചു ഓർമ്മകൾ തപ്പിയെടുക്കാൻ, ശാരീരിക അസ്വസ്ഥതകൾ വകവെക്കാതെ അദ്ദേഹം തയ്യാറായി.

കൃഷിപ്പണിയിലൂടെയും ബീഡിതെറുത്തും കിട്ടുന്ന തുച്ഛവരുമാനത്തിലൂടെ അരപ്പട്ടിണിയും മുഴുപ്പട്ടിണിയുമായി ജനങ്ങൾ കഴിഞ്ഞുകൂടിയിരുന്ന കാലം. രണ്ടാംലോകമഹായുദ്ധം വരുത്തിയ ആഗോള സാമ്പത്തികമാന്ദ്യം ഒരുവശത്ത്, ബ്രിട്ടീഷുകാരിൽനിന്ന് സ്വാതന്ത്ര്യം നേടിയെങ്കിലും സമ്പത്തെല്ലാം വാരിപ്പെറുക്കി രാജ്യംവിട്ട വിദേശികൾ കട്ടുമുടിച്ച്, സ്വന്തം കാലിൽ നിൽക്കാനുള്ള ത്രാണി പോലുമില്ലാത്ത ഇന്ത്യ മറുവശത്ത്. ഇരുണ്ടകാലമെന്ന് വിശേഷിപ്പിക്കാവുന്ന, അറുപതുകളിൽ, അപൂർവ്വം ചില ജന്മിമാരൊഴികെ ബാക്കിയുള്ളവരുടെയൊക്കെ ദൈനംദിന ജീവിതം വളരെ ദയനീയമായിരുന്നു.

നാട്ടിൽ എല്ലുമുറിയെ പണിയെടുത്താലും കരകയറാനാവാതെ വരുമ്പോൾ കുടുംബം പോറ്റാനായി നാടുവിട്ടുപോകുന്നവരൊക്കെ വർഷങ്ങൾക്കുശേഷം നല്ല സമ്പാദ്യത്തോടെയാകും മടങ്ങിവരിക. നാട്ടിലെത്തിയവർ ഭൂമിവാങ്ങി നല്ല വീടുവെച്ച് അല്ലലില്ലാതെ കഴിയാൻ തുടങ്ങിയതോടെ നാട്ടിലെ ചെറുപ്പക്കാർക്കെല്ലാം നാടുവിട്ട് പോയി സമ്പാദിക്കണമെന്ന മോഹമുണ്ടായി.

മംഗലാപുരത്തെ ബീഡിക്കമ്പനിയിൽ പണിയെടുത്തുകൊണ്ടിരിക്കുമ്പോഴായിരുന്നു എന്നോ നാടുവിട്ട പി.എം. മമ്മുഞ്ഞിയും കുഞ്ഞബ്ദുല്ല ഹാജിയുമൊക്കെ വലിയവലിയ പെട്ടികൾ നിറയെ സാധനങ്ങളുമായി വന്ന് പണക്കാരുടെ പത്രാസ് കാണിക്കാൻ തുടങ്ങിയത്. അബ്ദുറഹ്മാൻ ഹാജിയുടെ ഇളംമനസ്സിലും പ്രതീക്ഷയേകി. തന്റെ സ്വപ്നങ്ങളെക്കുറിച്ച് അടുപ്പക്കാരുമായി പങ്കുവെച്ചപ്പോഴാണ്

ലോകത്തെ ഏറ്റവും സമ്പന്നരാജ്യമായ കുവൈറ്റിനെക്കുറിച്ചറിഞ്ഞത്. അതിനുള്ള പണം കണ്ടെത്തുകയായിരുന്നു അടുത്ത ലക്ഷ്യം. അങ്ങനെയാണ് രാവുംപകലും പുകയിലക്കണ്ടത്തിൽ നിന്നു ചെയ്യേണ്ട നല്ല കായികാദ്ധ്വാനമുള്ള പണിക്ക് പോയിത്തുടങ്ങിയത്.

1970ന്റെ തുടക്കത്തിൽ ചിലവിനുള്ള കാശെടുത്ത് അബ്ദുറഹ്മാൻ ബോംബെയ്ക്ക് വണ്ടി കയറി. ബിസ്തിമുല്ലയിൽ ചെന്ന് നാട്ടുകാരന്റെ സഹായത്തോടെ ഇറാഖിലെ ബാഗ്ദാദിലുള്ള മുഹ്യദ്ദീൻ ശൈഖിന്റെ ദർഗ സന്ദർശിക്കാനുള്ള സിയാറത്ത് വിസ സംഘടിപ്പിച്ചു കപ്പൽകയറി. ദുബായ് തുറമുഖം ടച്ച് ചെയ്തുപോകുന്ന യാത്രാകപ്പലായിരുന്നതിനാൽ ചിത്താരി സുലൈമാൻച്ചയടക്കം ദുബായിൽ ജോലി ചെയ്തിരുന്ന പല കാസർകോട്ടുകാരും അതിലുണ്ടായിരുന്നു. അവരെല്ലാം ദുബായിലേക്ക് പോകുന്നവരായിരുന്നു. ബസ്റവരെ പോകുന്ന ഒരേയൊരു മലയാളി അബ്ദുൾറഹിമാനായിരുന്നു. ഇറാഖിന്റെയും ബസ്റയുടെയും ദുർഘടാവസ്ഥയെക്കുറിച്ച് അവർ സൂചിപ്പിച്ചിരുന്നു.

ആദ്യമായി വീടുവിട്ടുപോകുന്ന അദ്ദേഹത്തിന് മലയാളമല്ലാതെ മറ്റൊരു ഭാഷയുമറിയില്ല. ഇത് കൂടുതൽ വിഷമമുണ്ടാക്കിയെങ്കിലും രണ്ടും കല്പിച്ചു മുന്നോട്ടുവെച്ച കാൽ പിന്നോട്ടില്ലെന്ന ഭാവത്തിൽ ഉറച്ചിരുന്നു. ഇങ്ങനെ ദിക്കും ദേശവും ഭാഷയുമറിയാത്ത ഒരു കുഞ്ഞൻപയ്യൻ ഒരാശ്രയവുമില്ലാതെ അറിയാത്ത സ്ഥലത്തേക്ക് ഒറ്റയ്ക്കു പോകുന്നതിന്റെ വിഷമത്തിൽ കൂടെ യാത്രചെയ്യുന്ന മലയാളികളെല്ലാം ഒരേ സ്വരത്തിൽ പറഞ്ഞു - നീയും ദുബായിലിറങ്ങിക്കോ, അവിടെ നിനക്ക് ജോലി തരപ്പെടുത്തിത്തരാം. അല്ലാതെ കള്ളന്മാരുടെ വിഹാരകേന്ദ്രമായ ബസ്റയിൽ നീ ഇങ്ങനെ ഒറ്റയ്ക്ക് പോകേണ്ടെന്ന് പറഞ്ഞു നിരുത്സാഹപ്പെടുത്തിയെങ്കിലും, താൻ കേട്ടറിഞ്ഞ അതിസമ്പന്നന്മാരുടെ നാട്ടിലെത്തണമെന്ന മോഹത്തോടെ അവരുടെ വാക്കുകളൊന്നും ചെവികൊടുക്കാതെ കപ്പലിൽത്തന്നെ ഇരുന്നു.

ദുബായ് തുറമുഖത്ത് നിന്ന് കപ്പൽ വീണ്ടും നീങ്ങിയപ്പോഴാണ് വടകരക്കാരൻ അലി ഹാജി കപ്പലിൽ ഇരിക്കുന്നത് കണ്ടത്. ഒരാളെക്കൂടി കണ്ടപ്പോൾ ഏറെ സന്തോഷമായി. അറബിയും ഹിന്ദിയും ഇംഗ്ലീഷുമെല്ലാം സംസാരിക്കുന്ന മുതിർന്ന ഒരു മലയാളി കൂടെയുള്ള സമാധാനത്തോടെ അദ്ദേഹവുമായി വർത്തമാനം പറഞ്ഞും ഉറങ്ങിയും കരകാണാകടലിലൂടെ തിരമാലകളെ മുറിച്ചുകൊണ്ട് അനങ്ങിയും ആടിയും നീങ്ങി. ഉപ്പുരസത്തോടെ ആഞ്ഞുവീശുന്ന കാറ്റേറ്റ് മയങ്ങുന്നതിനിടയിലാണ് ദൃഷ്ടിയിൽ മറുകര പതിയുന്നത്.

വൈകുന്നേരത്തോടെ ബസ്റയിൽ കപ്പലടുത്തപ്പോൾ തന്റെ കൊച്ചുബാഗും തൂക്കി അലിഹാജിയോടൊപ്പം പുറത്തിറങ്ങി. വിശപ്പും ദാഹവും സഹിക്കവയ്യാതെ ഇരുവരും നേരെ മുമ്പിൽ കണ്ട ഇറാഖി റെസ്റ്റോറന്റിൽ കയറി ഭക്ഷണം ഓർഡർ ചെയ്തു. മുന്നിൽ കൊണ്ടുവെച്ച റൊട്ടിയും വടപോലുള്ള സാധനവും കട്ടൻ ചായയും കുറേ ഇലകളുമൊന്നും തിന്നാൻ സാധിച്ചില്ല. എന്നാൽ അലിഹാജി ആർത്തിയോടെ അതെല്ലാം തിന്നുതീർത്തു. അവിട ന്നിറങ്ങി മറ്റൊരു ലോഡ്ജിലേക്ക് പോയി.

ഒരാൾക്ക് കിടക്കാൻ ദിവസം അമ്പത് ഫിൽസും ഭക്ഷണത്തിന് നൂറ് ഫിൽസുമായിരുന്നു നൽകേണ്ടത്. അവിടെ തങ്ങി, കുവൈറ്റി ലേക്കുള്ള എളുപ്പവഴി അന്വേഷിച്ചു. കുവൈറ്റിലേക്കുള്ള കപ്പൽ വരാൻ ഇനിയും നാളുകൾ വേണ്ടിവരും എന്നറിഞ്ഞു. കുറേനേരം മുറിയിൽ വിശ്രമിച്ച ശേഷം വൈകുന്നേരങ്ങളിൽ തുറമുഖത്ത് പോയി കടൽനോക്കി ഇരിക്കും. അവിടെവെച്ചാണ് കോട്ടുധാരിയായ ഇറാഖിയെ പരിചയപ്പെടുന്നത്. കുവൈറ്റിലേക്ക് പോകാനുള്ള പുറ പ്പാടിലാണ് താൻ വന്നിരിക്കുന്നതെന്ന് മനസ്സിലാക്കിയ അദ്ദേഹം തനിക്ക് ഇവിടെ ഒരു ട്രാവൽ ഏജൻസിയുണ്ടെന്നും ഞങ്ങൾ നിന്നെ കുവൈറ്റിലേക്കെത്തിക്കാമെന്നും പറഞ്ഞു കൂട്ടിക്കൊണ്ടുപോയി. അവിടെ എത്തിയപ്പോൾ ഓഫീസ് അടഞ്ഞുകിടക്കുകയായിരുന്നു. അവിടന്ന് ഒരു കഫത്തേരിയയിൽ പോയി, ചായയും പലഹാര ങ്ങളും കഴിച്ച് ഇറങ്ങിവന്നു നോക്കിയപ്പോഴും കടതുറന്നിട്ടില്ല. അങ്ങനെ നാളെയാവട്ടെ എന്നു പറഞ്ഞുപിരിഞ്ഞു.

തൊട്ടടുത്ത ദിവസം രാവിലെതന്നെ താമസസ്ഥലത്തെത്തിയ അറബി അന്ന് വൈകുന്നേരം കുവൈറ്റിലേക്ക് കപ്പൽസർവ്വീസു ണ്ടെന്നും അതിൽ പോകുന്നുവെങ്കിൽ കാശ് അടച്ചു ടിക്കറ്റ് ബുക്ക് ചെയ്യണമെന്നും പറഞ്ഞ് അമ്പത് ദിനാർ വാങ്ങി. വൈകുന്നേരം ബാഗുമായി ഓഫീസിൽ എത്തണമെന്നും പറഞ്ഞു. വൈകുന്നേരം ഓഫീസിൽ ചെന്നപ്പോൾ അവിടെ വൻആൾക്കൂട്ടമായിരുന്നു. ഓഫീ സിലിരിക്കുന്നവരോട് അലിഹാജി സംഭവങ്ങൾ വിവരിച്ചെങ്കിലും ആ അറബിയെ അറിയില്ലെന്നും ഇതുമായി അവർക്ക് ഒരു ബന്ധവു മില്ലെന്നും പറഞ്ഞു. അവരുടെ പേരിൽ ഇങ്ങനെ ഒരു തട്ടിപ്പ് നടത്തി എന്നറിഞ്ഞതിൽ ഓഫീസ് നടത്തിപ്പുകാരന് വല്ലാത്ത വിഷമവും ദേഷ്യവും വന്നു. അദ്ദേഹം കാറിൽ അബ്ദുൾറഹിമാനെ കൂട്ടി ബസ്റ മുഴുവനും അന്വേഷിച്ചെങ്കിലും തട്ടിപ്പുകാരനെ കണ്ടെത്താ നായില്ല. അവർ അന്നു രാത്രിയിലെ ഭക്ഷണവും ഒരു ദിവസത്തെ താമസസൗകര്യവും നൽകി.

രാവിലെ എഴുന്നേറ്റാൽ പിന്നെ അഭയം പെരുവഴിയിലായിരി ക്കുമെന്ന ബേജാറോടെ കിടന്നു. കപ്പലിൽവെച്ച് സഹയാത്രക്കാർ

പറഞ്ഞ വാക്കുകൾ കേട്ടിരുന്നെങ്കിൽ ഇതൊന്നും അനുഭവിക്കേണ്ടി വരില്ലായിരുന്നല്ലോ എന്നോർത്ത് വിങ്ങിപ്പൊട്ടി. രാവിലെ എഴുന്നേറ്റ് കടൽക്കരയിലെ കല്ലിൽ വിഷമത്തോടെ ചെന്നിരുന്നു. ഏറെ നേരത്തിനുശേഷം പാക്കിസ്ഥാനിയായ ഫയാസ് ബായി അടുത്ത് വന്ന് കാര്യം തിരക്കിയപ്പോൾ കഴിഞ്ഞ കാര്യങ്ങളെല്ലാം പറഞ്ഞ് വിങ്ങിപ്പൊട്ടിക്കരഞ്ഞു. അദ്ദേഹം അബ്ദുറഹിമാനെ കൂട്ടി ഇറാഖിലെ ബാഗ്ദാദ് എംബസിയിലും ബസ്റയുടെ കാര്യങ്ങൾ നോക്കുന്ന ഓഫീസിലും കൊണ്ടുപോയി സംഭവങ്ങൾ പറഞ്ഞു മനസ്സിലാക്കി. ഇവിടെ തങ്ങളുടെ ഓഫീസ് സ്റ്റാഫിനല്ലാതെ പുറത്തുള്ളവർക്ക് താമസിക്കാനാവില്ലെന്ന് പറഞ്ഞപ്പോൾ, അവിടത്തെ ഇന്ത്യൻ ക്ലബ്ബിൽ താമസസൗകര്യങ്ങൾ ഒരുക്കാനുള്ള ഏർപ്പാടും ചെയ്തു.

ഇതിനിടയിലാണ് മറ്റൊരു അറബിയെ പരിചയപ്പെടുന്നത്. ആദ്യമൊക്കെ അദ്ദേഹത്തെയും പേടിയോടെ കണ്ടിരുന്നെങ്കിലും ഉള്ള കാര്യങ്ങൾ തുറന്നുപറഞ്ഞു - താൻ ഇങ്ങനെ ചതിയിൽപെട്ടതറിഞ്ഞതോടെ ദയതോന്നിയ അറബി അബ്ദുറഹിമാനെ കയറ്റിവിടാമെന്ന് വാഗ്ദാനം നൽകി. ഇതിന്റെ എല്ലാ പോക്കുവരവിനും സാക്ഷിയായി കൂടെയുണ്ടായിരുന്ന അലിഹാജിയെ ഒരു ദിവസം കാണാതായി. കടൽക്കരയിൽവെച്ച് ഫയാസ് ഭായിയെ കണ്ടപ്പോഴാണ് കൂടെനടന്ന ആളുടെ ചതിയെക്കുറിച്ചറിയുന്നത്. ഇറാഖി പണം തട്ടിയെടുത്തു കടന്നുകളഞ്ഞതിനാൽ ഇവിടെ പെട്ടുപോയ അബ്ദുൾ റഹിമാനെ സൗജന്യമായി കുവൈറ്റിലെത്തിക്കാമെന്ന് ട്രാവൽ ഏജൻസി പറഞ്ഞിരുന്നല്ലോ. എല്ലാ ദിവസവും അതേക്കുറിച്ചന്വേഷിക്കാൻ അവിടെ പോകാറുള്ള അലിഹാജി അവിടെ മറ്റൊരു കള്ളമായിരുന്നു പറഞ്ഞിരുന്നത്. “ഞങ്ങൾ സഹോദരങ്ങളാണ്. അതിനാൽ ഞാൻ ആദ്യം പോയി കുവൈറ്റിലെത്തിയതിനുശേഷം അനുജനെ ഞാൻ തന്നെ കൊണ്ടുപോയ്ക്കൊള്ളാമെന്ന്”- അതിന്റെ അടിസ്ഥാനത്തിൽ ഇന്നലെ വന്ന കപ്പലിൽ സുഖമായി അലിഹാജി കയറിപ്പോയത്രെ. കൂടെനിന്നവൻ തന്നെ വഞ്ചിച്ചതോടെ അബ്ദുൾ റഹിമാൻ കൂടുതൽ നിരാശനായി. കണ്ണീരോടെ കരങ്ങൾ ഉയർത്തി റബ്ബിനോട് പ്രാർത്ഥിച്ചുകൊണ്ടേയിരുന്നു. അതിനിടയിലാണ് മറ്റൊരു അറബി ദൈവദൂതനെപ്പോലെ മുന്നിലെത്തിയത്. കപ്പൽ കാത്തുനിന്ന് മടുത്തപ്പോൾ, ബോംബെയിൽ നിന്നുവരുന്ന കപ്പൽ ബസ്റയിൽ നങ്കൂരമിട്ടാൽ അതിലുള്ളവരേയും നിന്നേയും കൂട്ടി ടാക്സിയിൽ പോവാമെന്ന് അറബി പറഞ്ഞപ്പോൾ അൽപം ആശ്വാസമായി.

പറഞ്ഞതുപോലെ നല്ല തണുപ്പുള്ള ഒരു രാത്രിയിൽ ബസ്റയിൽനിന്നുള്ള വണ്ടിയിൽ കയറ്റി മരുഭൂമിയിലൂടെ കുവൈറ്റിനെ ലക്ഷ്യമാക്കി നീങ്ങി. കാവൽ ഭടന്മാരുടെ കണ്ണുവെട്ടിച്ച് കൂരാ

കൂരിരുട്ടിനെ കീറിമുറിച്ചുകൊണ്ട് നീങ്ങിയ കാറിൽ കപ്പലിൽ നിന്നിറങ്ങിയ മൂന്ന് ഇന്ത്യക്കാരുമുണ്ടായിരുന്നു. ജഹ്റ കഴിഞ്ഞ് മരുക്കാടുകൾ താണ്ടി ഒരു മണൽക്കൂനക്കടുത്തുള്ള ടെന്റിൽ ആളുകളെ ഇറക്കി. അതിനകത്ത് വിരിച്ച തുണിയിൽ ഇരുന്ന യാത്രക്കാർക്ക് റൊട്ടിയും കട്ടൻചായയും നൽകിയ ശേഷം യാത്ര തുടർന്നു. കുവൈറ്റ് സിറ്റിയിൽ എത്തുമ്പോഴേക്കും പള്ളികളിൽ നിന്ന് സുബ്ഹി ബാങ്ക് മുഴങ്ങുന്നുണ്ടായിരുന്നു. അക്കാലങ്ങളിൽ ഇങ്ങനെ വന്നെത്തുന്ന മലയാളികളുടെ ആശ്രയമായിരുന്ന സൗത്ത് ഇന്ത്യൻ റസ്റ്റോറന്റായിരുന്നു അബ്ദുൽ റഹിമാന്റെയും ആദ്യത്തെ അഭയം. ഹോട്ടൽ പണിയെടുത്ത് കടങ്ങൾ കൊടുത്ത് വീട്ടിയ ഉടൻ അയാൾ സ്വന്തമായി ഒരു ക്യാന്റീൻ തുടങ്ങി. പിന്നീടങ്ങോട്ട് കച്ചവടത്തിലൂടെ മുന്നോട്ടുള്ള പ്രയാണമായിരുന്നു.

നീണ്ട അമ്പതുവർഷത്തെ പ്രവാസത്തിനിടയിൽ താൻ പടുത്തുയർത്തിയ സ്ഥാപനങ്ങളുടെ ചുമതലകൾ മക്കൾക്ക് കൈമാറി നാട്ടിൽ വിശ്രമജീവിതം നയിക്കുമ്പോഴും കുവൈറ്റിനെക്കുറിച്ചുള്ള മായാത്ത ഓർമ്മകളായിരുന്നു ആ മനസ്സുനിറയെ. കച്ചവടങ്ങൾക്കിടയിലും കെ.എം.സി.സിയുടെയും മറ്റു സാമൂഹ്യ മത സംഘടനകളുടെയും മുൻനിരകളിൽ അർപ്പണബോധത്തോടെ പ്രവർത്തിച്ച നാളുകൾ അദ്ദേഹം ഓർത്തിരുന്നു. തന്നെ താനാക്കിയ കുവൈറ്റിലേക്ക് ഒരിക്കൽക്കൂടി പോകണമെന്ന ആഗ്രഹം ബാക്കിവെച്ച് അദ്ദേഹം അനന്തതയിലേക്ക് യാത്രയായി.

■

ആദ്യത്തെ അവധിക്കാലം; ഒരു ആഘോഷം

പല നാടുകളിൽനിന്നും വന്നെത്തിയവരുടെ കൂടെ ജോലി ചെയ്തും താമസിച്ചും വ്യത്യസ്ത ഭാഷാ സംസ്കാരങ്ങളുമായി ഇടപെട്ടും കഴിയുമ്പോഴും ജന്മനാട്ടിൽനിന്ന് വീട്ടുവിശേഷങ്ങളും നാട്ടുവർത്തമാനങ്ങളും വിവരിച്ചുകൊണ്ടുള്ള ഉപ്പയുടെ കത്തുകൾ ഒന്നിനു പിറകിൽ ഒന്നൊന്നായി വന്നുകൊണ്ടേയിരുന്നു.

വീട്ടിലെ പുള്ളിപ്പശു പ്രസവിച്ചതും മഴവന്നതും പയസ്വിനിപ്പുഴയിൽ വെള്ളപ്പൊക്കമുണ്ടായതും ഭാസ്കരൻ നമ്പ്യാർ പാലത്തിൽനിന്നു വീണതും ചാപ്പമൊഴിച്ച സ്ഥലംവിറ്റ് കുടിപോയതുമൊക്കെയായി, ഒരാഴ്ചയ്ക്കകത്ത് നടന്ന സകലമാന സംഭവങ്ങളും വള്ളിപുള്ളി വിട്ടുപോകാതെ ഉപ്പ എഴുതി അയക്കും. അത് ഞങ്ങളുടെ പോസ്റ്റ് ബോക്സിൽ എത്തും. നാട്ടിൽ നിന്നയയ്ക്കുന്ന കത്ത് കൈയിൽ കിട്ടാൻ എട്ടോ പത്തോ ദിവസം വേണ്ടിയിരുന്നു. എയർമെയിൽ പോസ്റ്റുകളെ കാത്തിരിക്കാതെ നാട്ടിൽ പോകുന്നവരുണ്ടെങ്കിൽ അവരുടെ പക്കൽ വീട്ടിലേക്കുള്ള കത്തുകൾ കൊടുത്തുവിടുമായിരുന്നു.

അതുപോലെ, ആദ്യശമ്പളം കിട്ടിയപ്പോൾ ടൗണിൽപോയി അത്യാവശ്യസാധനങ്ങളും കൂട്ടത്തിൽ വലിയൊരു പെട്ടിയും വാങ്ങി, ബാക്കി കാശ് വീട്ടിലേക്കയച്ചാണ് തിരിച്ചെത്തിയത്. പിന്നീടുള്ള ഓരോ മാസവും ശമ്പളം കിട്ടുമ്പോൾ ടൗണിൽ ഒന്നുകറങ്ങി, ഇഷ്ടഭക്ഷണം കഴിച്ച്, കണ്ണിൽ കാണുന്ന സാധനങ്ങൾ വാങ്ങി ഈ പെട്ടിയിലിട്ടുവെക്കും. നാട്ടിൽ പ്രിയപ്പെട്ടവർക്കു വേണ്ടിയുള്ള പ്രവാസികളുടെ നീക്കിയിരിപ്പാണിത്. നാട്ടിലേക്കുള്ള ലീവ് കിട്ടിയാൽ പിന്നെ ടൗണിൽ പോയി കറങ്ങാനും സാധനങ്ങൾ വാങ്ങാനും സമയം ഒത്തുവന്നില്ലെങ്കിലോ എന്ന് കരുതിയാണ് ഈ മുൻകരുതൽ. സമയവും സന്ദർഭവുമുള്ളപ്പോൾ തന്നെ ഇങ്ങനെ ഓരോന്നും പെറുക്കിവെച്ചാൽ പലതുള്ളി പെരുവെള്ളമായി മാറുമല്ലോ എന്ന

ഏതോ പൂർവികനായ പ്രവാസിയുടെ ചിന്ത ഒരുതരത്തിൽ ഗുണകരമാണ്. ഇങ്ങനെയായിരുന്നു എല്ലാവരും സാധനങ്ങൾ വാങ്ങിയിരുന്നത്.

നാട്ടിൽ പോകാറാകുമ്പോൾ നാലഞ്ചാളുകൾ ചേർന്ന് ഹോൾസെയിൽ ഷോപ്പുകളിൽ പോയി ആവശ്യമുള്ള സാധനങ്ങൾ മൊത്തമായി വാങ്ങിച്ചു വീതം വെച്ചെടുക്കാറുമുണ്ട്. ഇതിലൊന്നും പെടാത്ത ചെറിയൊരു ശതമാനം പ്രവാസികൾ ബോംബെയിൽ കുറച്ച് ദിവസം തങ്ങി സാധനങ്ങളെല്ലാം വാങ്ങിപ്പോകാറുമുണ്ട്. എങ്ങനെയായാലും അവിടെ കഷ്ടപ്പെട്ട് പണിയെടുത്ത് സമ്പാദിച്ചു വർഷങ്ങൾക്കു ശേഷം നാട്ടിലെത്തുമ്പോൾ വെറുംകൈയോടെ പോവുന്നത് പ്രവാസികൾക്ക് ചിന്തിക്കാനാവാത്തതാണ്.

നാട്ടിൽ ജീവിക്കാൻ വഴിയില്ലാത്ത രണ്ടും കൽപ്പിച്ചു നാടുവിടുന്നവർ ഗൾഫ് നാടുകളിൽ എത്തി അവിടെ വർഷങ്ങളോളം പെടാപ്പാടുപെട്ട് പണിയെടുത്ത് ഒടുവിൽ തിരിച്ചുപോകുന്നതിനെക്കുറിച്ചോർത്തായിരുന്നു പലരും വ്യാകുലപ്പെട്ടിരുന്നത്. ഉണ്ണാതെ ഉടുക്കാതെ നീക്കിവെച്ച നാണയങ്ങളിൽനിന്നും തങ്ങളുടെ ബന്ധുക്കൾക്കും സ്വന്തക്കാർക്കും നൽകാൻവേണ്ടി സന്തോഷത്തോടെ വാങ്ങിവെക്കുന്ന സാധനങ്ങൾ പെട്ടികളിലും പായകൾക്കകത്തും കുത്തിനിറച്ച് പോകുന്നവരെ ബോംബെയിൽ കസ്റ്റംസുകാർ കുറെ കഷ്ടപ്പെടുത്തും. പരിശോധന കഴിഞ്ഞ് വേദനയോടെ ഇറങ്ങുന്നവരെ പുറത്തും കഴുകൻ കണ്ണുകളോടെ കാത്തിരിക്കുന്നവരാണുള്ളത്. ഗൾഫിൽ പോയിവരുന്ന പ്രവാസികൾ അവരുടെ തിക്താനുഭവങ്ങൾ പങ്കുവെക്കാറുള്ളതുകൊണ്ടുതന്നെ ഒറ്റയ്ക്ക് യാത്ര ചെയ്യാൻ ആരും മെനക്കെടാറില്ല. അറിയാവുന്നവരുമായി ഒത്തുചേർന്നായിരിക്കും പോകുക. ബോംബെ വിമാനത്താവളത്തിലും തുടർന്നുള്ള ബസ്സ് യാത്രകളിലും ഇത് ഏറെ ഗുണകരമാകാറുമുണ്ട്.

ഇരുപത്തിരണ്ട് മാസമാകുമ്പോൾ കമ്പനി രണ്ടുമാസത്തെ അവധിയും ലീവ് സാലറിയും റിട്ടേൺ ടിക്കറ്റും തന്നുവിടും. ഓരോരുത്തരും തങ്ങളുടെ ഊഴം വരുന്നതും കാത്ത് നാളുകൾ എണ്ണിക്കഴിയുകയായിരിക്കും. അതിനിടയിൽ ഒരുമിച്ചുപോകാൻ പറ്റിയ കൂട്ടാളികളെയും കണ്ടെത്തിയിട്ടുണ്ടാവും. ഞാനുമായി ഏറെ അടുപ്പത്തിലായിരുന്ന ഞങ്ങളുടെ അസിസ്റ്റന്റ് ക്യാമ്പ് ബോസായ, ഏറെക്കാലം ബോംബെയിലായിരുന്ന, കൊയിലാണ്ടിക്കാരൻ മൂസക്കോയക്കൊപ്പമായിരുന്നു എന്റെ ആദ്യ നാട്ടിൽപ്പോക്ക്.

ഇന്നത്തെപ്പോലെ ഇരുപത്-മുപ്പത് കിലോ ലഗേജ് മാത്രമേ കൊണ്ടുപോകാവൂ എന്ന കൃത്യമായ തൂക്കക്കണക്കുകൾ പേരിനു

മാത്രമായിരുന്നു അന്നുണ്ടായിരുന്നത്. ലഗ്ഗേജ് അൽപം കൂടിയാലും ബോഡിംഗ് പാസ് തരുന്നവർ കണ്ണുചിമ്മും. അത് കൂടാതെ പത്തിരുപത്തഞ്ച് കിലോവരെ കൈയിലും തൂക്കിപ്പിടിക്കും. അതിനുപുറമെ മറ്റേ കൈയിലോ തോളത്തോ ഒരു കമ്പിളിപ്പുതപ്പും തൂക്കിയിടും. അതിലും സാധനങ്ങൾ തള്ളിക്കയറ്റുമായിരുന്നു. കട്ടി സ്വർണ്ണങ്ങൾക്ക് കർശനമായ നിയന്ത്രണങ്ങളുണ്ടായിരുന്നുവെങ്കിലും ആഭരണങ്ങൾക്ക് ചെറിയ ഇളവുകൾ നൽകും. എന്നാൽ കസ്റ്റംസിലെ ചില ഉദ്യോഗസ്ഥന്മാർ ഒരു തരി സ്വർണ്ണം കണ്ണിൽപ്പെട്ടാൽ പോലും വിരട്ടി കേസെടുക്കുമെന്നെല്ലാം പറഞ്ഞു പേടിപ്പെടുത്തി കാശ് വാങ്ങുമായിരുന്നു. മുമ്പ് പോയി വന്ന പ്രവാസി സുഹൃത്തുക്കളുടെ അനുഭവകഥകളിൽ നിന്നും മനസ്സിൽ പതിഞ്ഞ ഓർമ്മകളുമായി രാത്രി ഏറെ വൈകിയായിരുന്നു ഞങ്ങൾ കുവൈറ്റ് എർവേയ്സ് വിമാനം കയറിയത്.

വെളുപ്പിന് ബോംബെ വിമാനത്താവളത്തിൽ വിമാനം ലാന്റ് ചെയ്തു. അറൈവൽ കൗണ്ടറിൽനിന്നും പാസ്പോർട്ട് സ്റ്റാമ്പ് ചെയ്തശേഷം ലഗേജുകൾ വരുന്ന ബെൽറ്റിനടുത്ത് വന്ന് അവരവരുടെ പേരെഴുതിയ പെട്ടിക്കെട്ടുകൾ നോക്കിയെടുത്ത് ട്രോളിയിൽവെച്ച് തള്ളിക്കൊണ്ടുവന്നു. അവിടെ രണ്ടു ചാനലുകളാണുള്ളത്. കൂടുതൽ സാധനങ്ങളുമായി വരുന്നവർക്ക് റെഡ്ഡും സാധനങ്ങൾ ഇല്ലാതെ വരുന്നവർക്ക് ഗ്രീനും. ഗ്രീൻ ചാനൽ വഴി വരുന്നവർക്ക് കസ്റ്റംസ് ചെക്കിംഗ് ഇല്ലാതെതന്നെ പുറത്തിറങ്ങിപ്പോകാം. പക്ഷേ സാധനസാമഗ്രികളുമായെത്തുന്നവർ പരിശോധിച്ച് നിയമാനുസൃതമായ സാധനങ്ങൾ മാത്രമാണെന്ന് ഉറപ്പുവരുത്തി ക്ലിയറൻസ് സർട്ടിഫിക്കറ്റ് വാങ്ങിയശേഷമേ വരാവൂ. അല്ലാത്തപക്ഷം പുറത്ത് എവിടെനിന്നു പിടിക്കപ്പെട്ടാലും നിയമനടപടി സ്വീകരിക്കാം. നിയമാനുസൃതസാധനങ്ങൾ കൃത്യമായി തന്നെയാണ് കൊണ്ടുവരുന്നതെങ്കിലും കസ്റ്റംസുകാർക്ക് അവരുടെ വിഹിതം കൊടുത്തില്ലെങ്കിൽ പെട്ടികളെല്ലാം അഴിച്ച് സൂക്ഷ്മമായി പരിശോധിച്ച് സാധനങ്ങളെല്ലാം വലിച്ച് വാരിയിട്ട് നികുതി അടപ്പിച്ച് ഏറെ ബുദ്ധിമുട്ടിക്കും. അതുകൊണ്ടുതന്നെ പരിചയക്കാർ പറഞ്ഞതനുസരിച്ച് അഞ്ഞൂറോ ആയിരമോ പാസ്പോർട്ടിനകത്തുവെച്ച് കൊടുക്കും. അതവർ തന്ത്രപൂർവ്വം എടുത്ത് ക്ലിയറൻസ് എഴുതും. ഇതോടെ ഒന്നാം കടമ്പ കടന്നുകിട്ടുമെങ്കിലും എയർപോർട്ടിന് പുറത്ത് കാത്തുനിൽക്കുന്ന ചതിയന്മാരുടെയും കള്ളന്മാരുടെയും മുമ്പിലേക്കാണ് ഇറങ്ങേണ്ടത്. അവരിൽനിന്ന് ജീവൻ കിട്ടിയാൽ ഭാഗ്യം എന്നേ പറയേണ്ടൂ.

പെട്ടി തിരിച്ചറിയാൻ വേണ്ടി മുകളിൽ മാർക്കർകൊണ്ട് പേരും അഡ്രസ്സും എഴുതാറുണ്ട്. അത് നോക്കി മനസ്സിലാക്കി ആളുകൾ

നമ്മെ സഹായിക്കാനെന്ന വ്യാജേന കാത്തു നിൽക്കുന്നുണ്ടാവും. പുറത്തുകടക്കുമ്പോൾ തന്നെ പേരുപറഞ്ഞു വിളിച്ച് ലോഹ്യംകൂടി നല്ല റൂമും തുടർന്നുള്ള സേവനങ്ങളും ചെയ്തുതന്ന് ബസ്സു കയറ്റി അയക്കാമെന്നു പറഞ്ഞ് ഒപ്പം കൂടും. ഇവരിൽ പലരും ചതിയന്മാരായിരിക്കും. ടാക്സിയിൽ കയറ്റി അവരുടെ താവളങ്ങളിൽ കൊണ്ടുപോയി എല്ലാം തട്ടിപ്പറിച്ചുവിടുകയോ ചെറുത്തുനിന്നവരെ തട്ടിക്കളയുകയോ ചെയ്ത എത്രയെത്ര കഥകളാണ് ഈ ബോംബെ നഗരത്തിന് പറയാനുള്ളത്. ഇതിന് പിന്നിൽ പ്രവർത്തിച്ചിരുന്നവരിൽ മലയാളികളുമുണ്ടായിരുന്നു.

"മൂസക്കോയാ... മുഹമ്മദ് കുഞ്ഞി... വാ നമുക്ക് പോകാം."

ഏറെ പരിചിതഭാവത്തോടെയാണ് പൊക്കം കുറഞ്ഞ സഫാരി സ്യൂട്ട് ധാരിയുടെ ചിരിച്ച് സൗമ്യഭാവത്തോടെയുള്ള സംസാരം. ചായ ഇവിടന്ന് കുടിക്കുന്നോ, പോയിട്ട് കുടിക്കുന്നോ എന്ന് ചോദിച്ച് അടുത്തുകൂട്ടിയപ്പോൾ ഞാൻ കരുതിയത് ഇത് മൂസക്കോയയുടെ ഏതോ സ്വന്തക്കാരനാണെന്നാണ്. യാത്രയിൽ ഒന്നും പേടിക്കാനില്ല. ബോംബെയിൽ തനിക്ക് ആളുണ്ടെന്നൊക്കെ അദ്ദേഹം പറഞ്ഞിരുന്നു. അടുത്ത പരിചയക്കാരനെപ്പോലെ പേരെടുത്ത് സംസാരിച്ചുകൊണ്ടേയിരിക്കുന്ന ആഗതനോട് അദ്ദേഹം ഒരക്ഷരം മിണ്ടാതെ ഒരു ടാക്സി വിളിച്ചു സാധനങ്ങൾ കയറ്റി എന്നോട് ഇരിക്കാൻ പറഞ്ഞപ്പോൾ വന്ന ആളും കേറിയിരുന്നു. എവിടേക്കാണ്, എന്തിനാണ് കയറുന്നത് എന്ന് പറഞ്ഞ് മൂസക്ക വന്ന ആളിനെ ഇറക്കാൻ ശ്രമിച്ചെങ്കിലും അദ്ദേഹം കൂട്ടാക്കിയില്ല. ഡോംഗ്രി വരെ താനും വന്നോട്ടെ എന്ന് എളിമയോടെ ചോദിച്ചപ്പോൾ ഞങ്ങൾ സമ്മതം മൂളി.

ചിഞ്ച്ബന്ദർ മുല്ലയിലെ അബ്ദുർറഹ്മാൻ ദർഗയുടെ മുൻവശത്തെ ഗസ്റ്റ്ഹൗസിന് താഴെ കാർ നിർത്തി മൂസക്കോയ മുകളിലേക്ക് പോയി. അവിടത്തെ രണ്ട് ജീവനക്കാർ വന്ന് ഞങ്ങളുടെ കെട്ടുകൾ കൊണ്ടുപോയി മുറിയിൽ വെച്ചു. ഞങ്ങൾ ചായ കുടിക്കാൻ താഴെ ഇറങ്ങി വന്നപ്പോഴും വന്ന ആൾ കൂടെത്തന്നെയുണ്ട്. മൂവരും നാസ്ത കഴിച്ച് തിരിച്ചുവരുമ്പോൾ പോകുന്നു എന്ന് പറഞ്ഞ ആൾ ഗസ്റ്റ് ഹൗസിനകത്ത് ഞങ്ങളുടെ മുറിയിൽ കേറിയിരുന്ന് തന്റെ വിഹിതം വേണമെന്ന് ആവശ്യമുന്നയിച്ചു. ഞങ്ങൾ കൊടുക്കില്ലെന്ന് വന്നപ്പോൾ അയാൾ ഭീഷണിയുടെ സ്വരമുയർത്തി.

മൂസക്കോയ ഇറങ്ങിപ്പോയി ഗസ്റ്റ്ഹൗസ് ഉടമ യൂസഫ്ച്ചായോട് സംഭവം പറഞ്ഞു. യൂസഫ്ച്ച വന്ന് കാര്യമന്വേഷിച്ചപ്പോൾ എയർ പോർട്ടിൽനിന്ന് താൻ കൊണ്ടുവന്ന പാസഞ്ചറാണെന്നും കമ്മീഷൻ വേണമെന്നുമായി ആഗതൻ. ആവശ്യങ്ങൾ അംഗീകരിച്ചു

കൊടുക്കാൻ യൂസഫ്ച്ച തയ്യാറാവുന്നില്ലെന്ന് കണ്ടപ്പോൾ 'ഞാൻ ആരാണെന്നറിയ്യോ? നിങ്ങൾക്ക് കാണിച്ചുതരാം' എന്നു പറഞ്ഞു പേടിപ്പിക്കാനൊരുങ്ങിയ ആളിന്റെ ചെവിക്കുറ്റിക്ക് യൂസഫ്ച്ച ആഞ്ഞടിച്ചു. അപ്രതീക്ഷിതമായി കിട്ടിയ അടിയുടെ ശക്തിയിൽ അയാൾ തലകറങ്ങി വീണു. പിന്നെ കാലുകൊണ്ട് തൊഴിച്ച് ഏണിപ്പലകയിലൂടെ ഉരുട്ടി താഴേക്കിട്ടു. റോഡിൽച്ചെന്നു പതിച്ച ആൾ ഇടം വലം നോക്കാതെ എഴുന്നേറ്റ് ഓടിരക്ഷപ്പെട്ടു.

ഒരു ദിവസം ബോംബെയിൽ തങ്ങി വീട്ടാവശ്യങ്ങൾക്കുള്ള ചായപ്പൊടി, സോപ്പ്, ബോംബെ മിഠായികൾ, ബിസ്ക്കറ്റ് മുതലായവ വാങ്ങി പിറ്റേദിവസം ഉച്ചഭക്ഷണം കഴിച്ച് മെഹ്ബൂബ് ബസ്സിൽ കാസർകോട്ടേക്ക് പുറപ്പെട്ടു. ഇടയ്ക്ക് ചിലയിടങ്ങളിൽ ഭക്ഷണം കഴിക്കാൻ നിർത്തിയതല്ലാതെ, എവിടെയും ബസ്സ് നിർത്തിയില്ല. അതിർത്തികളിലെ ചെക്ക്പോസ്റ്റുകളിൽ പൊലീസുകാർ ചെക്കു ചെയ്യും. ബസ്സുകാർ ഓരോ യാത്രക്കാരിൽനിന്നും അമ്പതോ നൂറോ രൂപവീതം സ്വരൂപിച്ചു അവർക്ക് നൽകും. പിറ്റേന്ന് വൈകുന്നേരത്തോടെ കാസർകോട്ടെത്തിയ എന്നെ സ്വീകരിക്കാൻ ഉപ്പ ജീപ്പുമായി വന്നിരുന്നു. മൂസക്കോയയ്ക്ക് വേണ്ടി നാട്ടിൽനിന്ന് അംബാസഡർ കാറും.

കുടുംബക്കാരും അയൽവാസികളും നാട്ടുകാരുമൊക്കെ എന്നെ കാണാൻ വന്നു. ഗൾഫിൽനിന്ന് കാസർകോട് ബസ്സിറങ്ങി വാടകവണ്ടി പിടിച്ച് അതിന് മുകളിൽ പെട്ടിയും സാധനങ്ങളും വെച്ചുകെട്ടി വരുന്നത് കാണുമ്പോൾതന്നെ ആരോ ഗൾഫിൽനിന്നെത്തിയെന്ന് ആളുകൾ പറയും. അങ്ങനെ ചോദിച്ചും പറഞ്ഞും വണ്ടിപോയ ദിശയും നോക്കി അവർ ആളിനെ ഊഹിച്ചെടുക്കും. അത് ഗ്രാമം മുഴുവൻ മണത്തറിയും. അറിയാവുന്നവരാണെങ്കിൽ വന്ന് കാണാതിരിക്കില്ല. വന്നവർക്കെല്ലാം ചായയും ബോംബെ ബിസ്കറ്റും നൽകി ഏറെ നേരം വർത്തമാനം പറഞ്ഞ് പിരിയുമ്പോൾ സെവനോക്ലോക്ക് ബ്ലേഡ്, ജട്ടി, സിഗർലൈറ്റർ, പെൻ... ഇങ്ങനെ അവരുമായുള്ള അടുപ്പമനുസരിച്ച് വല്ലതും നൽകിയേ വിടാറുള്ളൂ. അടുത്ത ബന്ധുക്കൾക്ക് ഷർട്ട്പീസായിരിക്കും കൊടുക്കുക.

ഉമ്മയും പെങ്ങന്മാരായ ആച്ചിബി, ആയിഷ, സഫിയ, അനുജൻ ആമു എന്നിവർക്ക് പുറമെ അയൽവാസികളും ബന്ധുക്കളുമായ പെണ്ണുങ്ങളുടെ ബഹളമായിരുന്നു വീട്ടിൽ. രാത്രിയോടെ മൂത്ത പെങ്ങൾ ദൈനബിയും അളിയൻ അഹമ്മദും വന്നു. ഉമ്മയുടെ ഉപ്പ വളപ്പിൽ മുഹമ്മദ്, അമ്മാവൻ (കാക്ക) മൊയ്തു, അമ്മായി ബീബി തുടങ്ങിയവരും വന്നു. ഉപ്പയുടെ എളേപ്പയും ഞങ്ങളുമായി വളരെ അടുപ്പത്തിലുണ്ടായിരുന്നയാളുമായ കാർന്നോർ മുഹമ്മദ്,

ഉപ്പയുടെ മച്ചുനൻ അരിയിൽ മമ്മദ്ച്ച, അരിയിൽ കുഞ്ഞിരാമൻ മാഷ്, അക്കരയിലെ അമ്പുവേട്ടൻ തുടങ്ങിയവരെല്ലാം വീട്ടിലെ നിത്യ സന്ദർശകരായിരുന്നു. എല്ലാറ്റിനും സാക്ഷിയായി എന്നോടും കുടുംബത്തോടുമൊപ്പം എന്നുമുണ്ടായിരുന്ന കണ്ണേട്ടന്റെ സഹായവും സഹകരണവും മറക്കാനാവാത്തതാണ്.

വളരെ ചെറുപ്രായത്തിൽ തന്നെ വന്ന് ഉപ്പയോടൊപ്പം പീടികയിലായിരുന്ന കണ്ണനെ ഞങ്ങളുടെ കുടുംബത്തിലെ ഒരംഗമായിട്ടായിരുന്നു കരുതിയിരുന്നത്. ഭക്ഷണവും താമസവും ഞങ്ങളുടെ വീട്ടിലായിരുന്നു. മതത്തിന്റെ വേർതിരിവുകളില്ലാത്ത ആ ഒരു കാലഘട്ടത്തെ ഓർക്കുമ്പോൾതന്നെ മനസ്സിൽ സന്തോഷത്തിന്റെ വേലിയേറ്റമുണ്ടാകുന്നു. മതസൗഹാർദ്ദത്തിന്റെയും സാഹോദര്യത്തിന്റെയും പരിമണം പരത്തുന്ന ഇളംതെന്നൽ വീശിയടിക്കുന്ന ദിനരാത്രങ്ങളിലൂടെ ആ രണ്ടുമാസം കടന്നുപോയത് എത്ര പെട്ടെന്നായിരുന്നു. വീണ്ടും പ്രവാസജീവിതത്തിലേക്ക് ഒരു തിരിച്ചുപോക്കിനുള്ള നാളുറച്ചതോടെ സന്തോഷങ്ങളെല്ലാം പൊടുന്നനെ കെട്ടടങ്ങി. ഉമ്മയുടെ ദുഃഖം തളംകെട്ടിക്കിടന്ന ഒരു സുപ്രഭാതത്തിൽ ഞാൻ വീണ്ടും തിരിച്ചുപോയി.

■

കുടുംബപുരാണം

ഒമ്പത് വർഷത്തോളം കുവൈറ്റിൽ ജോലിചെയ്തിരുന്ന എനിക്ക് ഓരോ ഇരുപത് മാസങ്ങൾ കഴിയുമ്പോഴും രണ്ടോ രണ്ടരയോ മാസത്തെ അവധിയിൽ ബോംബെ വരെയുള്ള ടിക്കറ്റാണ് കമ്പനി വകയായുള്ളത്. ബോംബെ നഗരത്തിലെ ഇടത്താവളത്തിലെത്തി അവിടന്നിങ്ങോട്ട് ബസ്സ് കയറിവരാനുള്ള കഷ്ടപ്പാടുകൾ ഓർത്ത് ഒരുതവണ മംഗലാപുരം വരെ വിമാനത്തിൽ തന്നെ പോരാൻ തീരുമാനിച്ചു.

ഇന്നത്തെപ്പോലെ മംഗലാപുരത്തേക്ക് നേരിട്ട് വിമാന സർവ്വീസുകളൊന്നും അന്നുണ്ടായിരുന്നില്ല. പുറംരാജ്യങ്ങളിൽനിന്നും അന്താരാഷ്ട്ര വിമാനങ്ങളിൽ ബോംബെയിൽ വന്നിറങ്ങി അവിടെ നിന്ന് ചെറുവിമാനങ്ങളിൽ തുടർയാത്രയ്ക്കുള്ള സൗകര്യങ്ങൾ മാത്രമായിരുന്നു അന്ന്. ബോംബെ വിമാനത്താവളത്തിൽനിന്നും കസ്റ്റംസ് ക്ലിയറൻസ് കഴിഞ്ഞശേഷം തൊട്ടടുത്തുതന്നെയുള്ള ആഭ്യന്തര വിമാനത്തിൽ കയറി മംഗലാപുരത്ത് ഇറങ്ങിയാൽ നേരെ പുറത്ത് കടന്നു നമ്മുടെ വാഹനങ്ങളിൽ കയറി വീടണയാം.

നേരത്തെ തന്നെ കത്തെഴുതി വരുന്ന ദിവസവും സമയവും അറിയിച്ചതനുസരിച്ച് ഉപ്പ ജീപ്പ് പിടിച്ച് വന്ന് പുറത്ത് കാത്തിരിപ്പുണ്ടാവുമെന്ന വിശ്വാസത്തോടെ പെട്ടിയും കെട്ടും വെച്ച ട്രോളിയും തള്ളി പുറത്ത് വന്നു. ഉപ്പയെ കണ്ട സന്തോഷത്തോടെ സലാം പറഞ്ഞു. ഡ്രൈവർ രാഘവൻ ട്രോളിയിൽനിന്നും കെട്ടുകളെടുത്ത് ജീപ്പിന് പുറകിൽ വെച്ചു. ഈ വാഹനത്തിലുള്ളത് ഗൾഫുകാരനാണെന്ന് പൊലീസുകാർ തിരിച്ചറിഞ്ഞാൽ കൈകാണിച്ചു നിർത്തി പരിശോധിച്ച് ബുദ്ധിമുട്ടിക്കാനും പരിധിയിൽ കൂടുതൽ സാധനങ്ങളുണ്ടെന്നോ മറ്റെന്തെങ്കിലും തെറ്റുകുറ്റങ്ങൾ കണ്ടെത്തി തടഞ്ഞു നിർത്തി ഭീഷണിപ്പെടുത്തി കാശ് വാങ്ങിക്കാറുള്ളതുകൊണ്ട് ഗൾഫുനാടുകളിൽനിന്നു വരുന്ന യാത്രക്കാർക്ക് പേടിയാണ്.

എണ്ണപ്പാടത്തുനിന്നും വാരിയെടുത്ത് കൊണ്ടുവരുന്ന സാധനങ്ങളാണ് ഈ പെട്ടികളിലുള്ളതെന്ന് കരുതിയാണോ എന്തോ, കോഴിക്കുഞ്ഞുങ്ങൾക്ക് മീതെ പരുന്തുകൾ വട്ടമിടുന്നതുപോലെ പ്രവാസികൾ എവിടെ ഇറങ്ങുമ്പോഴും നിയമപാലകരും നാട്ടുകാരുമെല്ലാം നമ്മളെ റാഞ്ചിയെടുക്കാൻ തക്കം നോക്കിയിരിക്കുകയാണെന്ന ഒരു തോന്നൽ ഓരോ ഗൾഫ് യാത്രക്കാരുടെയും മനസ്സിനകത്ത് ഒരു ആധിയായി നിലനിന്നിരുന്നു.

വരുന്നവഴിയിൽ ഹോട്ടലിൽ കയറി ഓരോ ചായയും കുടിച്ചു നാട്ടുവർത്തമാനങ്ങളും പറഞ്ഞുകൊണ്ടായിരിക്കും യാത്ര. ഉപ്പയും ഡ്രൈവർ രാഘവനും എന്തൊക്കെയോ വാതോരാതെ സംസാരിച്ചു കൊണ്ടേയിരുന്നു. ബോവിക്കാനം അങ്ങാടിയിൽ അന്ന് നാലഞ്ച് വാടകജീപ്പുകൾ മാത്രമായിരുന്നു ഉണ്ടായിരുന്നത്. അതിൽനിന്ന് രാഘവനെയോ, അന്തായിച്ചാനെയോ മാത്രമായിരുന്നു ഉപ്പ വിളിക്കാറുള്ളത്. ബോവിക്കാനത്തിൽനിന്ന് അന്ന് ബാവിക്കര വഴി റോഡുണ്ടായിരുന്നില്ല. ഇരിയണ്ണിയിലൂടെ കറങ്ങിവേണം വീട്ടിലെത്താൻ. ബേവിഞ്ച ഇരിയണ്ണി എം.എൽ.എ റോഡിന്റെ പ്രാരംഭഘട്ടം മാത്രമേ അന്ന് പൂർത്തിയായിരുന്നുള്ളൂ.

കുണ്ടും കുഴിയുമായ മൺപാതകളിലൂടെ ജീപ്പ് കുലുങ്ങിപ്പോവുമ്പോൾ പാതയോരത്തെ പഴയ കെട്ടിടങ്ങളും വീടുകളും അഴുക്കു പിടിച്ചു കിടക്കുന്നതായും മനുഷ്യരെല്ലാം വളരെ ക്ഷീണിച്ചിരിക്കുന്നതായും എനിക്ക് തോന്നി. തീരെ ചെറിയ കാറുകൾ, ഒരു ബീഡിയോളമുള്ള സിഗരറ്റുകൾ... ഇതെന്താ ഇങ്ങനെയെന്ന് ചോദിച്ചറിയാൻ തോന്നിപ്പോയെങ്കിലും പിന്നീട് ഞാൻതന്നെ അതിന്ന് ഉത്തരം കണ്ടെത്തി. വീതിയും വിസ്താരവുമുള്ള വലിയ വാഹനങ്ങളും അറബികളും പാശ്ചാത്യരുമായ താടിയും നീളവുമുള്ള ആളുകളെയും വർണ്ണഭംഗിയുള്ള വലിയ വലിയ കെട്ടിടങ്ങളെയുമെല്ലാം കണ്ട കണ്ണുകൾക്ക് നാട്ടിലെ ചുറ്റുപാടുകളെ പെട്ടെന്ന് ഉൾക്കൊള്ളാനാവാത്തതു കൊണ്ടാണ് ഇങ്ങനെ ഒരു തോന്നൽ അനുഭവപ്പെടുന്നതെന്ന് ഏറെ താമസിയാതെ ഞാൻ തിരിച്ചറിഞ്ഞു.

മുറ്റത്ത് ജീപ്പിറങ്ങി. എന്നെ അത്ഭുതത്തോടെ നോക്കിനിൽക്കുന്ന ഉമ്മയുടേയും സഹോദരീസഹോദരന്മാരുടെയും ബന്ധുമിത്രാദികളുടെയും മുന്നിലേക്ക് നിറപുഞ്ചിരിയോടെ ചെന്ന് കൈകൊടുത്തു. തീരെ മെലിഞ്ഞ് ഉണങ്ങിയ കോലുപോലെയുണ്ടായ ചെക്കൻ കൊഴുത്ത് തടിച്ച് ആളാകെ മാറിവന്നതിന്റെ ആശ്ചര്യത്തിലായിരിക്കാം അവർ ഇമവെട്ടാതെ നോക്കിനിന്നത്. ഉമ്മ വിളമ്പിത്തന്ന നാടൻ ഭക്ഷണങ്ങൾ ആർത്തിയോടെ കഴിച്ചു. ഒരോരുത്തരായി വന്നുകൊണ്ടിരുന്ന പഴയ സുഹൃത്തുക്കളോട് പ്രവാസക്കഥകൾ പറഞ്ഞിരുന്നു.

എനിക്കുള്ള കല്യാണാലോചനകൾ നാലുഭാഗത്തും തിരക്കിട്ടു നടന്നുകൊണ്ടിരുന്നു. കഴിഞ്ഞ രണ്ടുതവണ വന്നപ്പോഴും കല്യാണം നടത്താനാവാതെ തിരിച്ചുപോകേണ്ട ഗതികേട് ഇപ്രാവശ്യം ഉണ്ടാവരുതേ എന്ന ചിന്തയും നിരാശയും ഉപ്പാക്കും ബന്ധുക്കൾക്കും ഉള്ളതുകൊണ്ടും എന്നേക്കാൾ ആറു വയസ്സിന് ഇളയവനായ അനുജൻ ആമുവിന് ഒരു ആലോചന റെഡിയായിരിക്കുന്നതുകൊണ്ടും എല്ലാവരും ഇക്കാര്യത്തിൽ കൂടുതൽ ഉത്സാഹം കാണിക്കുന്നുണ്ട്. ഒന്നോ രണ്ടോ മാസത്തെ ലീവുമായി കല്യാണം കഴിക്കാൻ വരുന്ന പ്രവാസികളായ ചെറുപ്പക്കാർ വന്നെത്തുന്നതിന്റെ പിറ്റേദിവസം തന്നെ പെണ്ണ് എന്നും പറഞ്ഞുവരും. അതേക്കുറിച്ച് ആലോചിക്കലും പെണ്ണുകാണലും ചുറ്റുപാട് നോക്കലുമെല്ലാം തകൃതിയായി നടന്നുകൊണ്ടിരിക്കും. അതിനിടയിൽ നാളുകൾ കൊഴിഞ്ഞുപോകുന്നതറിയില്ല. അവസാനഘട്ടത്തിൽ അടുത്തതവണത്തേക്ക് കല്യാണം മാറ്റിവെച്ചുകൊണ്ടൊരു തിരിച്ചുപോക്ക്. ഇതാണ് പ്രവാസികളുടെ ജീവിതത്തിൽ പലപ്പോഴും സംഭവിക്കാറുള്ളത്.

പല സ്ഥലങ്ങളിൽനിന്നും ആലോചനകൾ വരുന്നുണ്ടെന്നല്ലാതെ ഒന്നും ശരിയാവാതിരിക്കുന്നതിനിടയിലാണ് ഡ്രൈവർ അന്തായിച്ച ബേവിഞ്ചയിൽ നിന്ന് ഒരാലോചനയുമായെത്തുന്നത്. കർണാടകയിലെ പ്രമുഖ കരാറുകാരൻ കട്ടപ്പണി അബ്ദുല്ലഹാജി-ടി.പി. ആയിഷ ദമ്പതികളുടെ മകളാണത്രെ. പേര് സഫിയ. അടുത്ത ദിവസംതന്നെ ഞങ്ങൾ പോയി നോക്കി; ഇഷ്ടപ്പെട്ട് ഉറപ്പിച്ചു വന്നു. റെയ്യാനബീവി, മുഹമ്മദ് സഊദ്, നഫീസ, റുഖ്യ, ജലാൽ, ഖമറുന്നീസ, സാദിഖ് എന്നിവരാണ് അവരുടെ മറ്റു മക്കൾ. മാതൃഭൂമിയുടെ ഗൾഫ് മേഖലാ ബ്യൂറോ ചീഫ് ആയിരുന്ന മുതിർന്ന പത്രപ്രവർത്തകൻ അഡ്വ. ബേവിഞ്ച അബ്ദുല്ലയുടെ ഇളയപ്പയുടെ മകളാണ് സഫിയ.

കല്യാണം നിശ്ചയിച്ചതിനുശേഷം ഒരു ദിവസം ഉപ്പ പറഞ്ഞു നമുക്കൊന്ന് മംഗലാപുരത്ത് പോയി ഏനപ്പൊയ എളയയോട് സംഗതി പറഞ്ഞ് കല്യാണം ക്ഷണിച്ചു വരണമെന്ന്. എന്റെ ഉമ്മയുടെ കുഞ്ഞുമ്മ സുലേഖയുടെ ഭർത്താവാണ് പ്രമുഖ മരവ്യവസായിയായ ഏനപ്പൊയ മൊയ്തീൻകുഞ്ഞി ഹാജി. വർഷങ്ങൾക്ക് മുമ്പ് ഞങ്ങളുടെ നാടായ ബാവിക്കരയിൽനിന്നും മംഗലാപുരത്തേക്ക് മരക്കച്ചവടത്തിന് പോയി അവിടെ വലിയൊരു ബിസിനസ്സ് സാമ്രാജ്യം പടുത്തുയർത്തിയ ആളാണ്. കാസർകോട്ട് ചെറിയ തോതിലുള്ള മരക്കച്ചവടത്തിന് തുടക്കം കുറിക്കുകയും പിന്നീട് അത് മംഗലാപുരത്തേക്ക് പറിച്ചുനട്ടതോടെ പടിപടിയായി ഉയരുകയും കൂപ്പുകൾ

ലേലത്തിനെടുത്ത് സ്വന്തമായി മരമില്ല് സ്ഥാപിച്ചു ലോറികളും ആനയും മറ്റു യന്ത്രസാമഗ്രികളും ആളുകളുമെല്ലാമായി ഒന്നിനു പിറകിൽ ഒന്നായി ആശുപത്രികളും വിദ്യാഭ്യാസ സ്ഥാപനങ്ങളും തുടങ്ങി ഒരു ബിസിനസ് സാമ്രാജ്യംതന്നെ പടുത്തുയർത്തി. ഏന പ്പൊയ മൊയ്തീൻകുഞ്ഞി ആന്റ് കമ്പനിയുടെ അധിപനായി മാറിയപ്പോഴും അദ്ദേഹത്തിനു കുടുംബക്കാരോടും നാട്ടുകാരോടും എന്തെന്നില്ലാത്ത ആത്മബന്ധവും അടുപ്പവുമായിരുന്നു. അതു കൊണ്ടുതന്നെ കല്യാണങ്ങൾപോലുള്ള ആഘോഷ പരിപാടി കൾക്ക് ഞങ്ങൾ നേരിട്ട് പോയി ക്ഷണിക്കാറുണ്ട്. ഏത് തിരക്കുകൾ ക്കിടയിലും അവർ വന്നു സന്തോഷവേളകളിൽ പങ്കുചേരാറുമുണ്ട്.

അങ്ങനെ ഒരു ദിവസം അതിരാവിലെയുള്ള ബസ്സിനുതന്നെ ഞങ്ങൾ പോയി. മംഗലാപുരം നഗരമദ്ധ്യത്തിൽതന്നെയുള്ള ബൽ മട്ടയിലെ വീട്ടിലെത്തിയപ്പോൾ ഭാഗ്യത്തിന് അദ്ദേഹം വീട്ടിൽതന്നെ യുണ്ടായിരുന്നു. ഉപ്പയെ കണ്ടതോടെ സന്തോഷത്തോടെ വിളിച്ചി രുത്തി. എന്നോടും ഇരിക്കാൻ പറഞ്ഞെങ്കിലും ആദരപൂർവ്വം നിര സിച്ച എന്നെ നിർബന്ധിച്ച് ഇരുത്തി, സംസാരങ്ങൾക്ക് തുടക്കം കുറിച്ചു. ആധികാരികമായ പല കാര്യങ്ങളും പറയുകയും നമ്മൾ പറയുന്നത് ശ്രദ്ധാപൂർവ്വം കേൾക്കുകയും ചെയ്ത ആ വലിയ മനു ഷ്യൻ ഞങ്ങൾക്കുവേണ്ടി അന്നത്തെ ദിവസം അദ്ദേഹത്തിന്റെ എല്ലാ തിരക്കുകളും മാറ്റിവെച്ച് ഒരുമിച്ചിരുന്ന് ഭക്ഷണം കഴിക്കുകയും നാട്ടുവർത്തമാനങ്ങൾ പറഞ്ഞിരിക്കുകയും ചെയ്തു. സുലേഖാ കുഞ്ഞുമ്മയുടെ സ്നേഹാന്വേഷണങ്ങളും സൽക്കാരങ്ങളുംകൊണ്ട് വീർപ്പുമുട്ടിച്ച ആ ഒരു നല്ലനാളിന്റെ ഓർമ്മ ഇപ്പോഴും മനസ്സിൽ നിറംമങ്ങാതെ കിടക്കുന്നു.

അശ്രാന്ത പരിശ്രമങ്ങളുടെ ഫലമായി വലിയൊരു ബിസിനസ് ശൃംഖലയ്ക്ക് രൂപം നൽകിയ ഞങ്ങളുടെയെല്ലാം പ്രിയങ്കരനായ ഏനപ്പൊയ മൊയ്തീൻകുഞ്ഞി ഹാജി ലോകത്തോട് വിടപറഞ്ഞു പോയതോടെ അദ്ദേഹത്തിന്റെ മക്കളായ വൈ. മുഹമ്മദ്കുഞ്ഞിയും വൈ. അബ്ദുല്ലക്കുഞ്ഞിയും അദ്ദേഹത്തിന്റെ പിൻഗാമികളായി. ഞങ്ങളൊക്കെ ചെറിച്ച എന്ന് ആദരപൂർവ്വം വിളിക്കാറുള്ള വൈ. അബ്ദുല്ലക്കുഞ്ഞി ഏനപ്പൊയ ഗ്രൂപ്പ് ഓഫ് കമ്പനിയുടെ ചെയർ മാനായി. അതോടെ കച്ചവടങ്ങൾ പുതിയ മേഖലകളിലേക്കും നീങ്ങി.

സൂപ്പർ സ്പെഷ്യാലിറ്റി ആശുപത്രികൾ കൂടാതെ അലോപ്പതി, ആയുർവ്വേദം, ഹോമിയോപ്പതി മെഡിക്കൽ കോളേജുകളും എഞ്ചി നീയറിംഗ് കോളേജുകളുമടക്കമുള്ള അനേകം വിദ്യാഭ്യാസ

സ്ഥാപനങ്ങളുള്ള വലിയൊരു ബിസിനസ്സ് ഗ്രൂപ്പുകളുടെ തലപ്പത്തിരിക്കുമ്പോഴും നാടുമായും കുടുംബക്കാരുമായും നല്ലൊരു ബന്ധം സ്ഥാപിക്കുന്നു എന്നത് ഇവരുടെ വറ്റാത്ത സ്നേഹത്തിന്റെയും എളിമയുടെയും പെരുമകൾ തന്നെയാണ്. വിദ്യാഭ്യാസ, വ്യവസായമേഖലകളിൽ വൈ. അബ്ദുല്ലക്കുഞ്ഞി നടത്തിയ സ്തുത്യർഹമായ സേവനങ്ങളെ മുൻനിർത്തി കർണാടകയിലെ ഗുൽബർഗ യൂണിവേഴ്സിറ്റി 2022 ഏപ്രിലിൽ അദ്ദേഹത്തിന് ഡോക്ടറേറ്റ് നൽകി ആദരിക്കുകയുണ്ടായി.

1987 ഡിസംബർ ഏഴിന് നാളുകുറിച്ച ഞങ്ങളുടെ കല്യാണത്തിന്റെ സമയം അടുക്കുന്നതോടെ ഒരുക്കങ്ങൾ തകൃതിയായി നടന്നുകൊണ്ടിരുന്നു. ഓലകൾ വെട്ടി പുഴവെള്ളത്തിലിട്ട് മെടഞ്ഞെടുക്കുന്നതിനും പന്തലിനു വേണ്ട മുളകൊണ്ടുവന്ന് തൂണ് നാട്ടി പന്തലിടാനും ഒരുക്കങ്ങൾ തുടങ്ങി. മുളകും മല്ലിയുമെല്ലാം കഴുകി ഉണക്കി കുത്തിപ്പൊടിക്കാനും തേങ്ങകൾ ചിരകിവറുത്തരയ്ക്കാനും അയൽക്കാരും ബന്ധുമിത്രാദികളുമായ പെണ്ണുങ്ങൾ സ്വയം ഉത്തരവാദിത്തം ഏറ്റെടുത്തു. ആണുങ്ങൾ നാടൻകോഴികളും ആടും കൊണ്ടുവന്നു. മുക്രി ഹാജിയും സഹായിയും രാത്രി തന്നെ വന്ന് അറവ് തുടങ്ങി. മൃഗങ്ങളുടെ തൊലി ഉരിയാൻ വേണ്ടി ലിങ്കനും എങ്കിട്ടനും എത്തി.

നാട്ടുപ്രധാനികളും മറ്റും കാലേക്കൂട്ടി വന്നിരുന്നു കഥ പറയുന്നുണ്ടായിരുന്നു. കാർന്നോൻ മമ്മദ്ച്ച, ഉപ്പിച്ച, മൂത്ത, മൊയ്തു വെല്ല്യുപ്പ, വളപ്പിൽ മുഹമ്മദ്, അവരുടെ അനിയന്മാരായ അന്തുക്കായിച്ച, അന്തുമാൻച്ച, ദൈൻദീൻ, കാക്കമൊയ്തു, അബ്ദുല്ല തുടങ്ങിയവരെല്ലാം അഭിപ്രായം പറഞ്ഞുകൊണ്ട് പന്തലിനകത്തിരുന്നപ്പോൾ കല്യാണവീട് ചലനാത്മകമായി. ഇവർക്ക് ഉറക്കം വരാതിരിക്കാൻ കട്ടൻചായ വെച്ചുകൊടുത്തും പെട്ടിയപ്പം (ആറാംനമ്പർ) കൊടുത്തും സിഗരറ്റും ബീഡിയും മുറുക്കാനും വെറ്റില, അടയ്ക്ക, ചുണ്ണാമ്പുമെല്ലാം എത്തിച്ചുകൊടുത്തുകൊണ്ടും കണ്ണേട്ടൻ ഓടിനടക്കുന്നുണ്ടാവും. അന്നത്തെ കല്യാണത്തിന്ന് നാലഞ്ച് പെട്രോമാക്സുകൾ കത്തുന്നുണ്ടാവും. പിന്നെ ഒരു മൈക്ക്സെറ്റും. പെട്ടിപ്പാട്ടെന്ന് അന്ന് ഞങ്ങൾ പറഞ്ഞിരുന്ന ഗ്രാമഫോണിൽനിന്ന് ഏതെങ്കിലും മരത്തിന് മുകളിൽ കെട്ടിവെച്ച കോളാമ്പിയിലൂടെയുള്ള മാപ്പിളപ്പാട്ടുകളുടെ ഈരടികൾ ഗ്രാമം മുഴുവനും കേട്ട് ആസ്വദിക്കാവുന്നത്ര ഉച്ചത്തിൽ ഒഴുകിയെത്തുന്നുണ്ടാവും. ജാതി-മതഭേദമന്യേ എല്ലാവരും ഒത്തൊരുമിച്ച് തോളോടുതോൾ ചേർന്ന് പ്രവർത്തിക്കുന്ന അന്നത്തെ കല്യാണങ്ങൾ ആഘോഷത്തിന്റെ നിറച്ചാർത്ത് തന്നെയായിരുന്നുവെന്നതാണ് പ്രത്യേകത.

കല്യാണം കഴിഞ്ഞാൽ അടുത്ത കുടുംബക്കാർ ഭാര്യാ-ഭർത്താക്കന്മാരെ വിരുന്നുവിളിക്കുന്നത് ഒഴിച്ചുകൂടാനാവാത്ത ചടങ്ങാണ്. കുടുംബത്തിലെ മുതിർന്ന ആളുകളുടെ വീടുകളിൽ പോയി അവിടത്തെ കാരണവന്മാരുടെയും ഉമ്മമാരുടെയും ആശിർവാദങ്ങൾ വാങ്ങിവരികയാണ് അതുകൊണ്ട് ഉദ്ദേശിക്കുന്നത്. ഇങ്ങനെയുള്ള സന്ദർശനങ്ങൾക്ക് പ്രഥമ പരിഗണന നൽകാറുള്ളത് ഉമ്മയുടെ മറ്റൊരു കുഞ്ഞുമ്മ (ഉപ്പൂപ്പയുടെ പെങ്ങൾ) ബോവിക്കാനത്തെ ആച്ചിബി എന്ന ആസ്യഹജ്ജുമ്മയുടെ വീട്ടിലേക്കായിരിക്കും.

ബോവിക്കാനത്തെ വിദ്യാഭ്യാസസ്ഥാപനങ്ങളുടെ സ്ഥാപകനും പൗരപ്രമുഖനുമായിരുന്ന വയലിൽ മുഹമ്മദ് ഹാജിയുടെ സഹധർമ്മിണി വീട്ടിലെത്തുന്നവർക്കെല്ലാം ഭക്ഷണംവെച്ചുവിളമ്പിക്കൊടുക്കും. അതുകൊണ്ടാണ് എൺപതുകൾക്ക് മുമ്പുള്ള വറുതികാലത്ത് അവരുടെ വീട്ടിലെത്തുന്ന നൂറുകണക്കിനാളുകൾക്ക് ജാതി-മതഭേദമില്ലാതെ ഭക്ഷണം നൽകിയിരുന്നത്. ആ സൽപ്രവൃത്തി ആളുകൾ ഇപ്പോഴും വാഴ്ത്താറുണ്ട്. നാട്ടിൽ ഒരു പ്രൈമറിവിദ്യാലയത്തിന് തുടക്കമിട്ട വയലിൽ മുഹമ്മദ് ഹാജി പിന്നീടത് യു.പിയും ഹൈസ്കൂളുമാക്കി ഉയർത്തി. മകൻ ബി. അബ്ദുൽറഹിമാൻ ഈ വിദ്യാലയം പ്ലസ്ടു വരെയാക്കി.

ഞങ്ങളുടെ വളപ്പിൽ കുടുംബത്തിലെ മുതിർന്ന കാരണവന്മാരായ വളപ്പിൽ മുഹമ്മദ്, അബ്ദുല്ല, അബ്ദുൽഖാദർ, അബ്ദുൽ റഹ്മാൻ, സൈനുദ്ദീൻ, ആയിഷ, ബീവി എന്നിവരുടെ വീടുകളിലെല്ലാം പോയി വന്നതിന്റെയും മൊയ്തുക്കാക്കയുടെ വീട്ടിൽ ബീവി അമ്മായിയുടെ സൽക്കാരമുണ്ട് ഒരു രാത്രി തങ്ങിയതിന്റെയും ഓർമകൾ താലോലിച്ച് ഒരു മാസത്തെ ദാമ്പത്യജീവിതത്തോട് വിടപറഞ്ഞു പോവുമ്പോൾ വിരഹനൊമ്പരങ്ങളുടെ വല്ലാത്ത നീറ്റലനുഭവപ്പെട്ടു. ജീവിതത്തിന് നിറം ചാർത്താനുള്ള ആഗ്രഹങ്ങളുമായി പ്രവാസജീവിതം പുൽകാൻ പുറപ്പെടുന്നവർ പലരും സ്വന്തം ജീവിതംതന്നെ ഹോമിക്കുകയാണല്ലോ. ഇരുട്ട് കയറുന്ന കുടുംബത്തിന്റെ വാതിൽപ്പടിയിൽ ഒരു മെഴുകുതിരി കത്തിച്ചുവെച്ച് പ്രകാശം പരത്താൻ സ്വയം തയ്യാറായി മുന്നോട്ട് വരുന്നവർ അവിടമാകെ പ്രകാശം പരത്തിക്കൊണ്ടിരിക്കും. ആ ഇത്തിരിവെട്ടത്തുനിന്ന് പലരും പലതും ചെയ്ത് രക്ഷയുടെ വഴിതേടുമ്പോഴേക്കും സ്വയം കത്തിയമരാൻ വിധിക്കപ്പെട്ടവനാണ് പ്രവാസി.

കൂടപ്പിറപ്പുകളുടെ കല്യാണങ്ങളോ, പെരുന്നാളോ, ഓണമോ മറ്റു ആഘോഷങ്ങളോ എന്നുവേണ്ട, മക്കൾ ജനിക്കുന്നതും പിച്ചവെക്കുന്നതും കിന്നാരം പറയുന്നതും കാണാനോ പിഞ്ചോമനകളെ

മാറോടുചേർത്ത് വെച്ച് ചുടുചുംബനം പകരാനോ സാധിക്കാതെ, സ്വന്തക്കാരുടെ മരണാനന്തര ചടങ്ങുകളിൽ പങ്കെടുക്കാനോ നിവൃത്തിയില്ലാതെ കത്തുകളിലൂടെയോ ഫോൺകോളിലൂടെയോ വരുന്ന സന്ദേശങ്ങളിൽ നടുങ്ങുന്നവർ മാത്രമാണ് പ്രവാസി. ഇരുമ്പുകട്ടിലിൽ കമിഴ്ന്നുകിടന്ന് തേങ്ങിക്കരഞ്ഞു ദുഃഖഭാരം ഇറക്കി വെക്കുന്ന പാവം പ്രവാസിയുടെ യന്ത്രസമാനമായ ജീവിതചര്യകളിലേക്കൊരു തിരിച്ചുപോക്ക്. ഒന്നും പറയാതെ, വാക്കുകളില്ലാതെ മൗനം വാചാലമായ ആ ദിവസം ഏറെ വേദനയോടെ പെട്ടിയും തൂക്കി പടികളിറങ്ങി.

■

ഫൈലക്ക ദ്വീപിലേക്ക്

സുലഫിക്കാത്ത് അശുപത്രിയിൽ ജോലി ചെയ്തു തുടങ്ങിയിട്ട് ഏകദേശം രണ്ടുമാസം കഴിഞ്ഞു. അപ്പോഴേക്കും എന്നെയും മൊയ്തുവിനേയും കലാമിനേയും ഫൈലക്കയിലേക്ക് സ്ഥലം മാറ്റി. കുവൈറ്റിന്റെ വടക്ക് ഭാഗത്തായി കടലിൽ സ്ഥിതിചെയ്യുന്ന, അതി പുരാതനകാലം തൊട്ടേ ജനവാസമുള്ള, ഒരു ചെറിയ ദ്വീപാണ് ഫൈലക്ക. അവിടെ കുവൈറ്റ് സർക്കാർ ടൂറിസം ഡെവലപ്മെന്റിന്റെ ഭാഗമായി പണിയുന്ന പുതിയ പ്രൊജക്ടിൽ ചില സ്ഥാപനങ്ങൾ തുടങ്ങുന്നതിനുള്ള കോൺട്രാക്ട് ഞങ്ങളുടെ കമ്പനിക്കാണ് കിട്ടി യിരിക്കുന്നത്.

സൂപ്പർമാർക്കറ്റ്, റസ്റ്റോറന്റ്, കോഫീഷോപ്പ്, സ്വിമ്മിംഗ് പൂൾ തുടങ്ങിയവ പ്രവർത്തനക്ഷമമാക്കുന്നതിനുള്ള ഏർപ്പാടുകൾ ചെയ്യുന്നതിനാണ് ഞങ്ങളെ ദ്വീപിലേക്ക് അയച്ചത്. അവിടെ നിർ മ്മാണജോലികൾ നടത്തുന്ന ജപ്പാൻകമ്പനിയുടെ എഞ്ചിനീയർമാർ താമസിച്ചിരുന്ന ഒഴിഞ്ഞ താൽക്കാലിക കെട്ടിടത്തിലായിരുന്നു ഞങ്ങളുടെ താമസം. കുറേയകലെ ഫൈലക്കാ അങ്ങാടിയിലുള്ള കടൽക്കരയിലെ കാലിക്കറ്റ് റസ്റ്റോറന്റിലായിരുന്നു ഭക്ഷണം.

ആൾപ്പാർപ്പില്ലാത്ത ഉൾഭാഗത്തായിരുന്നു ടൂറിസ്റ്റ് കേന്ദ്രത്തിന്റെ പണി നടക്കുന്നത്. അവിടെനിന്നും ഇരുപത് മിനിറ്റ് പൂഴിമണലിലൂടെ നടന്നുവേണം കാലിക്കറ്റ് റെസ്റ്റോറന്റിലെത്താൻ. ഞങ്ങളോട് ടാക്സി യിൽ പോകാൻ കമ്പനി പറഞ്ഞിരുന്നുവെങ്കിലും അവിടേക്ക് വാഹനസൗകര്യം കുറവായതിനാൽ, ഞങ്ങൾ കാൽനടയായിട്ടാ യിരുന്നു മൂന്നുനേരവും ഭക്ഷണം കഴിച്ചിരുന്നത്. അതിനുള്ള ടി.എ കിട്ടാറുണ്ട്. നടന്നുപോയിവരാനുള്ള പ്രയാസം കണക്കിലെടുത്ത് താമസിയാതെ ടൊയോട്ട സണ്ണി കാറും ഡ്രൈവറേയും അയച്ചു തന്നു. തിരുവനന്തപുരത്തുകാരൻ പ്രഭാകരേട്ടനും കൂട്ടിനെത്തിയ തോടെ വല്ലപ്പോഴുമൊക്കെ ഫൈലക്കയിലൂടെ കറങ്ങിവരുമെന്ന ല്ലാതെ ഭക്ഷണം കഴിക്കാനുള്ള പോക്ക് നടന്നുതന്നെയായിരുന്നു.

ആദ്യകാലങ്ങളിലെപ്പോഴോ കുവൈറ്റിലെത്തിയ കോഴിക്കോട്ടുകാരൻ ഒരു ഹാജിയാരാണ് കാലിക്കറ്റ് റെസ്റ്റോറന്റ് ഉടമ. പരമ്പരാഗത കുവൈറ്റി രീതിയിൽ മണൽകൊണ്ട് പ്രത്യേകരീതിയിൽ കെട്ടിയുണ്ടാക്കിയ ഒറ്റനിലക്കെട്ടിടത്തിന്റെ മേൽഭാഗത്ത് ഈന്തപ്പനയോലകൾ പാകി അതിന് മുകളിൽ മണലും സിമന്റും ചേർത്ത മിശ്രിതത്താൽ ഉറപ്പിച്ച് മഴ വന്നാൽ ചോരാത്ത പരുവത്തിൽ കെട്ടിയുണ്ടാക്കിയതാണ് ഹോട്ടൽ. അതിനകത്ത് മേശയും കസേരയും മരംകൊണ്ടുള്ള ബെഞ്ചുകളും ഇട്ടിരുന്നു. അറബിക് ഫുഡിന് പുറമെ രാവിലെയും ഉച്ചയ്ക്കും മലയാളികൾക്കുള്ള ഭക്ഷണവും ഇവിടെ ലഭിച്ചിരുന്നു.

ഒരു പഴയ ബ്ലാക്ക് ആന്റ് വൈറ്റ് ടി.വി.യിൽ വി.സി.ആർ ഘടിപ്പിച്ച് സദാ റെസ്‌ലിംഗ് വെക്കുന്നതിനാൽ ഗുസ്തിപ്രിയരായ അറബിച്ചെറുക്കന്മാർ പെപ്സിയും സാന്റ്‌വിച്ചും കഴിച്ച് ഏത് സമയവും ഇതിനകത്ത് തന്നെയായിരിക്കും. ടെലിവിഷൻ അത്ര പ്രചാരമില്ലാതിരുന്ന അക്കാലത്ത് ടി.വി. പരിപാടികളും ഡാൻസും പാട്ടുമൊക്കെ കാണാൻ ആളുകൾ ആശ്രയിക്കുന്നത് ഹോട്ടലുകളെയായിരുന്നു. ലെബ്നാനി, ഇറാനി, മറ്റു അറബ്‌വംശജരുടെ റെസ്റ്റോറന്റുകളിൽ ഡാൻസ്, റെസ്‌ലിംഗ് കാസറ്റുകൾ വലിയ ഒച്ചയോടെ വെച്ച് ആളുകളെ ഭക്ഷണശാലകളിലേക്ക് ആകർഷിക്കുമായിരുന്നു.

വളരെ വർഷങ്ങൾക്ക് മുമ്പുതന്നെ ഫൈലക്ക ദ്വീപിൽ ജനവാസം ഉണ്ടായിരുന്നു. ബി.സി മൂവായിരം തൊട്ടേ കടൽമാർഗ്ഗം സഞ്ചാരികളെത്തിയതിന്റെയും അതിപുരാതനമായ സാംസ്കാരിക പൈതൃകം നിലനിന്നിരുന്നതിന്റെയും അവശിഷ്ടങ്ങൾ ചരിത്ര ഗവേഷകർ പലപ്പോഴായി കണ്ടെത്തിയിട്ടുണ്ട്. പ്രവാചകരുടെ പാദസ്പർശമേറ്റ മണ്ണാണ് ഫൈലക്കയെന്നും മുഹമ്മദ് നബിയുടെ അനുചരർ ഈവഴി പായ്ക്കപ്പലിലൂടെ സഞ്ചരിച്ചപ്പോൾ ഇവിടെ താവളമടിച്ചിരുന്നതായും അവർ താമസിച്ചതിന്റെയും നമസ്കരിക്കാൻ ഉപയോഗിച്ചതിന്റെയും അവശിഷ്ടങ്ങൾ കാലിക്കറ്റ് റസ്റ്റോറന്റിനടുത്തായി കണ്ടിരുന്നതായും പിന്നീടെപ്പോഴോ അത് നാമാവശേഷമായതായും പഴമക്കാർ പറയുമായിരുന്നു. ഫൈലക്ക സന്ദർശിക്കുന്ന വിദേശികളും സ്വദേശികളും ഇവിടെ വന്ന് പ്രാർത്ഥന നടത്തിപ്പോകാറുണ്ടത്രേ.

എ.ഡി. 150ൽ ഗ്രീക്ക് ചരിത്രപണ്ഡിതനായ ടോളമി രചിച്ച 'ജിയോഗ്രാഫി' എന്ന ഭൂമിശാസ്ത്രഗ്രന്ഥത്തിലാണ് ആദ്യമായി കുവൈറ്റിനെക്കുറിച്ച് ആധികാരികമായ പരാമർശമുള്ളത്. അലക്സാണ്ടർ ചക്രവർത്തിയുടെ നിർദ്ദേശപ്രകാരമാണത്രെ ടോളമി ഈ പ്രദേശങ്ങൾ സന്ദർശിച്ചത്. കുവൈറ്റ് ഉൾക്കടലിനെ ഹീറോസ് കോൾപ്പോസ് (Hieros Kolpos) എന്നാണ് ടോളമി വിശേഷിപ്പിച്ചത്.

ബി.സി. 4000 മുതൽ ബി.സി. 2000 വരെ ദിൽമൻ (Dilmun) സംസ്കാരങ്ങളുടെ വാസസ്ഥലമായിരുന്നു. ദിൽമന്റെ നിയന്ത്രണത്തിൽ കുവൈറ്റ് ഉൾക്കടലിൽ അക്കാസ് ദ്വീപെന്ന് മുമ്പ് അറിയപ്പെട്ടിരുന്ന കുവൈറ്റ് നഗരത്തിനടുത്ത ഷുവെയ്ഖ് തുറമുഖം, ഉമ്മ് അൻ നമീൽ (Um An N-amil) ദ്വീപ്, ഫൈലക്ക (failaka) എന്നിവ ഉൾപ്പെട്ടിരുന്നു.

അക്കാലത്ത് ഇന്ത്യൻ ഉപഭൂഖണ്ഡത്തിലേക്കുള്ള കപ്പൽ ഗതാഗതം നിയന്ത്രിച്ചിരുന്ന ദിൽമൻ സാമ്രാജ്യത്തിന്റെ ശക്തി ക്ഷയിച്ചതോടെ ബി.സി 600നുശേഷം ബാസിലോണിയക്കാർ ദിൽമനെ കീഴടക്കി. അതിനുശേഷം മെസപ്പൊട്ടാമിയയിലെ കസൈറ്റസ് കുടിയേറി നെബുഖദ്നേസർ രണ്ടാമന്റെ നിയന്ത്രണത്തിലായിരുന്നതായി ദ്വീപുകളിൽനിന്നും കണ്ടെത്തിയ 'കുനെയ്ഫോം' (Cuneiform) രേഖകളിൽ കാണാം. നബോനിദസിന്റെ ഒരു പ്രതിനിധിയെ അവിടെ നിയമിച്ചിരുന്നതായും അദ്ദേഹത്തിന്റെ കൊട്ടാരത്തിന്റെയും ആരാധനാലയത്തിന്റെയും അവശിഷ്ടങ്ങൾ ഫൈലക്കയിൽനിന്ന് കണ്ടെത്തിയതായും പറയപ്പെടുന്നു. ചരിത്രാതീത കാലഘട്ടങ്ങളുടെ ഇതിഹാസങ്ങളുറങ്ങുന്ന ഫൈലക്കയുടെ മണ്ണിൽ കാലുകുത്താനും കാണാനും മനസ്സിലാക്കാനുമുള്ള വലിയൊരു സൗഭാഗ്യമാണെനിക്കുണ്ടായത്.

സാൽമിയയിലെ ഫെറിയിൽനിന്നും ഫൈലക്കയിലേക്ക് രാവിലെയും വൈകുന്നേരവും ബോട്ട് സർവ്വീസുണ്ട്. ബോട്ടെന്ന് പറഞ്ഞാൽ ഒമ്നി ഷിപ്പ്. പത്തോളം വലിയ കാറുകൾ കയറ്റിക്കൊണ്ടുപോകാവുന്ന മിനി ഷിപ്പ് ആണെന്ന് പറയാം. ഏറ്റവും താഴത്തായി വാഹനങ്ങളും സാധനങ്ങളും കയറ്റി അതിന് മേലെയും ഏറ്റവും മുകളിലുമായി ആളുകൾ കയറിയിരിക്കും. കടൽകാറ്റേറ്റ് പ്രകൃതിരമണീയമായ പുറംകാഴ്ചകളും കണ്ടുപോകുന്ന ആ യാത്ര നയനാനന്ദകരവും അനുഭൂതിദായകവുമാണ്. നല്ല കാറ്റുള്ളപ്പോൾ സർവ്വീസുകളുണ്ടാവാറില്ല. യാത്രയ്ക്കിടയിൽ കാറ്റ്വീശിയാൽ ബോട്ട് ആടിയുലഞ്ഞ് ആളുകൾ പേടിച്ചു വിറയ്ക്കും. ഈ അവസരത്തിൽ അപകടസാധ്യത ഏറെയാണ്.

ടൂറിസം മേഖലയിലെ നിർമ്മാണപ്രവർത്തനങ്ങൾ ഇന്ന് ശരിയാവും, നാളെ ശരിയാവും എന്ന് കരുതി ഞങ്ങൾ കാത്തിരിക്കാൻ തുടങ്ങിയിട്ട് മാസങ്ങൾ രണ്ടുകഴിഞ്ഞു. എങ്കിലും കെട്ടിടനിർമ്മാണം ഇഴഞ്ഞുനീങ്ങുകയാണ്. ഇതിനിടയിൽ ഞങ്ങൾക്കുവേണ്ട ഭക്ഷണസാമഗ്രികളും ഒരു പാചകക്കാരനേയും സഹായിയേയും കമ്പനി അയച്ചു. ഗോവക്കാരനായ മിറന്റ നല്ലൊരു പാചകവിദഗ്ധനായിരുന്നു. ഭക്ഷണങ്ങളുണ്ടാക്കാൻ തുടങ്ങിയതോടെ മിക്ക ദിവസങ്ങളിലും

കടൽക്കരയിൽ പോയി ചൂണ്ടയിട്ട് മീൻപിടിച്ചു കൊണ്ടുവരികയായി ഞങ്ങളുടെ പ്രധാന ഹോബി.

പണി പൂർത്തീകരിച്ചു സൈറ്റ് കമ്പനിക്ക് കൈമാറിയതോടെ പുതിയ മാനേജരും സ്ഥലത്തെത്തി. അൾജീരിയക്കാരൻ മുഹമ്മദ് സാലിം എല്ലാ കാര്യത്തിലും ഞങ്ങളോടൊപ്പം നിന്നു പ്രവർത്തിച്ചു തുടങ്ങിയതോടെ ഞങ്ങൾ ഏറെ അടുപ്പത്തിലായി. ടൂറിസ്റ്റ് കേന്ദ്രം തുടങ്ങിയതോടെ സ്വദേശികളും വിദേശികളുമായ ധാരാളം ആളുകൾ എത്തിത്തുടങ്ങി. വ്യാഴം, വെള്ളി ദിവസങ്ങളിൽ നല്ല തിരക്കായിരിക്കും. അതിനിടയ്ക്ക് മാനേജർ ഭാര്യയെ കൊണ്ടുവരാനുള്ള വിസ ശരിയാക്കി. ഫൈലക്കയിലെ റെസിഡൻസി ഏരിയയിൽ ഒരു വില്ല വാടകയ്ക്കെടുത്തു.

കുറേക്കാലം ആൾത്താമസമില്ലാതെ അടഞ്ഞുകിടന്ന വില്ല വൃത്തിയാക്കാനായി മലയാളികളായ ഞങ്ങൾ രണ്ടു ജോലിക്കാരെ കൂട്ടി മാനേജരുടെ കാറിൽ പോയി രാവിലെ തന്നെ പണിതുടങ്ങി. ഒമ്പത് മണി കഴിഞ്ഞപ്പോൾ ഞങ്ങൾക്ക് ഭക്ഷണസാധനങ്ങൾ വാങ്ങി വരാൻ പോയ സാലിമിനെ മണിക്കൂറുകൾ കഴിഞ്ഞിട്ടും കാണുന്നില്ല. ഞങ്ങളാണെങ്കിൽ ദാഹിച്ചും വിശന്നും വല്ലാത്ത ഒരു പരുവത്തിലായി. ടാപ്പിലൂടെ വരുന്ന വെള്ളമാണെങ്കിൽ കുടിക്കാൻ പറ്റാത്തത്ര അഴുക്കായിരുന്നു. പുറത്ത് പോയി വല്ലതും വാങ്ങിവരാമെന്ന് കരുതി, നോക്കിയപ്പോൾ മെയിൻഗെയിറ്റ് ലോക്കായിരുന്നു. അതുകൂടി കണ്ടതോടെ ഞങ്ങൾക്ക് ആകെ പേടിയായി. ഞങ്ങൾ പരസ്പരം സാലിമിനെ പഴിച്ചുകൊണ്ടിരിക്കുമ്പോൾ തൊട്ടടുത്ത വീട്ടിൽനിന്നും ഒരു സ്ത്രീശബ്ദം.

“നിങ്ങൾ ആരാണ്? ഇതിനകത്ത് എങ്ങനെ എത്തി?” ചോദ്യങ്ങൾക്ക് കൃത്യമായി മറുപടി പറഞ്ഞതോടെ ഞങ്ങൾക്ക് കുറേ ഖുബ്ബൂസ്, ബ്രഡ്, ജാം, മുട്ട പൊരിച്ചത് കൂടാതെ വെള്ളം, ജ്യൂസ്, ഫ്രൂട്ട് തുടങ്ങിയ സാധനങ്ങളെല്ലാം ഒരു പ്ലാസ്റ്റിക് ബാഗിലിട്ട് ഒരു തോട്ടിയിൽ കെട്ടി താഴ്ത്തിത്തന്നു. ഉയരം കൂടിയ മതിൽ കെട്ടി മറച്ചിരുന്നതിനാൽ ഞങ്ങൾക്ക് ഭക്ഷണങ്ങൾ തന്ന ആ മഹാമനസ്കയെ കാണാനായില്ല. എങ്കിലും കോഴിക്കോട് കാപ്പാടിനടുത്തുള്ള ആയിഷയായിരുന്നു അവരെന്നും ഒരു കുവൈറ്റി കല്യാണം കഴിച്ചു കൊണ്ടുവന്നതാണെന്നും സംസാരത്തിൽ നിന്ന് മനസ്സിലായി. ആറു മക്കളും ഭർത്താവുമൊത്ത് അവിടെ സുഖമായി കഴിയുകയായിരുന്നു അവർ. ജോലിയും ആളും ആരവങ്ങളുമായി ചരിത്രപ്രാധാന്യമുള്ള ഫൈലക്കയുടെ മണ്ണിൽ കഴിയുമ്പോൾ എനിക്ക് വീണ്ടും ഒരു ട്രാൻസ്ഫർ ഓർഡർ കൂടി എത്തി. ഉടുപ്പുകൾ പെട്ടിയിലാക്കി പുതിയ ഇടംതേടി പ്രതീക്ഷകളോടെ പുറപ്പെട്ടു.

■

കുവൈറ്റ് ടൈംസ് മലയാളം പത്രം

കുവൈറ്റിലെത്തിയ ആദ്യനാളുകളിൽ പലരും ജോലിയിൽ പോയി തുടങ്ങിയിരുന്നെങ്കിലും എട്ടുമണിക്കൂർ ജോലി കഴിഞ്ഞെത്തുന്ന ചിലർ ഉറങ്ങിയും മറ്റു ചിലർ കഥകൾ പറഞ്ഞും ചീട്ട് കളിച്ചും സമയംപോക്കുമ്പോൾ, നാട്ടിൽ നിന്ന് കൊണ്ടുവന്ന പുസ്തകങ്ങളും മാസികകളും വായിക്കാനും എഴുതാനുമായി ഞാൻ സമയം കണ്ടെത്തി. ഞാൻ എഴുതിയ കഥകളും ലേഖനങ്ങളും വായിച്ചു നോക്കി വടിവൊത്ത അക്ഷരങ്ങളിൽ മാറ്റി എഴുതാൻ സഹമുറിയൻ പെരിയയിലെ പാറമ്മൽ കൃഷ്ണനും ഉത്സാഹിച്ചു. കൂടാതെ എനിക്ക് വേണ്ട പ്രേരണയും പ്രോത്സാഹനവും നൽകാൻ കുഞ്ഞിരാമൻ, ബാവിക്കര മൊയ്തു, കായക്കുളം കൃഷ്ണൻ, വേളന്തടുക്കം നാരായണൻ, കണ്ണൂർക്കാരായ ചന്ദ്രമോഹനൻ, അനിൽ, വിമൽ, കണ്ണൻ തുടങ്ങിയവരും മുന്നോട്ടു വന്നതോടെ എഴുത്തിൽ സജീവമാകാനുള്ള നല്ലൊരു അവസരമാണ് തുറന്നുകിട്ടിയത്.

സ്കൂൾ പഠനകാലത്ത് തന്നെ വായനയോടും എഴുത്തിനോടും താൽപര്യമുണ്ടായിരുന്ന ഞാൻ ബോവിക്കാനം എ.യു.പി. സ്കൂളിൽ ആറാംക്ലാസിൽ പഠിക്കുമ്പോൾതന്നെ മുളിയാർ പഞ്ചായത്തിനു കീഴിലുള്ള കസ്തൂർബ ഗാന്ധി സ്മാരക ലൈബ്രറിയിൽനിന്നും ധാരാളം പുസ്തകങ്ങൾ എടുത്ത് വായിക്കുമായിരുന്നു. വായനാതൽപരനായ എനിക്ക് പ്രമുഖ എഴുത്തുകാരുടെ കഥകളും നോവലുകളുമെല്ലാം വായിച്ചതിന്റെ ഫലമായി, മനസ്സിൽ തെളിഞ്ഞ ആശയമായിരുന്നു ചുറ്റുവട്ടങ്ങളിൽ നടക്കുന്ന സംഭവങ്ങളെക്കുറിച്ച് എഴുതണമെന്ന്. അങ്ങനെ നോട്ടുബുക്കുകളുടെ ഒഴിഞ്ഞ താളുകളിൽ കവിതകളും ഗാനങ്ങളും കുത്തിക്കുറിച്ച് അടുത്ത സുഹൃത്തുക്കൾക്ക് വായിക്കാൻ കൊടുത്തു. എനിക്ക് തന്നെ തൃപ്തിവരാതെ കീറിക്കളയുകയാണ് പതിവ്. പിന്നീട് കഥകൾ എഴുതാൻ തുടങ്ങി. ഏഴാം ക്ലാസിൽ പഠിച്ചുകൊണ്ടിരിക്കുമ്പോൾ, ഞാനെഴുതിയ 'ഇലപൊഴിയും മരങ്ങൾ' എന്ന ചെറുകഥ നന്നായി എഴുതി ചന്ദ്രിക വാരാന്ത്യപ്പതിപ്പിലെ ബാലപംക്തിയിലേക്കയച്ചുകൊടുത്തു. ഏറെ നാളുകൾക്കു

ശേഷം ചന്ദ്രികയിൽ നിന്ന് എനിക്ക് റഹ്മാൻ തായലങ്ങാടിയുടെ ഒരു കാർഡ് വന്നു. "കഥ നന്നായിട്ടുണ്ട്. തുടർന്നുള്ള ഒരു ലക്കത്തിൽ പ്രസിദ്ധീകരിക്കാം. വീണ്ടും എഴുതുക." അദ്ദേഹമായിരുന്നു അന്ന് ചന്ദ്രികയുടെ വാരാന്ത്യപ്പതിപ്പ് കൈകാര്യം ചെയ്തിരുന്നത്. നല്ല പ്രാധാന്യത്തോടുകൂടി പ്രസിദ്ധീകരിച്ചുവന്ന ആ കഥയാണ് എഴുത്തിൽ സജീവമാകാൻ എനിക്കുള്ള പ്രേരണ.

കാസർകോട് ഗവൺമെന്റ് ഹൈസ്കൂളിലെത്തിയപ്പോൾ കാസർകോട്ടെ സാഹിത്യ-സാംസ്കാരിക രംഗത്തെ മുൻനിര പ്രവർത്തകരായിരുന്ന അദ്ധ്യാപകരെക്കൂടി കിട്ടിയത് എഴുത്തുവഴിയിലേക്കുള്ള യാത്ര സുഗമമമാക്കി. പി. അപ്പുക്കുട്ടൻ മാഷ്, ഭാസ്കരൻ മാഷ്, പി.വി. കൃഷ്ണൻമാഷ്, തമ്പി മാഷ്, പി.വി.സി. നമ്പ്യാർ, കുമാരൻ മാഷ്, കുഞ്ഞമ്പുമാഷ് തുടങ്ങി എഴുത്തിന്റെയും വരയുടെയും വർണ്ണങ്ങളുടെയും ചിത്രരചനയുടെയുമെല്ലാം മുൻനിരയിൽ പ്രവർത്തിച്ചിരുന്ന അധ്യാപകരുടെ നിരന്തരമായ പ്രോത്സാഹനവും ഗംഗാധരൻ മാഷുടെ ഉപദേശവും എഴുത്തിലേക്ക് പിച്ചവെച്ചു നടന്നിരുന്ന എനിക്ക് പുതിയൊരു പാതയൊരുക്കിത്തന്നു. അക്കാലത്ത് മാതൃഭൂമി സ്റ്റഡി സർക്കിളിന്റെ യൂണിറ്റ് പ്രസിഡന്റായി പ്രവർത്തിക്കാനും ചീഫ് എഡിറ്ററായി ചിലങ്ക എന്ന കൈയെഴുത്ത് മാസിക ഇറക്കാനും എനിക്ക് അവസരമുണ്ടായി. അന്ന് മാതൃഭൂമി ആഴ്ചപ്പതിപ്പിലെ ബാലപംക്തിയിലും പൗരധ്വനി വാരികയിലും കഥകൾ പ്രസിദ്ധീകരിച്ചു വന്നിട്ടുണ്ട്. അക്കാലത്ത് സ്കൂൾ യുവജനോത്സവങ്ങളിലെ കഥാരചനാ മത്സരത്തിൽ ഒന്നും രണ്ടും സ്ഥാനങ്ങൾ തുടർച്ചയായി നേടിയിരുന്നു. കാസർകോട്ടെ ഉബൈദ് കലാവേദി നടത്തിയ കഥാരചനാ മത്സരത്തിൽ ഒന്നാംസ്ഥാനം ലഭിച്ചു. കലാലയ ജീവിതത്തിനിടയിൽ എഴുതാൻ അവസരം വന്നപ്പോൾ അതു വേണ്ട രീതിയിൽ പ്രയോജനപ്പെടുത്താൻ ശ്രദ്ധിച്ചിരുന്നു.

കുവൈറ്റിലെ ജോലി കഴിഞ്ഞുള്ള ഇടവേളകളിൽ ഉറങ്ങിയും കളിച്ചും സമയം കളയാതെ കിട്ടിയ അവസരങ്ങൾ വായനയ്ക്കും എഴുത്തിനുമായി ഉപയോഗിച്ചു. രചനകൾ നാട്ടിലെ പ്രസിദ്ധീകരണങ്ങൾക്ക് അയച്ചുകൊടുക്കുക അന്നത്ര എളുപ്പമായിരുന്നില്ല. കത്തയച്ചാൽ കിട്ടാൻ ഒരാഴ്ചയോളം വേണ്ടിവന്നു. അക്കാലത്ത് മനസംതൃപ്തിക്ക് വേണ്ടി എഴുതുന്ന കഥകൾ അബ്ബാസിയയിലോ മറ്റേതെങ്കിലും സ്ഥലങ്ങളിലോ ഉള്ള സാഹിത്യസദസ്സുകളിൽ വായിക്കാറുണ്ടെന്നു മാത്രം.

മലയാളത്തിലെ പ്രമുഖ എഴുത്തുകാരൻ മേതിൽ രാധാകൃഷ്ണൻ അബ്ബാസിയയിൽ എന്റെ തൊട്ടടുത്തായിരുന്നു താമസിച്ചിരുന്നത്. പല വൈകുന്നേരങ്ങളിലും അദ്ദേഹത്തെ കാണാനും സാഹിത്യ-

സാംസ്കാരിക വിഷയങ്ങളെക്കുറിച്ച് ചർച്ച നടത്താനും സാധിച്ചത് മധുരമൂറുന്ന ഓർമ്മയായി അവശേഷിക്കുന്നുണ്ട്.

ഇന്നത്തെപ്പോലെ സോഷ്യൽ മീഡിയകളോ ഇന്റർനെറ്റോ പോയിട്ട്, എന്തിന് ലാന്റ്ഫോണുകളിൽ നിന്ന് അന്താരാഷ്ട്രകാളുകൾ ചെയ്യാൻ പാടുപെട്ടിരുന്ന അക്കാലത്ത് നാട്ടിൽ നിന്ന് പത്രങ്ങൾ എത്തുക രണ്ടോ മൂന്നോ ദിവസങ്ങൾ കഴിഞ്ഞിട്ടായിരിക്കും. വാർത്തകൾ അറിയാനുള്ള ഏക ആശ്രയം ബി.ബി.സി റേഡിയോയിലെ ഇംഗ്ലീഷ് വാർത്താ ബുള്ളറ്റിൻ മാത്രമായിരുന്നു.

അൽവത്തൻ, അൽഖലീജ് തുടങ്ങിയ പ്രമുഖ അറബ് പത്രങ്ങൾക്ക് പുറമെ അറബ്ടൈംസ്, കുവൈറ്റ് ടൈംസ് എന്നീ ഇംഗ്ലീഷ് പത്രങ്ങൾ വിദേശികൾക്കിടയിൽ പ്രചാരമുള്ളവയായിരുന്നു. കുവൈറ്റിലെ വിദേശികളിൽ കൂടുതലും ഇന്ത്യ, പാക്കിസ്ഥാൻ എന്നിവിടങ്ങളിൽ നിന്നുള്ളവരായതിനാൽ ഇന്ത്യ ഉപഭൂഖണ്ഡത്തിൽ നിന്നെത്തിയ ഉർദുമാതൃഭാഷക്കാർക്ക് വാർത്തകൾ എത്തിക്കാനും പത്രത്തിന്റെ സർക്കുലേഷൻ കൂട്ടാനുമായി അറബ് ടൈംസിലെ രണ്ട് പേജ് ഉർദു വാർത്ത കൂടി ഉൾപ്പെടുത്തിയിരുന്നതിനാൽ കാര്യങ്ങൾ അറിയുന്നതിനായി ഇംഗ്ലീഷ് പരിജ്ഞാനമില്ലാത്തവർപോലും അറബ്ടൈംസ് വാങ്ങിക്കുമായിരുന്നു. ബിസിനസ് സാധ്യതകൾ മനസ്സിലാക്കിയതോടെ കുവൈറ്റ് ടൈംസിൽ മലയാളത്തിന് വേണ്ടി രണ്ട് പേജ് നീക്കിവെച്ചു. ധാരാളം മലയാളികൾ ജോലിചെയ്തിരുന്ന കുവൈറ്റിൽ വായനാതൽപരരായ മലയാളികൾക്ക് മുന്നിലേക്ക് കുവൈറ്റ് ടൈംസ് മലയാള പതിപ്പിന്റെ വരവ് വലിയ ആശ്വാസമുണ്ടാക്കി. 1983ലായിരുന്നു അത്. കെ.പി. മോഹനൻ, വി.കെ. ഷറഫുദ്ദീൻ, സുധാകരൻ തുടങ്ങിയവർ മലയാള പതിപ്പിന്റെ ആരംഭത്തിലേയുണ്ടായിരുന്നു. ഏറെ താമസിയാതെ ഷാർലിബെഞ്ചമിൻ, മലയിൽ അബ്ദുല്ലക്കോയ തുടങ്ങിയവരും കുവൈറ്റ് ടൈംസ് മലയാള വിഭാഗത്തിൽ എത്തി.

1981-ൽ ഇന്ത്യൻ പ്രധാനമന്ത്രി ഇന്ദിരാഗാന്ധി കുവൈറ്റ് സന്ദർശിച്ച വേളയിൽ അവരോടുള്ള ആദരസൂചകമായി കുവൈറ്റിലെ മലയാളി സമൂഹം കുവൈറ്റ് ടൈംസ് ഇംഗ്ലീഷ് പത്രത്തിനകത്ത് വെച്ചിറക്കിയ മലയാള സപ്ലിമെന്റിന്റെ സ്വീകാര്യതയിൽനിന്നും പ്രചോദനമുൾക്കൊണ്ടാണ് അറബ് ടൈംസിലെ ഉർദു പത്രത്തിന്റെ മോഡലിലുള്ള മലയാള പതിപ്പ് ഇറക്കാൻ തീരുമാനിച്ചത്. പത്തും പന്ത്രണ്ടും പേജുകളുള്ള കുവൈറ്റ് ടൈംസിനകത്ത് രണ്ടുപേജിലുള്ള മലയാള വാർത്താപത്രമായിരുന്നു ആദ്യം പരീക്ഷിച്ചത്.

ആഗോളതലത്തിലും കേരളത്തിലെയും കുവൈറ്റിലേയുമുള്ള വാർത്തകൾ ചുരുക്കത്തിൽ പരമാവധി കാര്യങ്ങൾ ഉൾപ്പെടുത്തിക്കൊണ്ട് ഭംഗിയുള്ള കൈയ്യക്ഷരത്തിൽ എഴുതി അതിന്റെ

പ്രിന്റെടുത്ത് പത്രത്തിന്റെ വലുപ്പത്തിലാക്കിയായിരുന്നു, ഇന്ത്യയ്ക്ക് പുറത്തുനിന്നുള്ള ലോകത്തെ രണ്ടാമത്തെ മലയാള ദിനപത്രത്തിന് തുടക്കം കുറിച്ചത്. വർഷങ്ങൾക്ക് മുമ്പേ മലേഷ്യയിൽ നിന്നും ആരംഭിച്ച 'മലേഷ്യൻ മലയാളി' എന്നൊരു പത്രമായിരുന്നു ഇന്ത്യയ്ക്ക് വെളിയിൽ നിന്നിറങ്ങിയ പ്രഥമ മലയാളപത്രം.

താമസിയാതെ, നാലു പേജാക്കി അച്ചുകൂടത്തിൽ തന്നെ അച്ചടിക്കാനുള്ള സംവിധാനമുണ്ടാക്കുകയും കുവൈറ്റിലെ മലയാളികളുടെ സാഹിത്യാഭിരുചി കണക്കിലെടുത്ത് വ്യാഴാഴ്ചകളിൽ വാരാന്ത്യപ്പതിപ്പ് ഇറക്കുകയും ചെയ്തു. അതോടെ കുവൈറ്റ് ടൈംസിന് മലയാളികൾക്കിടയിൽ സ്വീകാര്യതയേറി.

വാരാന്ത്യപ്പതിപ്പിൽ കഥകൾക്കും ലേഖനങ്ങൾക്കും മറ്റു സാഹിത്യരചനകൾക്കും പ്രാധാന്യം നൽകിയതോടെ സുവൈഖിലെ പത്രമാഫീസിൽ മാസത്തിൽ ഒന്നോ രണ്ടോ തവണ എന്റെ രചനകൾ ഏൽപ്പിക്കുക പതിവായിരുന്നു. അതുവഴി കെ.പി. മോഹനനുമായി ബന്ധം സ്ഥാപിച്ചിട്ടുണ്ട്. മുഹമ്മദ്കുഞ്ഞി മുളിയാർ എന്ന പേരിൽ ഇടയ്ക്കിടെ എന്റെ രചനകൾ പ്രസിദ്ധീകരിച്ചു വന്നിരുന്നതുകൊണ്ട് കൂടുതൽ എഴുതാനുള്ള പ്രേരണയുമായി. കുവൈറ്റ് ടൈംസിലൂടെ ഒരുപാട് എഴുത്തുകാർക്ക് എഴുതി വളരാനുള്ള അവസരമാണുണ്ടായത്.

1990 ആഗസ്റ്റ് രണ്ടിന് ഇറാഖ് ഭരണാധികാരി സദ്ദാം ഹുസൈന്റെ പട്ടാളം കുവൈറ്റിലേക്ക് അതിക്രമിച്ചുകയറിയതോടെ അനേകായിരങ്ങൾക്ക് സ്വന്തം നാട്ടിലേക്ക് മടങ്ങേണ്ടിവന്നു. പാസ്പോർട്ടടക്കം വിലപിടിപ്പുള്ള സർവ്വതും നഷ്ടപ്പെട്ട എനിക്ക് എഴുതിയ പുസ്തകങ്ങളും വൈക്കം മുഹമ്മദ്ബഷീർ അടക്കമുള്ള എഴുത്തുകാരോടൊപ്പമുള്ള ഫോട്ടോകളും എഴുത്തുകുത്തുകളുമെല്ലാം ഒരൊറ്റരാത്രികൊണ്ട് നഷ്ടമായി. അങ്ങനെ വെറുംകൈയോടെ നാട്ടിലേക്ക് തിരിക്കേണ്ടിവന്നതിൽ പിന്നെ ഞാൻ കുവൈറ്റിലേക്ക് തിരിച്ചുപോയിട്ടുമില്ല.

രണ്ടാം ഗൾഫ് യുദ്ധത്തിലൂടെ അമേരിക്കയും സഖ്യകക്ഷികളും ഇറാഖിൽനിന്ന് കുവൈറ്റിനെ മോചിപ്പിച്ചപ്പോൾ, രാജ്യം പഴയ പ്രതാപം വീണ്ടെടുത്തു. കുവൈറ്റ് ടൈംസും പഴയതുപോലെ തുടർന്നു. കമ്പ്യൂട്ടറും സോഷ്യൽ മീഡിയകളും മൊബൈൽ ഫോണുകളും നിലവിൽ വന്നു. റേഡിയോ, ടെലിവിഷൻ സ്റ്റേഷനുകൾ സജീവമായി. മലയാള പത്രമാസികകൾ പല രാജ്യങ്ങളിലും എഡിഷൻ തുടങ്ങിയതോടെ കുവൈറ്റ് ടൈംസിന്റെ പ്രതാപത്തിന് മങ്ങലേറ്റു. അങ്ങനെ 2009 ആഗസ്റ്റോടെ കുവൈറ്റ് ടൈംസ് മലയാള പ്രസിദ്ധീകരണം അവസാനിപ്പിച്ചു.

■

യുദ്ധം മുന്നിൽക്കണ്ട നാളുകൾ

ഇറാൻ-ഇറാഖ് യുദ്ധം കൊടുമ്പിരിക്കൊണ്ടിരിക്കുന്നതിനിടയിലാണ് ഫൈലക്ക ദ്വീപിലെ ടൂറിസ്റ്റ് കേന്ദ്രത്തിൽനിന്നും കുവൈറ്റ് എയർവെയ്സിലേക്ക് എനിക്ക് സ്ഥലംമാറ്റം കിട്ടിയത്. ഹൊർമുസ് കടലിടുക്കുകളും മറ്റു തന്ത്രപ്രധാനമായ സ്ഥലങ്ങളും കൈവശപ്പെടുത്തിക്കൊണ്ട് എങ്ങനെയെങ്കിലും യുദ്ധത്തിൽ വിജയിക്കുവാനുള്ള നീക്കങ്ങളാണ് ഇരുവിഭാഗവും നടത്തിയിരുന്നത്. ഇതിനിടയിൽപെട്ട് ഈ കൊച്ചുരാജ്യത്തെ ഭരണാധികാരികളും ജനങ്ങളും വേവലാതി പൂണ്ടിരിക്കുകയാണ് - സമർത്ഥരായ യോദ്ധാക്കളും ആയുധങ്ങളും ആൾബലവുമുള്ള ഇറാനും ഇറാഖും നേർക്കുനേർ പൊരുതുമ്പോൾ ഇറാഖിന് വേണ്ട പിന്തുണയും സാമ്പത്തികസഹായവും എത്തിച്ചുകൊടുക്കാമെന്നല്ലാതെ, ആയുധമേന്തി പക്ഷം ചേർന്ന് പൊരുതാനുള്ള ശക്തി കുവൈറ്റിനില്ലെന്ന തിരിച്ചറിവ് കുവൈറ്റികൾക്കും ഭരണാധികാരികൾക്കുമുണ്ടായിരുന്നു.

ഇറാന്റെ ഭരണമാറ്റം തങ്ങളുടെ പാരമ്പര്യ ഭരണരീതിക്കെതിരെ ഇന്നല്ലെങ്കിൽ നാളെ വലിയൊരു വെല്ലുവിളിയാകാനിടയുള്ളതുകൊണ്ടു മാത്രമാണ് ഇങ്ങനെയുള്ള തിരുത്തൽ ശക്തികളെ മുളയിൽതന്നെ നുള്ളിക്കളയണമെന്ന അറബ്ലോകത്തിന്റെയും അമേരിക്കൻ, യൂറോപ്യൻ രാജ്യങ്ങളുടെയും കൂട്ടായ തീരുമാനത്തിന് സമ്മതം മൂളിയത്. ഇത് കുവൈറ്റിലെ ഇറാൻഅനുകൂലികളായ ഷിയാവിഭാഗത്തെ ചൊടിപ്പിച്ചു.

ഈ സന്ദിഗ്ധഘട്ടത്തിൽ രാജ്യസുരക്ഷ മുൻനിർത്തി രാജ്യത്തിനകത്തും അതിർത്തികളിലും സംരക്ഷണമേർപ്പെടുത്തുന്നതിനായി സർക്കാർ കര-നാവിക-വ്യോമ-പൊലീസ് സേനകൾക്ക് അതീവ ജാഗ്രതാനിർദ്ദേശം നൽകി. അതോടെ ഞങ്ങളുടെ കാറ്ററിംഗ് കമ്പനി ഇതുപോലുള്ള സ്ഥലങ്ങളിലേക്ക് കൂടുതൽ ജീവനക്കാരെ എത്തിക്കാൻ നിർബന്ധിതരായി.

മുമ്പ് ഇവിടത്തെ പട്ടാളക്യാമ്പുകളിൽ എട്ടുമണിക്ക് ജോലിക്കെത്തിയാൽ ഉച്ചഭക്ഷണം കഴിഞ്ഞു മൂന്നിൽ രണ്ടുഭാഗത്തിനും അവരവരുടെ വീടുകളിലേക്ക് പോകാനുള്ള സൗകര്യമുണ്ടായിരുന്നു. ഈ പതിവാണ് അടിയന്തിരാവസ്ഥ നിലവിൽ വന്നതോടെ ഇല്ലാതായിരിക്കുന്നത്.

ദൂരെ അതിർത്തി പ്രദേശങ്ങളിൽ മരുഭൂമിയിലെ ബാരക്കുകളിൽ തമ്പടിച്ചിരിക്കുന്ന സ്ഥിരം പട്ടാളക്കാർക്ക് പുറമെ, പ്രത്യേക സാഹചര്യം കണക്കിലെടുത്ത് നിലയുറപ്പിച്ചിട്ടുള്ള പട്ടാളക്കാർക്കു ഭക്ഷണം എത്തിച്ചുകൊടുക്കാനും കാറ്ററിംഗ് കമ്പനിക്കാർ തയ്യാറാവണം. അങ്ങനെ എത്രയോ തവണ ഇത്തരം ഒറ്റപ്പെട്ട സ്ഥലങ്ങളിൽ പോയി ഭക്ഷണവും വെള്ളവുമെത്തിച്ചിട്ടുണ്ട്. ആ യാത്രകളിൽ ജീവിതത്തിലൊരിക്കലും മറക്കാനാവാത്ത പല അനുഭവങ്ങളുമുണ്ടായി. ഇന്നത്തെപ്പോലെ അത്യാധുനിക സംവിധാനങ്ങളില്ലാതിരുന്ന കാലത്ത് പട്ടാള കമാന്റർമാരുടെ നിർദ്ദേശമനുസരിച്ച് റോഡിന്റെ അടയാളങ്ങൾ പോലുമില്ലാത്ത മരുഭൂമിയെ കീറിമുറിച്ചുകൊണ്ടൊരു പോക്കാണ്.

ഒരുപാടങ്ങ് സഞ്ചരിച്ചുകഴിഞ്ഞാൽ ബൈനോക്കുലറുകളിലൂടെ വേണം ലക്ഷ്യസ്ഥാനം കാണാൻ. അങ്ങനെ ബാരക്കിലെത്തി വലിയൊരു തളികയിൽ ഭക്ഷണം വിളമ്പി, ചിലപ്പോൾ ഇതു കൊണ്ടുപോയ ഞങ്ങളും അവരോടൊപ്പം പൂഴിമണലിൽ ചമ്രംപടിഞ്ഞിരുന്ന് കഴിക്കാൻ നിർബന്ധിതരാവും. നെയ്ച്ചോറുപോലൊത്ത സ്റ്റീം റൈസും ലഹം മറക്കും (കാരറ്റ്, മത്തൻ, കൂമ്പ, ബീൻസ് തുടങ്ങിയവ അരിഞ്ഞിട്ട് റ്റൊമാറ്റോ പേസ്റ്റിട്ട് സാമ്പാർ പരുവത്തിലാക്കി ആട്ടിറച്ചി കഷണങ്ങൾ ചേർത്ത് നന്നായി വേവിച്ചത്) ചോറിൽ ഒഴിച്ചുകഴിക്കാൻ നല്ല രസ(രുചി)മായിരിക്കും. ഇതിന് പുറമെ കോഴിയോ ഇറച്ചിയോ പൊരിച്ചതും തൈര്, മോര് തുടങ്ങിയവും ആവശ്യത്തിനുണ്ടാവും.

ഒരു ദിവസം പട്ടാള ബാരക്കിൽ ഭക്ഷണം കൊടുത്ത് മടങ്ങുമ്പോൾ ഞങ്ങൾക്ക് വഴിതെറ്റി. ലക്ഷ്യമില്ലാതെ കുറേയേറെ കറങ്ങി. ചുറ്റും പൊടിപടലങ്ങൾ നിറഞ്ഞ മരുഭൂമി മാത്രം. എനിക്കും ഡ്രൈവർക്കും പേടിതോന്നി. സഹാറ മരുഭൂമിയിലൂടെ കുറേ ഓടിയ ശേഷം ഒരു മരുപ്പച്ച കണ്ടപ്പോഴാണ് ശ്വാസം നേരെവീണത്. ഏതായാലും അങ്ങോട്ടേക്കു വെച്ചുപിടിച്ചു. അടുത്തെത്തിയപ്പോഴാണ് മനസ്സിലായത് ബദു(ആദിവാസി)ക്കൾ താമസിക്കുന്ന ഇടമാണതെന്ന്.

അവിടെ കാറ്റാടിയും മറ്റു മരങ്ങളും ഒന്നുരണ്ട് പിക്കപ്പുകളും ആട്ടിൻകൂട്ടങ്ങളും കഴുതകളും ഒട്ടകങ്ങളും കോഴികളും എല്ലാമുള്ള

ഒരു കൊച്ചു ജനവാസകേന്ദ്രം. ഞങ്ങളുടെ വാഹനം കണ്ണിൽപ്പെട്ട പ്പോൾ അവർ ചുവന്നതുണികളും തലയിലിടുന്ന ചുവന്ന പുള്ളി കളുള്ള തട്ടവും വീശിക്കൊണ്ട് ഞങ്ങളെ അങ്ങോട്ടേക്കാകർഷിച്ചു.

ഞങ്ങൾ പോയി അവരുടെ കുടിലിനടുത്ത് വണ്ടിനിർത്തി കാര്യം പറഞ്ഞു. ഞങ്ങളെ അവരുടെ കുടിലിലേക്ക് ക്ഷണിച്ചു കൊണ്ടുപോയി, അവിടെയുള്ളതിൽ വെച്ച് വർണ്ണഭംഗിയുള്ള ഒരു വിരിപ്പിൽ ഇരുത്തി. ബത്തക്കയും സ്വീറ്റ് മെലനും മുന്നിൽ കൊണ്ടു വെച്ചു. പിന്നെ ഒരു ചെമ്പ് പാത്രത്തിൽ നിറയെ മോരും. ആട്ടിൻ പാല് കൊണ്ടുണ്ടാക്കിയ മോരാണത്രെ അത്. അതിൽ ജീരകപ്പൊടി ചേർത്ത് മൺപാത്രത്തിൽ വെച്ചതുകൊണ്ട് ചെറിയൊരു തണുപ്പോടു കൂടിയായിരുന്നു അത്. നല്ല സ്വാദിഷ്ടമായ പാനീയവും ഈത്ത പ്പഴവും വേണ്ടുവോളം കഴിക്കാൻ കിട്ടിയപ്പോൾ ഞങ്ങളുടെ തളർന്ന ശരീരത്തിനും മനസ്സിനും പുത്തനുണർവ്വ് വെച്ചു. അവിടെ നിന്നി റങ്ങിയപ്പോൾ വഴിയറിയാതെ തെറ്റിപ്പോകരുതെന്ന് കരുതി അവരി ലൊരാൾ ഒരു പിക്കപ്പുമെടുത്ത് ഞങ്ങളുടെ വാഹനത്തിന് മുന്നിൽ വഴികാട്ടിയായി. ബസറയിൽനിന്ന് കുവൈറ്റിലേക്കുള്ള ഹൈവേ യിലെ ജഹറ പട്ടണം കാണിച്ചുതന്ന് ആ മനുഷ്യൻ സലാം പറഞ്ഞു പിരിഞ്ഞു.

നീണ്ടുപരന്നു കിടക്കുന്ന സഹാറാമരുഭൂമിയുടെ ചുറ്റുവട്ടങ്ങളി ലുള്ള മരുപ്രദേശത്തു അകപ്പെട്ട് വണ്ടിക്കകത്തെ ഇന്ധനം തീർന്നു പോയാൽ പിന്നീട് ഒരിക്കലും തിരിച്ചുവരാൻ സാധിക്കില്ലെന്ന് ഞങ്ങ ളുടെ പട്ടാളജീപ്പിന്റെ ഡ്രൈവർ അലി അബ്ദുല്ല പിന്നെ ഒരുദിവസം പറഞ്ഞപ്പോൾ ഞാൻ ആകെ വിറച്ചുപോയി. കടൽപോലെ അറ്റ മില്ലാതെ നാലുവശവും കാണാനാവാത്ത മരുഭൂമിയുടെ ഉൾപ്രദേ ശത്ത് അറിഞ്ഞുകൊണ്ട് ആരും പോകാറില്ലെന്നാണ് അലി അബ് ദുല്ല അദ്ദേഹത്തിന്റെ അനുഭവംവെച്ചുകൊണ്ട് വാചാലനായത്. ഇന്ധനം തീർന്ന് മരുഭൂമിയിൽ അകപ്പെടുന്ന വാഹനങ്ങൾ മരു ക്കാറ്റിൽ അടിച്ചുവീശുന്ന മണൽത്തരികൾകൊണ്ട് മൂടപ്പെടുന്ന തോടെ എല്ലാം അവസാനിക്കും. ഇങ്ങനെ എത്രയെത്ര ജീവനാണ് മരുഭൂമി വിഴുങ്ങിയിട്ടുള്ളതെന്ന യാഥാർത്ഥ്യമാണ് അലി അബ്ദുല്ല വെളിപ്പെടുത്തിയത്.

■

ഇറാൻ-ഇറാഖ് കൊമ്പുകോർക്കുന്നു

മദ്ധ്യപൗരസ്ത്യദേശത്തെ രണ്ടു പ്രബലശക്തികളായിരുന്നു ഇറാനും ഇറാഖും. വർഷങ്ങളായി ഇവർ തമ്മിൽ നിലനിന്നിരുന്ന അതിർത്തിത്തർക്കം കൂടുതൽ രൂക്ഷമായതോടെ ഒരു യുദ്ധത്തിനുള്ള സാധ്യതകളുണ്ടെന്നായിരുന്നു ക്യാമ്പിലെ സായാഹ്നചർച്ചകളിലെ പ്രധാന വിഷയം.

ഇറാൻ-ഇറാഖ് രാജ്യങ്ങൾ തമ്മിൽ എപ്പോൾ വേണമെങ്കിലും ഏറ്റുമുട്ടലുണ്ടാവാമെന്നും അങ്ങിനെ വരുമ്പോൾ ഇരുരാജ്യങ്ങൾക്കിടയിലെ തന്ത്രപ്രധാനമായ ഒർമുസു കടലിടുക്കിനടുത്ത് കിടക്കുന്ന കുവൈറ്റിനെയും യുദ്ധത്തിന്റെ ഭവിഷ്യത്തുകൾ ബാധിക്കുമെന്നും ബി.ബി.സി. റേഡിയോയും മറ്റു വാർത്താമാധ്യമങ്ങളും വിലയിരുത്തുന്നതായി ഞങ്ങളുടെ കൂട്ടത്തിലുള്ളവർ ഗൗരവത്തോടെ പറയുമ്പോൾ, മനസ്സിനകത്ത് എന്തെന്നില്ലാത്ത ആശങ്കയും പേടിയും രൂപപ്പെട്ടു. നാട്ടിൽനിന്നു വരുന്ന കത്തുകളിലും ഇക്കാര്യത്തെക്കുറിച്ച് സൂചനയും വേവലാതികളും പങ്കുവെച്ചിരുന്നു. എന്തു ചെയ്യാൻ. എല്ലാം ദൈവഹിതംപോലെ നടക്കും എന്നു കരുതി ആശ്വസിച്ചു.

അന്ന് ഗൾഫ് രാജ്യങ്ങളിലെ ശൈഖുമാരും മിഡിൽ ഈസ്റ്റ്, അറബ് രാജ്യങ്ങളിലെ ഭരണാധികാരികളുമെല്ലാം അറിയപ്പെടുന്ന പ്രബലനേതാക്കളായിരുന്നു. ഈജിപ്തിലെ ജമാൽ അബ്ദുൽ നാസർ, ഇറാനിലെ ഷാമുഹമ്മദ് റൈസാ പഹ്‌ലവി, ഇറാഖിലെ സദ്ദാംഹുസൈൻ, സിറിയയിലെ അസദ് അൽബസർ, ജോർദ്ദാനിലെ ഹുസൈൻ രാജാവ്, ലിബിയയിലെ കേണൽ ഗദ്ദാഫി എന്നിവരുടെ അച്ചുതണ്ടിന്റെ ഭാഗമായിരുന്ന ഇറാനിലെ ഷാ ഭരണകൂടത്തിനെതിരെ ഇറാനിലെ ഷിയാവിഭാഗത്തിന്റെ പരമോന്നതനേതാവ് ആയത്തുള്ള ഖുമൈനിയുടെ നേതൃത്വത്തിൽ തുടങ്ങിയ പ്രതിഷേധങ്ങൾ 1970-ഓടെ കൂടുതൽ ശക്തി പ്രാപിക്കുകയും ആഗോളതലത്തിൽ

തന്നെ ഇറാനിലെ ആഭ്യന്തരപ്രക്ഷോഭങ്ങൾ ശ്രദ്ധ നേടുകയും ചെയ്തു.

എണ്ണ വരുമാനംകൊണ്ട് അറബ് രാജ്യങ്ങളിൽ പലതും പുരോഗതിയിലേക്ക് കുതിക്കുന്നതിനിടയിലാണ് ഇതിനൊക്കെ കടിഞ്ഞാണിടുന്ന നീക്കം ഇറാനിൽ നിന്നുണ്ടാവുന്നത്. ഷിയാ മുസ്ലീം മതനേതാക്കളുടെ നേതൃത്വത്തിൽ നടന്നിരുന്ന സർക്കാർവിരുദ്ധ പോരാട്ടങ്ങൾ വിജയിക്കുകയാണെങ്കിൽ നിലവിലുള്ള അറബ്ഭരണ സംവിധാനത്തിനുതന്നെ ഇത് വലിയൊരു ഭീഷണിയായി മാറും. എന്നു മാത്രമല്ല, അമേരിക്ക-യൂറോപ്യൻ രാജ്യങ്ങളും അറബി നാടുകളുമായി നിലവിലുള്ള ബന്ധംതന്നെ ഇല്ലാതാകുമെന്ന ഭയം ലോകനേതാക്കൾക്കുണ്ടായിരുന്നു. അതുകൊണ്ടാണ് ഇറാനിലെ വിപ്ലവനീക്കത്തിന് പിന്തുണ നൽകാതിരുന്നത്.

പരമ്പരാഗത രീതിയിലുള്ള ഷാ ഭരണത്തെ അതേപടി നിലനിർത്തുന്നതിനായി ഗൾഫ് നാടുകളും അറബ് രാജ്യങ്ങളും നിലവിലെ സർക്കാറിന് അനുകൂല നിലപാടുകളെടുത്തു. അമേരിക്ക പരസ്യമായി ഷാ രാജാവിനെ പിന്തുണച്ച്, എല്ലാ സഹായങ്ങളും വാഗ്ദാനം നൽകി.

അമേരിക്കയുടേയും അറബ്ലോകത്തിന്റെയും പൂർണ്ണപിന്തുണ ഉറപ്പായതോടെ സർക്കാർവിരുദ്ധപ്രവർത്തകരായ ഖുമൈനിയേയും മറ്റു പ്രമുഖ ഇറാൻ വിപ്ലവകാരികളെയും ഉരുക്ക് മുഷ്ടികൊണ്ട് നേരിടാനാണ് തീരുമാനിച്ചത്. ഇത് ഷാ സർക്കാറിന് വിനയായി. ഇതോടെ രാജ്യത്തിനകത്തും പുറത്തും ഖുമൈനി അനുകൂലതരംഗങ്ങൾ കൊടുങ്കാറ്റായി ആഞ്ഞുവീശി. സർക്കാരിനെതിരെയുള്ള നീക്കങ്ങളെ ഇല്ലാതാക്കുന്നതിനുവേണ്ടി ഖുമൈനിയേയും കൂട്ടാളികളെയും തടങ്കലിലിടുന്നതിനായി ഷാ സർക്കാർ തന്ത്രങ്ങൾ മെനഞ്ഞുകൊണ്ടിരിക്കുന്നതിനിടയിലാണ് ഖുമൈനി സമർത്ഥമായി രാജ്യം വിടുന്നത്. വിദേശത്തുനിന്ന് ഖുമൈനി രാജ്യത്ത് നടക്കുന്ന സർക്കാർ വിരുദ്ധ പോരാട്ടങ്ങൾക്ക് വേണ്ട നിർദ്ദേശങ്ങൾ നൽകിക്കൊണ്ടിരുന്നു. ഇറാൻ ജനതയിൽ വലിയൊരു വിഭാഗത്തിന്റെ പിന്തുണയും പിൻബലവും തനിക്കുണ്ടെന്ന് മനസ്സിലാക്കിയ ഖുമൈനി പതിനൊന്നുമാസം തുർക്കിയിലും തുടർന്ന് ഇറാഖിലെ ഷിയാ പുണ്യനഗരമായ നജഫിലും ഇരുന്ന് ഷാ ഭരണത്തിനെതിരെ പോരാടുന്നവരുടെ ബുദ്ധികേന്ദ്രമായി വർത്തിച്ചു. പതിമൂന്ന് വർഷങ്ങൾക്കുശേഷം ഇറാനിൽ തിരിച്ചെങ്കിലും ഭരണകൂടം അവിടെ ഇറങ്ങാൻ അദ്ദേഹത്തിന് അനുമതി നിഷേധിച്ചു. തുടർന്ന് സ്വന്തം പുത്രനായ അഹമ്മദ് ഖുമൈനിയോടും കൂട്ടാളികളോടും കൂടിയാലോചിച്ച് 1978 ഒക്ടോബർ 6ന് അദ്ദേഹം പാരീസിൽ രാഷ്ട്രീയ അഭയം തേടി.

ഇറാനിൽ വിപ്ലവം കത്തിജ്വലിച്ചുകൊണ്ടിരുന്ന കാലത്ത് ഖുമൈനിയുടെ ആഹ്വാനം കേട്ട് തെരുവിലിറങ്ങിയ ആയിരങ്ങളെ നിയന്ത്രിക്കാനാവാതെ ഷാ ചക്രവർത്തി പതറിയതോടെ സമര നായകനായ ഖുമൈനിയും ഫ്രാൻസിന്റെ പ്രാന്തപ്രദേശത്തുള്ള നൊഫെൽ ലെഷാതിലെ എന്ന ഇറാനിയുടെ വസതിയും അന്താരാഷ്ട്ര മാധ്യമങ്ങളുടെ ശ്രദ്ധാകേന്ദ്രമായിമാറി.

ഇറാനും ഇറാഖും അടങ്ങുന്ന മിഡിൽ ഈസ്റ്റിലെ തന്ത്രപ്രധാനമായ പ്രദേശങ്ങൾ എന്നും അധികാര മേൽക്കോയ്മക്ക് വേണ്ടി കടന്നുകയറ്റങ്ങളുടെയും യുദ്ധങ്ങളുടെയും വിളനിലമായിരുന്നുവെന്ന് ഗതകാല ചരിത്രങ്ങൾ പറയും.

ഇസ്ലാമിക വിപ്ലവം വിജയിക്കുന്ന ഘട്ടത്തിലെത്തിയതോടെ 1979 ഫെബ്രുവരി ഒന്നാം തീയതി ഇമാം ഖുമൈനി ടെഹ്റാനിലെ അന്താരാഷ്ട്ര വിമാനത്താവളത്തിൽ വന്നിറങ്ങുമ്പോൾ തന്നെ ഷായുടെ പൊലീസും പട്ടാളവും സർവ്വസന്നാഹങ്ങളോടും കൂടി വിപ്ലവത്തെ എതിർത്തു തോൽപ്പിക്കുവാൻ രംഗത്തുണ്ടായിരുന്നെങ്കിലും ഖുമൈനിയെ സ്വീകരിക്കാൻ എത്തിയ ജനലക്ഷങ്ങൾക്ക് മുമ്പിൽ അടിയറവ് പറയേണ്ടിവന്നെങ്കിലും ഷായെ അമേരിക്കൻ ഏജൻസികൾ തന്ത്രപൂർവ്വം രക്ഷപ്പെടുത്തി.

ദീർഘകാലത്തെ ചരിത്രപാരമ്പര്യമുള്ള ഇറാനിൽ നൂറ്റാണ്ടുകൾക്ക് മുമ്പുതന്നെ ജനവാസമുണ്ടായിരുന്നതായും ബി.സി. ആറായിരത്തോടടുത്ത് ഇവിടെ ഒരു നഗരം നിലനിന്നതിന്റെ അവശിഷ്ടങ്ങൾ കണ്ടെത്തിയതായും പറയപ്പെടുന്നു. ആദ്യകാലങ്ങളിൽത്തന്നെ മധ്യേഷ്യയിൽനിന്ന് ആര്യന്മാർ പ്രവേശിച്ചു. തുടർന്ന് മംഗോളിയരും അറബികളും ബ്രിട്ടീഷുകാരും റഷ്യക്കാരുമൊക്കെ ഇറാനിലെത്തി ഭരണം അടിച്ചേൽപ്പിച്ചു. എന്നാൽ ബി.സി. 559ൽ സ്ഥാപിതമായ അക്കേമിനിദ് രാജവംശമാണ് ചെറുനാട്ടുരാജ്യങ്ങളെയും ഗോത്ര ഭരണങ്ങളേയും കൂട്ടിയോജിപ്പിച്ചുകൊണ്ട് ബാബിലോണിയയും ഏഷ്യാമൈനറും സിറിയയും അടങ്ങുന്ന സൈറസായി അക്കേമിനിദ് സാമ്രാജ്യം അതായത് പേർഷ്യാ സാമ്രാജ്യത്തിന് അടിത്തറ പാകിയത്. ഏറെ താമസിയാതെ അലക്സാണ്ടർ ചക്രവർത്തി പേർഷ്യ പിടിച്ചെടുത്തു. അലക്സാണ്ടറിനുശേഷം പേർഷ്യ അദ്ദേഹത്തിന്റെ സൈന്യാധിപൻ സെല്യൂക്കസിന്റെ കരങ്ങളിലായി. ഇവരെ കീഴടക്കി പാർത്തിയൻമാർ കൈക്കലാക്കിയ പേർഷ്യാസാമ്രാജ്യം എ.ഡി 224ൽ അർദാഷിർ സസ്സാനിയൻ സാമ്രാജ്യം സ്ഥാപിച്ചു. എ.ഡി. 631ൽ അറബികൾ സസ്സാനിയൻ സാമ്രാജ്യത്തെ കീഴടക്കിയതോടെ അബ്ബാസിയസാമ്രാജ്യത്തിനും പിന്നീട് ഖലീഫാഭരണത്തിനും കീഴിലായി.

ഖലീഫമാരുടെ ശക്തി ക്ഷയിച്ചതോടെ പലപല രാജവംശങ്ങളും മാറിമാറി ഭരിച്ചു. പിൻഗാമികളിൽ പലരും സാമ്രാജ്യവിപുലീകരണത്തിന് വേണ്ടിയുള്ള പടയോട്ടത്തിനിടയിൽ അഫ്ഗാനിസ്ഥാനും സിന്ധുനദീതീരവും താണ്ടി ഇന്ത്യൻ ഉപഭൂഖണ്ഡത്തിലുമെത്തിയ ചരിത്രമുണ്ട്. 1908ൽ ബ്രിട്ടീഷ് ഗവേഷകർ ഇറാനിൽ എണ്ണ കണ്ടെത്തിയതോടെ പേർഷ്യയുടെ തലവരതന്നെ മാറി. ആദ്യകാലങ്ങളിൽ തൊഴിലന്വേഷകർ ചെന്നെത്തുന്നതും നല്ല ജോലി ലഭിച്ച് സമ്പാദിച്ചതും ഇവിടെ വെച്ചായിരുന്നതിനാൽ പേർഷ്യക്കാർ എന്നാണ് അവരെ വിളിച്ചിരുന്നത്.

ഒന്നാം ലോകമഹായുദ്ധകാലത്ത് ഇറാന്റെ എണ്ണപ്പാടങ്ങളിൽ കണ്ണുവെച്ച് ബ്രിട്ടനും റഷ്യയും ഇറാനിൽ പ്രവേശിച്ചു. 1921ലെ കമ്മ്യൂണിസ്റ്റ് വിപ്ലവത്തിലൂടെ സോവിയറ്റ്യൂണിയൻ നിലവിൽ വന്നതോടെ റഷ്യൻ സൈനികപിൻമാറ്റം ബ്രിട്ടന്റെ അധിനിവേശത്തിന് ആക്കം കൂട്ടി. 1925ൽ ബ്രിട്ടീഷുകാർ തങ്ങളുടെ തോഴനായിരുന്ന പട്ടാളമേധാവിയെ ഒരു പട്ടാളഅട്ടിമറിയിലൂടെ അധികാരത്തിൽ അവരോധിച്ചു. ഇദ്ദേഹം റിസ ഷാ പഹ്‌ലവി എന്ന പേര് സ്വീകരിച്ച് പഹ്‌ലവി രാജകുടുംബത്തിന് തുടക്കം കുറിച്ചു.

1935ൽ പേർഷ്യ എന്ന പേര് മാറ്റി ഇറാൻ എന്ന് പുനർനാമകരണം ചെയ്തു. തുർക്കി ഏകാധിപതി കമാൽ അത്താതുർക്കിയെ മാതൃകയാക്കി ഇറാനിൽ പാശ്ചാത്യരീതിയിലുള്ള ഭരണസമ്പ്രദായത്തിന് തുടക്കമിട്ടു. അതിനെതിരെ ശബ്ദമുയർത്തിയ ഖുമൈനിയെ നാടുകടത്തുകയും ദീർഘനാളത്തെ സമരത്തിനൊടുവിൽ ഖുമൈനി തിരിച്ചെത്തുകയും ഹിതപരിശോധനയിൽ ഇറാൻ ഒരു ഇസ്ലാമിക ജനാധിപത്യരാജ്യമായി പ്രഖ്യാപിക്കുകയും പൊതുതെരഞ്ഞെടുപ്പിലൂടെ സർക്കാർ അധികാരത്തിലെത്തുകയും ചെയ്തു.

ഇറാന്റെ ഭരണമാറ്റം അമേരിക്കയേയും യൂറോപ്യൻ രാജ്യങ്ങളേയും തെല്ലൊന്നുമല്ല ചൊടിപ്പിച്ചത്. ഇതുകൊണ്ട് ഭാവിയിൽ വരാനിരിക്കുന്ന പ്രത്യാഘാതങ്ങളെക്കുറിച്ച് ബോധിപ്പിച്ച് സ്വന്തം പക്ഷത്തേക്ക് കൊണ്ടുവന്ന് ഇറാനെതിരെ ഒരു ഐക്യനിര കെട്ടിപ്പടുത്ത അമേരിക്ക ആയുധങ്ങളും പണവും ഭക്ഷ്യവസ്തുക്കളും നൽകി സദ്ദാംഹുസൈനെ ഇളക്കിവിട്ടു. വിപ്ലവാനന്തരം തകർന്ന ഇറാനെ എളുപ്പത്തിൽ കീഴ്പ്പെടുത്താമെന്ന കണക്കുകൂട്ടലോടെയാണ് ഇറാഖ് അതിർത്തിയിലെ അവകാശങ്ങൾ പറഞ്ഞുകൊണ്ടുള്ള തർക്കങ്ങളും വാക്പോരും ഒരു തുറന്ന യുദ്ധത്തിലാണ് കലാശിച്ചത്. ഇത് ആധുനികകാലത്തെ ഏറ്റവും നീണ്ട ഒരു യുദ്ധമായി മാറി. ലക്ഷക്കണക്കിനാളുകൾ ഇരുപക്ഷത്തും മരിച്ചുവീണ യുദ്ധത്തിന്റെ നാശനഷ്ടങ്ങൾക്ക് കൈയും കണക്കുമില്ല.

■

ലോക വ്യാപാരകേന്ദ്രമായി മാറിയ കുവൈറ്റ്

ലോക ഭൂപടത്തിൽ സിന്ദൂരപ്പൊട്ടുപോലെ കാണുന്ന കൊച്ചുരാഷ്ട്ര മായ കുവൈറ്റിന് ലോകത്തെ അതിസമ്പന്നമായ രാജ്യങ്ങളുടെ കൂട്ട ത്തിൽ പ്രഥമസ്ഥാനമുണ്ട്. ആയിരത്തി അറുന്നൂറ്റി എൺപത് ചതു രശ്ര അടി വിസ്തീർണ്ണത്തിൽ അഞ്ഞൂറ് കിലോമീറ്റർ നീളത്തിൽ കടൽത്തീരമുള്ള രാജ്യത്തിന്റെ അതിർത്തിയിൽ തെക്ക് സൗദി അറേ ബ്യയും വടക്ക് ഇറാഖുമാണ്.

പ്രകൃതിരമണീയമായ ഈ പ്രദേശത്ത് വർഷങ്ങൾക്കുമുമ്പു തന്നെ ജനവാസമുണ്ടായിരുന്നതായാണ് പറയപ്പെടുന്നത്. കടൽ യാത്രക്കാർക്കും മരുഭൂമിയിലെ സഞ്ചാരികൾക്കും ഇടത്താവളമായി രുന്ന ഈ സുരക്ഷിത ഭൂപ്രദേശത്തെ അൽകൂത്ത് (കടൽതീരത്തെ കോട്ട) എന്ന പേരിലായിരുന്നു അറിയപ്പെട്ടിരുന്നത്. ആ പേര് ലോപി ച്ചാണ് പിന്നീട് കുവൈത്ത് ആയി മാറിയത്. ദൗലത്തുൽ കുവൈറ്റ് (state of kuwait) എന്നാണ് ഔദ്യോഗിക നാമം. അറബിഭാഷ സംസാരിക്കുന്ന ഈ രാജ്യത്തിന്റെ കറൻസി കുവൈറ്റ് ദിനാർ ആണ്. രാജ്യതലസ്ഥാനം കുവൈറ്റ് സിറ്റി(സഫാത്ത്)യും.

കഠിനമായ ചൂടും അതിശൈത്യവും അനുഭവപ്പെടാറുള്ള കുവൈ റ്റിന് പുരാതനമായ ഒരു സാംസ്കാരികപൈതൃകം തന്നെയാണു ള്ളത്. പതിനാറാം നൂറ്റാണ്ടിൽ നജദിലുണ്ടായ രൂക്ഷമായ വരൾച്ച കാരണം വെള്ളംതേടി അലഞ്ഞ ഒരു സംഘം ആളുകൾ, അൽ കൂത്തിൽ എത്തിപ്പെടുകയും അന്ന് ജലസാന്നിദ്ധ്യമുണ്ടായിരുന്ന ഈ പ്രദേശത്ത് താമസമുറപ്പിക്കുകയും ചെയ്തു. ബദുവിൻ എന്ന ഗോത്രവിഭാഗത്തിൽപ്പെട്ട ഇവർ ഈ കടലോരത്ത് കൃഷി ചെയ്തും മീൻ പിടിച്ചും മുത്തുവാരിയും ജീവിച്ചു. ഇന്ത്യയുടെയും മെസ പ്പൊട്ടോമിയയുടെയും ഇടയിലുണ്ടായിരുന്ന തന്ത്രപ്രധാനമായ കുവൈറ്റ് തുറമുഖത്തെ പാർത്തിയൻ സാമ്രാജ്യക്കാരും മറ്റു വിദേശി കളും ഉപയോഗിക്കാറുണ്ടായിരുന്നു. അതിനാൽ കാലങ്ങൾക്ക്

മുമ്പുതന്നെ കുവൈറ്റ് അറിയപ്പെടുന്ന ഒരു വാണിജ്യകേന്ദ്രമായി മാറി. ഈ സൗകര്യം ഉപയോഗിച്ചുകൊണ്ട് സാഹസികരായ കുവൈറ്റികൾ മുത്തും മത്സ്യങ്ങളുമടക്കമുള്ള കടൽവിഭവങ്ങളും ഈന്തപ്പഴങ്ങളും പത്തേമാരികളിൽ കയറ്റി ഇന്ത്യൻ ഉപഭൂഖണ്ഡത്തിലേക്കും ആഫ്രിക്കൻ, യൂറോപ്യൻ രാജ്യങ്ങളിലേക്കും കച്ചവടത്തിനായി പോയിരുന്നു. അവിടുന്നിങ്ങോട്ട് തടികൾ, കുരുമുളക്, ഏലം, ഗ്രാമ്പൂ, ജാതിക്ക തുടങ്ങിയ സുഗന്ധവിളകൾ, അരി, ഗോതമ്പ് എന്നിവ കൊണ്ടുവരും. ഇതാണ് ആദ്യകാല കുവൈറ്റികളുടെ ഉപജീവനമാർഗ്ഗം. മലബാറുമായി, പ്രത്യേകിച്ച് കോഴിക്കോടുമായി നിരന്തരം പോക്കുവരവിലേർപ്പെട്ട കുവൈറ്റികൾക്ക് ഈ പ്രദേശത്ത് വന്ന് കല്യാണബന്ധം സ്ഥാപിച്ചു. അതിലുണ്ടായ മക്കൾ കുവൈറ്റിലും നാട്ടിലുമായി ജീവിക്കുന്നു.

അതിപുരാതനകാലം മുതൽ ഇന്ത്യയും കുവൈറ്റുമായി തുടർന്നിരുന്ന കച്ചവടബന്ധത്തിന്റെ തിരുശേഷിപ്പുകളാണ് ഇപ്പോഴും നിലനിൽക്കുന്ന തടിവ്യവസായവും കപ്പൽനിർമ്മാണവുമെന്ന കാര്യം എടുത്തുപറയേണ്ടതാണ്. അതിനാവശ്യമായ മരങ്ങളും വിദഗ്ധരായ മരപ്പണിക്കാരെയും കോഴിക്കോട്ടു നിന്നായിരുന്നു കൊണ്ടുപോയിരുന്നത്. ആ പഴയ ഓർമ്മകൾ കാത്തുസൂക്ഷിക്കുന്നതിനുവേണ്ടി സമ്പന്നന്മാരായ കുവൈറ്റികൾ ഇപ്പോഴും കോഴിക്കോട് ബേപ്പൂരിൽ വന്ന് പത്തേമാരികൾ നിർമ്മിക്കാറുണ്ട്.

കുവൈറ്റിലെ പ്രമുഖ വ്യവസായിയായ അൽ മറാഫി കുടുംബം ബേപ്പൂരിൽനിന്നും നിർമ്മിച്ചുകൊണ്ടുപോയ പത്തേമാരി മാതൃകയിലുള്ള പഞ്ചനക്ഷത്ര ഹോട്ടലായ റാഡീസൺ (Radisson) അത്തരം ഒന്നാണ്. സ്വദേശികൾക്കും ടൂറിസ്റ്റുകൾക്കും ഈ ഹോട്ടൽ ഒരു അത്ഭുതക്കാഴ്ചയാണ്. പണ്ടുതൊട്ടേ ഇരുരാജ്യങ്ങളും തമ്മിൽ ഉടലെടുത്ത ആത്മബന്ധംകൊണ്ടു തന്നെയാകാം കുവൈറ്റികൾ ഇന്ത്യക്കാരോട്, പ്രത്യേകിച്ച് കേരളീയരോട് ഒരു മമതയും അടുപ്പവും ഇപ്പോഴും കാത്തുസൂക്ഷിക്കുന്നത്. 1756ൽ ഷൈഖ് സബാ ബിൻ ജാബിർ ബിൻ അദ്ബി കുവൈറ്റിന്റെ പ്രഥമ ഭരണാധികാരിയായി ചുമതലയേറ്റു. ഇതാണ് ആധുനിക കുവൈറ്റിന്റെ പിതാവായി അറിയപ്പെടുന്ന ഷൈഖ് മുബാറക്ക് ബിൻ സബാ ബിൻ ജാബിർ. ഇപ്പോഴും കുവൈറ്റ് ഭരണം കൈയാളുന്ന സബാഹ് കുടുംബത്തിന്റെ തുടക്കക്കാരൻ.

ചരിത്രപരമായി പറഞ്ഞാൽ ബി.സി. 6500ലെ ഉബൈദ് കാലഘട്ടം തൊട്ടേ മെസൊപ്പൊട്ടോമിയയുടെ ഭാഗമായിരുന്നു കുവൈറ്റ്. കുവൈറ്റിന്റെ വടക്കുഭാഗത്തുനിന്നാണ് ലോകത്തിലെ ഏറ്റവും പഴക്കം ചെന്ന ഈറ്റവഞ്ചി കണ്ടെത്തിയിട്ടുള്ളത്. ബി.സി രണ്ടായിരത്തിലാണ് കുവൈറ്റിലെ അക്കാസ് (Akkaz), ഫൈലക്ക (Failaka)

ദ്വീപുകളിൽ മെസപ്പൊട്ടോമിയക്കാർ ആദ്യം കുടിയേറിപ്പാർത്തതും സുമേറിയൻ നഗരത്തിൽ നിന്നെത്തിയ കച്ചവടക്കാർ ഫൈലക്ക ദ്വീപിൽ താമസിച്ച് വ്യാപാരം നടത്തിയിരുന്നതും. ഇതിന്റെ തെളിവുകൾ അവിടത്തെ കെട്ടിടങ്ങളുടെ മാതൃകയിൽനിന്നും ഭൂമിക്കടിയിൽനിന്നും കിട്ടിയ അവശിഷ്ടങ്ങളിൽനിന്നും പുരാവസ്തു ഗവേഷകർ കണ്ടെത്തിയിട്ടുണ്ട്.

പ്രമുഖ ഗ്രീക്ക് പണ്ഡിതനായ ടോളമി (Ptolemy) എ.ഡി 150ൽ രചിച്ച 'ജിയോഗ്രാഫി' എന്ന ഭൂമിശാസ്ത്രഗ്രന്ഥത്തിലാണ് കുവൈറ്റിനെക്കുറിച്ചുള്ള ആദ്യപരാമർശം നടത്തിക്കാണുന്നത്. അലക്സാണ്ടർ ചക്രവർത്തിയുടെ കല്പന പ്രകാരം ടോളമി ഈ പ്രദേശം സന്ദർശിച്ചതും ഇവിടെ നിന്നും ഇന്ത്യയിലേക്കും മറ്റു പല രാജ്യങ്ങളിലേക്കും പായക്കപ്പൽ വഴി ചരക്ക് ഗതാഗതം നടന്നതായും അദ്ദേഹം രേഖപ്പെടുത്തിയിട്ടുണ്ട്.

എ.ഡി. 636ൽ സസ്സാനിദ് സാമ്രാജ്യവും റഷീദിൻ ഖിലാഫത്തും തമ്മിലുണ്ടായ ചങ്ങല യുദ്ധത്തിൽ റഷീദിൻ ഖിലാഫത്ത്കാർ വിജയിക്കുകയും അതിനുശേഷം കസീമ, കാദിമ എന്നീ പേരുകളിലാണ് കുവൈറ്റ് അറിയപ്പെട്ടത്. കുവൈറ്റ് വളരെയേറെ തന്ത്രപ്രധാനമായ ഒരിടമായിരുന്നതുകൊണ്ടുതന്നെയാവാം പല സാമ്രാജ്യങ്ങളും ഭരണാധികാരികളും ഈ പ്രദേശത്തെ തങ്ങളുടെ അധീനതയിലാക്കാനുള്ള ശ്രമങ്ങളും പടയൊരുക്കങ്ങളും അന്ന് മുതലേ നടത്തിയിരുന്നത്. 1521ൽ കുവൈറ്റ് പോർച്ചുഗലിന്റെ അധീനതയിലായിരുന്നു. പതിനാറാം നൂറ്റാണ്ടിന്റെ ഉത്തരാർദ്ധത്തിൽ അവർ പ്രതിരോധതാവളങ്ങൾ സ്ഥാപിച്ചിരുന്നെങ്കിലും പിന്നീട് അത് ബനീ ഉത്തബ്കാരുടെ കൈകളിലെത്തി. അവരുടെ കാലത്ത് കുവൈറ്റിൽ രണ്ടായിരത്തോളം വീടുകളും നൂറ്റമ്പതോളം കപ്പലുകളുമുണ്ടായിരുന്നതായി പറയപ്പെടുന്നു. നജ്ദിൽനിന്നും ബസറയിൽനിന്നും വന്ന് കുടിയേറിയ ഇവർ അന്നത്തെ പ്രമുഖ വ്യാപാരികളായിരുന്നതിനാൽ കുവൈറ്റിലെ തുറമുഖവും വ്യാപാരവും പുരോഗതി പ്രാപിച്ചു.

പതിനെട്ടാം നൂറ്റാണ്ടോടുകൂടി കുവൈറ്റിലെ സാമ്പത്തികരംഗം ഉന്നതിയിലെത്തുകയായിരുന്നു. ഇവിടെ നിന്നും മസ്കറ്റ്, ബാഗ്ദാദ്, ബസ്റ, മറ്റു അറേബ്യൻ നാടുകളിലേക്കും പേർഷ്യ, ഇന്ത്യ അടക്കമുള്ള പൗരസ്ത്യ രാജ്യങ്ങളിലേക്കും ചരക്കുഗതാഗതം നടത്തുന്ന പ്രധാന വാണിജ്യകേന്ദ്രമായി കുവൈറ്റ് മാറി. ഇതോടൊപ്പംതന്നെ ഇതുവഴി കടന്നുപോകുന്ന കപ്പലുകളുടെ അറ്റകുറ്റപ്പണികൾ നടത്താനും പുതിയ കപ്പൽ നിർമ്മിക്കുന്ന കേന്ദ്രങ്ങൾക്കും തുടക്കം കുറിച്ചതോടെ ഈ വഴി യാത്രചെയ്യാനും കുവൈറ്റിനെ ഒരു ഇടത്താവളമാക്കി മാറ്റാനും കടൽയാത്രക്കാർ മുന്നോട്ടുവന്നു.

പത്തൊമ്പതാം നൂറ്റാണ്ടോടെയാണ് കുവൈറ്റിലെ കുതിര വ്യാപാരം ആഗോളപ്രശസ്തി നേടുന്നത്. പുറംനാടുകളിൽനിന്ന് ധാരാളം കുതിരകളെ കുവൈറ്റ് കമ്പോളത്തിൽ എത്തിക്കുകയും ഇവിടെ നിന്ന് പുറംനാടുകളിലേക്ക് കപ്പൽമാർഗ്ഗം കയറ്റി അയയ്ക്കുകയും ചെയ്യുമായിരുന്നു. പ്രതിവർഷം എണ്ണൂറോളം കുതിരകളെ ഇന്ത്യയിലേക്കും അയച്ചിരുന്നു. ഇങ്ങനെ വിവിധ കച്ചവടങ്ങളുടെ സിരാകേന്ദ്രമായി മാറിയ കുവൈറ്റ്‌രാജ്യം അതിവേഗം വളർന്നുകൊണ്ടേയിരുന്നു. ബസ്രാ ഗവർണർ അത്ഭുതത്തോടെയാണ് ഇതിനെ നോക്കിക്കണ്ടത്. അങ്ങനെ കുവൈറ്റ് ലോകവാണിജ്യനഗരങ്ങളുടെ പട്ടികയിൽ ഇടംപിടിച്ചു.

ഗൾഫിൽനിന്ന് ഇന്ത്യയിലേക്കെന്നതുപോലെ മറ്റു രാജ്യങ്ങളിലേക്കും ചരക്കുകപ്പലുകൾ വന്നുപോകാനുള്ള ഒരു പ്രവേശന കവാടമായി കുവൈറ്റ് മാറി. ഇതുവഴി ഇന്ത്യക്കാർക്കു പുറമെ തുർക്കി, അർമേനിയ, പൗരസ്ത്യദേശങ്ങളിൽനിന്നും യൂറോപ്പിൽനിന്നും കൂടാതെ തുർക്കികളും യഹൂദരുമൊക്കെ കുവൈറ്റിലെത്തി അവിടെനിന്ന് കച്ചവടസംഘങ്ങളായി സിറിയയിലേക്കും മറ്റു അറേബ്യൻ നാടുകളിലേക്കും ഒട്ടകപ്പുറത്തു കയറി യാത്രപോയതായും രേഖകളിൽ കാണാം. (H.C. Armstrong Lord of Arabia)

പത്തൊമ്പതാം നൂറ്റാണ്ടിന്റെ അവസാനത്തിൽ വ്യാപാരങ്ങളിൽ എർപ്പെട്ടിരുന്ന ഉന്നതനിലവാരത്തിൽ ജീവിക്കുന്ന ഒരു ജനത അവിടെയുണ്ടായിരുന്നതായി ചരിത്രഗ്രന്ഥങ്ങളിൽ രേഖപ്പെടുത്തിയിട്ടുണ്ട്. അതിസമ്പന്നരായിരുന്ന അവരുടെ പിൻതലമുറക്കാരായ കുവൈറ്റിലെ ഇന്നത്തെ വ്യവസായ പ്രമുഖരായ അൽഗനീമും (Alghanim) അൽഹാമദും (Al Hamad) ഇപ്പോഴും തങ്ങളുടെ പാരമ്പര്യത്തിന് മങ്ങലേൽക്കാതെ, തലയെടുപ്പോടെ കാത്തുസൂക്ഷിക്കുന്നു.

കച്ചവടങ്ങളിലൂടെ അഭിവൃദ്ധിയിലേക്ക് ഉയർന്നുകൊണ്ടിരുന്ന കുവൈറ്റിന് ഇരുപതാംനൂറ്റാണ്ടിന്റെ തുടക്കത്തോടെ മങ്ങലേൽക്കാൻ തുടങ്ങി. കാരണം, ആഗോള സാമ്പത്തികമാന്ദ്യം കുവൈറ്റിലെ മുത്തുവ്യാപാരത്തെ സാരമായി ബാധിച്ചു. യൂറോപ്യൻ രാജ്യങ്ങളിലേക്ക് വിലയേറിയ മുത്തുകൾ കയറ്റിക്കൊണ്ടുപോയിരുന്നത് എണ്ണൂറോളം കപ്പലുകളിലായിരുന്നു. എന്നാൽ യൂറോപ്പിലെ സാമ്പത്തികത്തകർച്ചമൂലം അവർ ആഡംബരവസ്തുക്കൾ വാങ്ങാൻ കഴിയാതിരുന്നതും ഇതിനിടയിൽ ജപ്പാൻ കൃത്രിമമുത്ത് നിർമ്മിച്ച് വിപണിയിലിറക്കിയതും മുത്ത് വ്യാപാരത്തെ തകർച്ചയിലെത്തിച്ചത് കുവൈറ്റിനെ സാമ്പത്തികമായി തളർത്തി.

1919–20 കാലത്ത് നടന്ന യുദ്ധത്തെത്തുടർന്ന് സാമ്പത്തികഉപ രോധമേർപ്പെടുത്തിയ സൗദി കുവൈറ്റിനുമേൽ കനത്ത നിയന്ത്രണ മേർപ്പെടുത്തിയത് ഇടയ്ക്കിടെ അതിർത്തിയിൽ പ്രശ്നങ്ങൾ സൃഷ്ടിച്ചുകൊണ്ടേയിരുന്നു. ഇതിന്റെ പിന്നിലുള്ള രഹസ്യം സമ്പൽ സമൃദ്ധമായ ആ നാടിനെ തങ്ങളുടെ വരുതിക്കുള്ളിലാക്കുക എന്നതുതന്നെയായിരുന്നു. ഇതൊക്കെ തരണംചെയ്യാനാവാതെ വന്നപ്പോൾ കുവൈറ്റിന്റെ സാമ്പത്തികരംഗം തീർത്തും താറുമാറായി പ്പോയി. ഈ അവസരത്തിൽ പിടിച്ചുനിൽക്കാൻ പറ്റില്ലെന്ന് കരുതിയ കച്ചവടക്കാരും മൊത്തവ്യാപാരികളും കുവൈറ്റ് വിട്ടുപോകാൻ നിർ ബന്ധിതരായി. ഇതോടെ പഴയ പ്രതാപം നഷ്ടപ്പെട്ട രാജ്യം ദാരിദ്ര്യ ത്തിലേക്ക് കൂപ്പുകുത്തുകയായിരുന്നു. തുടർന്ന് ബഹുഭൂരിപക്ഷം ജനങ്ങളും കൊടുംദാരിദ്ര്യത്തിന്റെ കരാളഹസ്തങ്ങളിൽ അമർന്നു പോയി. എന്നാൽ ഭാഗ്യശാലികളായ കുവൈറ്റികൾക്ക് ഏറെക്കാലം ദാരിദ്ര്യം അനുഭവിക്കേണ്ടി വന്നില്ല. ദൈവത്തിന്റെ വരദാനമായി 1938ൽ മണ്ണിനടിയിൽനിന്നും എണ്ണനിക്ഷേപം കണ്ടെത്തിയതോടു കൂടി ഇവിടത്തെ ജനതയുടേതു മാത്രമല്ല, ലോകത്താകമാനമുള്ള വരുടെ തലവരതന്നെ മാറ്റിയെഴുതപ്പെടുകയായിരുന്നു.

■

കുവൈറ്റും ഇന്ത്യയും തമ്മിലുള്ള ഇഴമുറിയാത്ത ആത്മബന്ധം

അതിപുരാതനകാലംതൊട്ടേ കുവൈറ്റും ഇന്ത്യയും തമ്മിൽ ബന്ധമുണ്ടായിരുന്നതായി ചരിത്രഗ്രന്ഥങ്ങളിൽ പരാമർശിക്കുന്നുണ്ട്. മീൻപിടിച്ചും കൃഷി ചെയ്തും ആടുമേയ്ച്ചും ജീവിച്ചിരുന്ന ആദ്യകാല കുവൈറ്റികൾ അവരുടെ ഉൽപ്പന്നങ്ങളായ ഈന്തപ്പഴവും മാസും (മാലിദ്വീപിലും ലക്ഷദ്വീപിലും പരമ്പരാഗതമായി ഉത്പാദിപ്പിക്കുന്ന ഉണക്കിയ ചൂര മത്സ്യമാണ് മാസ്. ചൂരമൽസ്യത്തെ കടൽ വെള്ളത്തിൽ പുഴുങ്ങി പുകയിട്ടുണക്കി ഉണ്ടാക്കുന്ന, മരക്കഷ്ണം പോലെ തോന്നിക്കുന്ന, ഈ ഉൽപ്പന്നം, രണ്ടോ മൂന്നോ വർഷം കേടുകൂടാതെയിരിക്കും) കയറ്റിയ പായ്ക്കപ്പലുകൾ അലകടൽ കടന്ന് മറുകരയ്ക്ക് കുതിച്ചപ്പോൾ അത് വന്നണഞ്ഞത് മലബാർതീരത്തായിരുന്നു. ഇവിടെയുള്ള തടിയും നാണ്യവിളകളും അങ്ങോട്ടും കൊണ്ടുപോയി. അങ്ങനെ ഇരുരാജ്യങ്ങളും തമ്മിലുള്ള ഒരു ആത്മബന്ധത്തിന് തുടക്കം കുറിച്ചു. അറേബ്യയിൽ ഉദയം ചെയ്ത ഇസ്ലാം മത പ്രചരണത്തിനുവേണ്ടി പായക്കപ്പൽ കയറിയ മാലിക്ക് ദീനാറും പന്ത്രണ്ടുപേരും മുഹമ്മദ് നബിയുടെ കാലത്തുതന്നെ കേരളക്കരയിലെ കൊടുങ്ങല്ലൂരിൽ വന്നിറങ്ങി. കൊയിലാണ്ടി, കൊല്ലം, മാടായി, കാസർകോട് മുതലായ സ്ഥലങ്ങളിൽ സഞ്ചരിച്ച് പള്ളികൾ സ്ഥാപിച്ചു.

എന്നാൽ എണ്ണഖനനം തുടങ്ങിയതോടെ സമ്പന്നതയുടെ പടവുകൾ കയറുന്ന അറേബ്യൻ - പേർഷ്യൻ നാടുകളിലേക്ക് ആളുകൾ കൂട്ടത്തോടെ ഒഴുകാൻ തുടങ്ങി. അറബിമണ്ണിലേക്ക് ഉപജീവന മാർഗ്ഗംതേടി വന്നവരേയും അറബികൾ ഇരുകൈയും നീട്ടി സ്വീകരിച്ചു. അറേബ്യൻ നാടുകളിലെ, പ്രത്യേകിച്ച് കുവൈറ്റിലെ വികസനങ്ങളിൽ പങ്കാളികളാവാൻ മലയാളികൾക്ക് കിട്ടിയ അവസരം, അവർ ആത്മാർത്ഥതയോടെ വിനിയോഗിച്ചു. ഒട്ടകങ്ങൾ മേഞ്ഞു നടന്നിരുന്ന മരുഭൂമിയാണ് എണ്ണ കണ്ടുപിടിച്ചതോടെ അത്ഭുതങ്ങളുടെ

പറുദീസയായി മാറിയത്. പടുകൂറ്റൻ കെട്ടിടങ്ങളും ലോകോത്തര ഗുണനിലവാരമുള്ള റോഡുകളും പാർക്കുകളും പൂന്തോട്ടങ്ങളും വിലപിടിപ്പുള്ള കാറുകളും മറ്റു വാഹനങ്ങളും യന്ത്രസാമഗ്രികളു മടക്കം അത്യന്താധുനിക സൗകര്യങ്ങളുള്ള നാടായി മാറിയപ്പോൾ ലോകത്തിന്റെ പല കോണുകളിലുമുള്ളവർ ഇങ്ങോട്ടേയ്ക്ക് ആകൃഷ്ടരായി. ഒരുപാട് കുടുംബങ്ങളുടെ ജീവിതനിലവാരത്തോടൊപ്പം കേരളക്കരയുടെ മുഖഛായതന്നെ മാറിമറിഞ്ഞു. അതോടെ മറ്റു ഇന്ത്യൻ സംസ്ഥാനങ്ങളിൽനിന്ന് ജോലിതേടിയെത്തുന്നവരുടെ ഒരു മിനി ഗൾഫായി കേരളം മാറി. നമ്മുടെ മുൻതലമുറ മരുഭൂമിയിൽ ഹോമിച്ച ജീവിതംകൊണ്ട് നേടിയെടുത്തതാണ് ഇന്ന് കേരളത്തില ങ്ങോളമിങ്ങോളം കാണുന്ന പുരോഗതിയും വികസനവുമെന്ന് പറയുന്നതിൽ യാതൊരു തെറ്റുമില്ല. ഒരുകാലത്ത് ഒരുപാട് ആളുകൾ മരുഭൂമിയിൽ ഉരുകിത്തീർന്നതിന്റെ പ്രതിഫലനം തന്നെയാണ് ഇന്നീ കാണുന്ന കേരളം.

കുവൈറ്റിലേക്ക് ആദ്യമായെത്തിയ ഇന്ത്യക്കാരൻ ആരായിരിക്കുമെന്ന് കണ്ടുപിടിക്കുക അത്ര എളുപ്പമല്ല. കുവൈറ്റികൾ പത്തേമാരി കളിൽ വന്ന് കച്ചവടം നടത്തിയിരുന്ന കാലത്തുതന്നെ അവരുടെ സഹായികളായി കൂടെപ്പോയ ഏതോ കോഴിക്കോട്ടുകാരായിരിക്കാമെന്ന് ഊഹിക്കാനേ നിവൃത്തിയുള്ളൂ. ഇതേക്കുറിച്ച് വ്യക്തമായ രേഖകളൊന്നുമില്ല. എന്നാൽ അറബികളും കേരളക്കരയും തമ്മിൽ വ്യാപാരപരവും വൈവാഹികവുമായ ബന്ധങ്ങളുണ്ടായിരുന്ന തായും പോർച്ചുഗീസുകാർ കോഴിക്കോട് കപ്പലിറങ്ങുന്നതിന് എത്രയോ വർഷം മുമ്പുതന്നെ അറബികൾ ഇവിടെ വന്നിരുന്ന തായും വാസ്കോഡ ഗാമ ചരിത്ര പുസ്തകത്തിൽ രേഖപ്പെടുത്തുന്നു.

പതിന്നാലാം നൂറ്റാണ്ടിൽ കോഴിക്കോട്ടും തുടർന്ന് കൊല്ലത്തുമെത്തിയ ലോകം കണ്ട ഏറ്റവും മികച്ച സഞ്ചാരിയും ചരിത്രാന്വേഷിയുമായ ഇബ്നു ബത്തൂത്ത എന്ന മൊറോക്കൻ സഞ്ചാരി, അക്കാലത്ത് അറബികൾക്ക് ഇവിടെ വ്യാപാരബന്ധമുണ്ടായതായി രേഖപ്പെടുത്തുന്നുണ്ട്. പശ്ചിമേഷ്യയിലെ ജൂത ദേവാലയങ്ങളിലും അറബ് രാജ്യങ്ങളിലെ സമ്പന്ന കുടുംബക്കാരും കോഴിക്കോട് നിന്ന് കൊണ്ടുവന്ന സുഗന്ധദ്രവ്യങ്ങൾക്കാണ് മുൻഗണന നൽകിയിരുന്നതെന്ന് മലബാർ മാന്വൽ എഴുതിയ വില്യം ലോഗൻ തന്റെ പുസ്തകത്തിൽ രേഖപ്പെടുത്തിയിട്ടുണ്ട്.

തന്ത്രപ്രധാനമായ തുറമുഖമെന്ന നിലയിൽ കപ്പൽ ജോലിക്കാരായിട്ടായിരിക്കാം ആദ്യത്തെ മലയാളി കുവൈറ്റിലെത്തിയ തെങ്കിലും എണ്ണഖനനം തുടങ്ങിയതോടെ 1941 മുതൽ ജോലി

ആവശ്യാർത്ഥം കൂടുതൽ ആളുകൾ ഇവിടേക്ക് കുടിയേറ്റം നടത്തി. കുവൈറ്റ് ബ്രിട്ടീഷ് ആധിപത്യത്തിൽനിന്ന് സ്വതന്ത്രമായ 1961 ജൂൺ 19 മുതൽ തൊട്ടിതുവരേയും കുവൈറ്റും ഇന്ത്യയും തമ്മിൽ ഊഷ്മള മായ സൗഹാർദ്ദം നിലനിൽക്കുന്നുണ്ട്. അതിൽ സുപ്രധാനമായ തിൽ ഒന്ന് പത്തൊമ്പതാം നൂറ്റാണ്ട് മുതൽ ഇന്ത്യൻ കറൻസികളാണ് ഇവിടെ ക്രിയവിക്രയത്തിന് ഉപയോഗിച്ചിരുന്നത് എന്നാണ്. പിന്നീട് നിലവിൽ വന്ന കുവൈറ്റ് ഫണ്ട് കൗൺസിൽ ഇന്ത്യൻ കറൻസി മാറ്റി കുവൈറ്റ് ദിനാർ കൊണ്ടുവന്നു. രണ്ടാമതായി കുവൈറ്റിൽ ഇന്ത്യൻ പോസ്റ്റൽ സ്റ്റാമ്പ് ഉപയോഗിച്ചുകൊണ്ടുള്ള പോസ്റ്റൽ സമ്പ്ര ദായം ഇന്ത്യയുടെതായി നിലവിലുണ്ടായിരുന്നു. 1901ൽ അന്നത്തെ അമീറായിരുന്ന ഷെയ്ഖ് മുബാറക്ക് ബിൻ സബാബിൻ ജാബിർ ബ്രിട്ടീഷ് സർക്കാറിനോടാവശ്യപ്പെട്ട് നടപ്പിൽ വരുത്തിയ പോസ്റ്റൽ സർവ്വീസിന് ഉപയോഗിച്ചിരുന്നതും ഇന്ത്യൻ പോസ്റ്റൽ സ്റ്റാമ്പുകൾ തന്നെയായിരുന്നു. 1948 വരെയും ഇത് കുവൈറ്റിൽ നിലനിന്നി രുന്നു.

പത്തൊമ്പതാം നൂറ്റാണ്ടിന്റെ തുടക്കത്തിൽ കുവൈറ്റ് ഭരിച്ചി രുന്ന ഷെയ്ഖ് മുബാറക്ക് ബിൻ സബാ അൽ ജാബിറിന്റെ കാലത്ത് കുവൈറ്റികളെ ഡ്രൈവിംഗ് പഠിപ്പിക്കാൻ ഇന്ത്യയിൽനിന്ന് കൊണ്ടു വന്ന ആളായിരുന്നു ഔദ്യോഗികമായി ആദ്യം കുവൈറ്റിലെത്തിയ തെന്നും ഗൾഫ് രാജ്യങ്ങളിൽ ആദ്യമായി മോട്ടോർ കാർ ഉണ്ടായി രുന്ന രാജ്യം കുവൈറ്റാണെന്നും ഇതേക്കുറിച്ച് ചരിത്രപഠനം നട ത്തിയ വാസിം അൽ ഗാനിയുടെ റിപ്പോർട്ടിൽ രേഖപ്പെടുത്തിയി ട്ടുണ്ട്.

1938ൽ ഇവിടെ ബ്രിട്ടീഷുകാർ എണ്ണ കണ്ടെത്തി. ബ്രിട്ടീഷ് പെട്രോളിയത്തിന്റെയും ഷെവറോൺ കമ്പനിയുടേയും സഹായ ത്തോടെ കുവൈറ്റ് ഓയിൽ കമ്പനിക്ക് (കെ.ഒ.സി) രൂപം നൽകി. 1946 മുതൽ എണ്ണ കയറ്റുമതി ആരംഭിച്ചതോടെ രാജ്യം പുരോഗതി യിലേക്ക് ചുവടുവെച്ചു തുടങ്ങി. വിവിധ തൊഴിൽ മേഖലകളിലേക്ക് ജോലിക്കാരെ ആവശ്യമായി വന്നുതോടെ കൂടുതൽ ആളുകൾ ഇങ്ങോട്ട് എത്താൻ തുടങ്ങി. 1934ൽ ആരംഭിച്ച പവർഹൗസിന്റെ ചുമതല വഹിച്ചിരുന്നത് ഹസാര സിംഗ്, വിഷൻ സിംഗ് എന്നീ പഞ്ചാബികളായിരുന്നു. പ്രമുഖ വ്യാപാര ഗ്രൂപ്പായ യൂസഫ് അൽ ഗാനിമിന്റെ സെക്രട്ടറിയായിരുന്ന തിലമൽ 1935 മുതൽ ഇവിടെ ജോലി ചെയ്തിരുന്നതായും കുവൈറ്റ് അമീറായിരുന്ന ഷെയ്ഖ് സാദ്അൽ അബ്ദുല്ല അൽസാലിമിന്റെ അധ്യാപകനായിരുന്ന മല യാളി റോയിയും ആദ്യകാലത്തെത്തിയ ഇന്ത്യക്കാരനാണ്.

അക്കാലങ്ങളിൽ കുവൈറ്റിൽ ഏറെക്കാലം താമസിച്ചവർക്ക് ഒരു കുവൈറ്റിയുടെ ആൾജാമ്യത്തിൽ അവിടുത്തെ പൗരത്വം കിട്ടുമായിരുന്നു. കുവൈറ്റ് വനിതകളെ കല്യാണം കഴിച്ചവർക്ക് പ്രത്യേക പരിഗണന ലഭിച്ചിരുന്നു. ഇങ്ങനെ പൗരന്മാരായി കുവൈറ്റി വേഷക്കാരായി നടക്കുന്നവർ മലയാളം പറയുന്നത് കേൾക്കുമ്പോൾ ആദ്യകാലങ്ങളിൽ അത്ഭുതമാണുണ്ടാവുക. എന്നാൽ മലയാളം സംസാരിക്കുന്ന ഈ കുവൈറ്റികൾ മലയാളി സന്തതികളാണെന്ന് ഏറെ വൈകിയാണ് ഞങ്ങൾ തിരിച്ചറിഞ്ഞത്. കാലിക്കൂത്തും അൽക്കൂത്തും തമ്മിലുണ്ടായിരുന്ന പായക്കപ്പൽ വ്യാപാരത്തിൽ നിന്നുടലെടുത്ത അഭേദ്യമായ ബന്ധം കല്യാണങ്ങളിലൂടെ ദൃഢമായതിനാൽ അത് കാലത്തിന്റെ കുത്തിയൊഴുക്കിൽ ഒലിച്ചുപോവാതെ ഇന്നും അനുസ്യൂതമായി തുടരുന്നു. അൽസയാർ, അൽമുല്ല, അൽമർസൂഖ്, അൽബദർ, അൽസഖർ, അൽഖറാഫി, അൽബസർ, അൽഖനം, അൽമുത്തവ്വ തുടങ്ങിയ കുവൈറ്റിലെ പ്രമുഖ വ്യാപാരി വ്യവസായി കുടുംബവുമായി കേരളക്കരയ്ക്കുള്ള ബന്ധം ഊഷ്മളവും ദൃഢവുമാണ്.

1939ൽ കുവൈറ്റിലെത്തിയ കോഴിക്കോട്ടുകാരൻ സീതിക്കാവീട്ടിൽ ഹാജി എസ്.വി. കുഞ്ഞഹമ്മദ് കോയയാണ് ഇവിടെ ആദ്യമെത്തിയ മലയാളി പ്രമുഖനെന്നാണ് പറയപ്പെടുന്നത്. കോഴിക്കോട്ടുനിന്ന് അറബ് നാടുകളിലേക്ക് സാധനങ്ങൾ കയറ്റി അയച്ചിരുന്ന ബറമികളുടെ പ്രതിനിധിയായിട്ടായിരുന്നു അദ്ദേഹം കുവൈറ്റിലെത്തിയത്. പള്ളിക്കണ്ടി അഹമ്മദ് ഹാജിയും കോഴിക്കോട്ടുനിന്ന് വന്ന് ഇവിടെ കച്ചവടം ചെയ്തിരുന്ന മറ്റൊരു പ്രമുഖനായിരുന്നു. അദ്ദേഹത്തിന്റെ പേരമക്കളായ ടി.പി. കുഞ്ഞുമുഹമ്മദ് കോയ, ബിഷാര മുസ്തഫ എന്നിവർ ഇപ്പോഴും കുവൈറ്റിലുണ്ട്.

കുവൈറ്റ്-ഇന്ത്യ വ്യാപാരത്തിലൂടെ പ്രശസ്തരായ യൂസഫ് സഖർ അബ്ദുല്ല ആന്റ് സൺസും ഒരു നൂറ്റാണ്ടുപഴക്കമുള്ള വാണിജ്യസ്ഥാപനമാണ്. 1917ൽ പായക്കപ്പലിൽ കോഴിക്കോട്ടെത്തി വലിയങ്ങാടിയിൽ തുടക്കം കുറിച്ച ഈ സ്ഥാപനം ഇന്നും ഒന്നാം സ്ഥാനത്തു തന്നെ തുടരുകയാണ്. പയ്യോളി സ്വദേശിനി ഫാത്തിമയെ വിവാഹം ചെയ്ത യൂസഫ് സഖർ ഇവിടെ സ്ഥിരതാമസമാക്കിയെങ്കിലും കുവൈറ്റിലേക്ക് സാധനങ്ങൾ കയറ്റിയയച്ചും വിവാഹങ്ങൾ നടത്തിയും ഇരുരാജ്യങ്ങളിലേയും ബന്ധം നിലനിർത്തുന്നുണ്ട്.

1940ൽ കോഴിക്കോട്ടുനിന്നും പത്തേമാരിയിൽ വളരെ സാഹസപ്പെട്ട് കുവൈറ്റിലെത്തി, കുവൈറ്റിൽ തുടക്കം കുറിച്ച കാലിക്കറ്റ് റെസ്റ്റോറന്റ് മലയാളികൾക്ക് എന്നും ഒരു അത്താണിയായിരുന്നു.

1942ൽ ഇവിടെയെത്തിയ തൃശ്ശൂർ കോട്ടപ്പുറം സ്വദേശി പി.എസ്. മേനോനായിരുന്നു കെ.ഒ.സിയുടെ സൂപ്രണ്ടായി സേവനമനുഷ്ഠിച്ചിരുന്ന ആദ്യകാല മലയാളി ഉന്നത ഉദ്യോഗസ്ഥൻ. 1945ൽ കുവൈറ്റിലെത്തിയ ബറാമിൻ കുഞ്ഞുമുഹമ്മദ് ബാത്തയും മിനിസ്ട്രി ഓഫ് ഇലക്ട്രിസിറ്റിയിലെ ആദ്യകാല ഉദ്യോഗസ്ഥനായിരുന്നു. അറബി ഭാഷ നന്നായി കൈകാര്യം ചെയ്തിരുന്ന മുഹമ്മദ് ബാത്ത കുവൈറ്റി വേഷത്തിൽതന്നെയായിരുന്നു നടന്നിരുന്നത്. മുർഗാവിലെ മദീന റസ്റ്റോറന്റ് ഉടമയായ ഇദ്ദേഹം കുവൈറ്റ് മലയാളിയും എഴുത്തുകാരനുമായ ഹസ്സൻ തിക്കോടിയുടെ പിതാവാണ്.

1945ൽ കുവൈറ്റിലെത്തി കെ.ഒ.സി. യിൽ ഹെൽത്ത് ഇൻസ്പെക്ടറായിരുന്ന പത്തനംതിട്ട കോഴഞ്ചേരി കെ.ടി. തോമസ്സും ഭാര്യ തങ്കമ്മ തോമസ്സും കുവൈറ്റിലെ ആദ്യമലയാളി കുടുംബമായി പരിഗണിക്കുന്നു. മലയാളികളെപ്പോലെതന്നെ ഗുജറാത്തികളും വളരെ മുമ്പുതന്നെ കുവൈറ്റിലെത്തിയിരുന്നു. 1938ൽതന്നെ ഇവിടെ കുടിയേറിയ കുടുംബമാണ് ഡൽഹി സ്വദേശി സതീഷ് ശർമ്മയുടേത്. ഇന്ത്യയിൽ നിന്നെത്തിയ ആദ്യകാല കുടുംബങ്ങളിൽ സതീഷിന്റെ അച്ഛനും അൽ സബാ ജനറൽ ട്രേഡിംഗ് കമ്പനി ജീവനക്കാരനുമായ കെ.ബി. ശർമ്മയുമുണ്ടായിരുന്നു. 1952ൽ കുവൈറ്റിൽ തന്നെയായിരുന്നു സതീഷിന്റെ ജനനം. കുവൈറ്റ് ഇന്ത്യൻ സ്കൂളിലെ ആദ്യ ബാച്ച് വിദ്യാർത്ഥി കൂടിയായിരുന്നു സതീഷ്. ആറുപതിറ്റാണ്ടുകളുടെ അനുഭവസമ്പത്തുമായി സതീഷിന്റെ കുടുംബം കുവൈറ്റിൽ തുടരുന്നു.

1947ൽ കുവൈറ്റിലെത്തിയ കെ.ടി.ബി മേനോനായിരുന്നു ആദ്യകാലത്തെ മലയാളിവ്യവസായ പ്രമുഖൻ. കെ.ഒ.സിയിൽ ക്ലർക്കായി ജീവിതമാരംഭിച്ച ഇദ്ദേഹം പിന്നീട് കുവൈറ്റി പ്രമുഖനായ അബ്ദുല്ല സെയ്ദ് ഹാഷിം ഗരബല്ലിയോടൊപ്പം ചേർന്ന് വ്യവസായസംരംഭങ്ങൾക്ക് തുടക്കം കുറിച്ചു. അഭിവൃദ്ധിയുടെ പടവുകൾ താണ്ടി ഉന്നതങ്ങൾ കീഴടക്കിയതോടെ കെ.ടി.ബി. മേനോനെ ഗരബല്ലി മേനോൻ എന്ന പേരിൽ അറിയപ്പെടാൻ തുടങ്ങി. കുവൈറ്റ് ഇന്ത്യക്കാരുടെ കൂട്ടത്തിൽ എടുത്തു പറയേണ്ട ഒരു വ്യക്തിയാണ് ടൊയോട്ട സണ്ണി എന്ന പേരിൽ അറിയപ്പെട്ടിരുന്ന തിരുവല്ല ഇരവിപേരൂർ സ്വദേശി മാത്തുണ്ണി മാത്യൂസ്. 1956ൽ കുവൈറ്റിലെത്തിയ അദ്ദേഹം കുവൈറ്റി വ്യവസായി നാസർ അൽ സായറിന്റെ ടൊയോട്ട വാഹനങ്ങളുടെ ഏജൻസിയിൽ ഒരു സാധാരണ ജീവനക്കാരനായി ചേർന്നു. തുടർന്ന് പടിപടിയായി ഉയർന്ന് ഉന്നതപദവിയിലെത്തി 1989ൽ വിരമിച്ചെങ്കിലും ഒരുപാട് സ്ഥാപനങ്ങളുടെ ഉടമസ്ഥനായി കുവൈറ്റിൽതന്നെ തുടരുകയായിരുന്നു.

1990ൽ സദ്ദാം ഹുസൈന്റെ സൈന്യം കുവൈറ്റിലേക്ക് കടന്നു കയറിയ നാളുകളിൽ അവിടെ കുടുങ്ങിയ ഒന്നേകാൽ ലക്ഷം വരുന്ന ഇന്ത്യക്കാരുടെ ജീവൻ തുലാസിൽ കിടന്ന് ആടിയപ്പോൾ ഇത്രയധികം ആളുകളെ സുരക്ഷിതമായി നാട്ടിലെത്തിക്കുന്നതിനുവേണ്ടി മുൻനിരയിൽനിന്നു പ്രവർത്തിച്ച കൂട്ടത്തിൽ നിന്ന സണ്ണിയെ ഒരു പ്രവാസിക്കും വിസ്മരിക്കാനാവില്ല. 1990 ആഗസ്റ്റ് 13 മുതൽ ഒക്ടോബർ പതിനൊന്ന് വരെയുള്ള മൂന്നുമാസം 488 വിമാനങ്ങളിലായി ഒരുലക്ഷത്തി പതിനായിരത്തിലേറെപ്പേരെയാണ് അമ്മാനിൽ നിന്നും ബോംബെയിലെത്തിച്ചത്. ഒരു യുദ്ധമേഖലയിൽനിന്ന് ചുരുങ്ങിയ കാലയളവിൽ ഇത്രയും പേരെ ഒഴിപ്പിക്കാൻ സാധിച്ച ആദ്യ സിവിൽ എയർലൈൻ എന്ന നിലയിൽ എയർ ഇന്ത്യ ലോക റെക്കോർഡിട്ട് ഗിന്നസ് ബുക്കിൽ ഇടംപിടിച്ചു. ഇതിൽ ടൊയോട്ട സണ്ണിയുടെ കൗശലബുദ്ധിയെ നന്ദിയോടെ വാഴ്ത്താം.

പ്രവാസികളിൽ പലർക്കും കേരള രാഷ്ട്രീയത്തിലും നിർണ്ണായക സ്വാധീനം ചെലുത്താൻ സാധിച്ചിട്ടുണ്ടെങ്കിലും കുവൈറ്റ് വ്യവസായിയും എൻ.സി.പി. നേതാവുമായിരുന്ന തോമസ് ചാണ്ടി കുട്ടനാടുനിന്ന് നിയമസഭയിലേക്ക് മത്സരിച്ചു ജയിച്ചു. സംസ്ഥാന മന്ത്രിസഭയിൽ അംഗവുമായിരുന്നു. ഇങ്ങനെ എടുത്തെഴുതാൻ പറ്റിയ പല പ്രമുഖവ്യക്തികളും കുവൈറ്റിൽ അവരുടേതായ ഇടങ്ങൾ കണ്ടെത്തുകയും അമ്മനാടിനും പോറ്റമ്മനാടിനും വേണ്ടി സ്തുത്യർഹ സേവനങ്ങൾ നടത്തിയിട്ടുണ്ട്.

■

അധിനിവേശം

അവധി കഴിഞ്ഞ് തിരിച്ചെത്തിയ എനിക്ക് ജോലിയിൽ മാറ്റമുണ്ടായി; എന്നുവെച്ചാൽ കാഷ്യറിൽ നിന്നും സൂപ്പർവൈസറായി നിയമിച്ചു. നേരത്തെ ഈ തസ്തികയിലുണ്ടായിരുന്ന നൂറുൽ ഇസ്ലാം എന്ന ബംഗ്ലാദേശുകാരന് പി.ആർ.ഒയുടെ ചുമതല നൽകി. നേവൽ ക്യാമ്പിന്റെ ലൊക്കേഷൻ മാനേജറായിരുന്ന അലക്സാണ്ടർ ഗോമസിന്റെ പ്രത്യേക താൽപര്യത്താലമാണ് ഇങ്ങനെ ഒരു അഴിച്ചുപണി നടത്തിയത്.

കൃത്യം എട്ടുമണിക്ക് തുറക്കുന്ന ക്യാന്റീനിൽ രാവിലെ മുതൽ തന്നെ നല്ല തിരക്കായിരിക്കും. പന്ത്രണ്ടര മണിവരെ ഇടതടവില്ലാതെ ആളുകൾ വന്നുകൊണ്ടേയിരിക്കും. വിശാലമായ നേവൽ ബേസിൽ ചായയും ശീതള പാനീയങ്ങളും ലഘുഭക്ഷണവും കിട്ടുന്ന ഒരേയൊരു സ്ഥാപനമാണിത്. പട്ടാളമേധാവികൾ നിശ്ചയിക്കുന്ന ഒരു കമ്മിറ്റിയാണ് ഈ കാന്റീനും അനുബന്ധ സ്ഥാപനങ്ങളും നോക്കിനടത്തുന്നത്. ഇവിടെ ഓടിനടന്നുള്ള എന്റെ പ്രവർത്തനങ്ങളും ജോലിയോടുള്ള ആത്മാർത്ഥതയും കണ്ട് പല കുവൈറ്റി പട്ടാളമേധാവികളും എന്നെ പരിചയപ്പെടുകയും വിശേഷങ്ങൾ തിരക്കി ലോഹ്യം പറയുകയുമൊക്കെയുണ്ടായിരുന്നു. അതിൽ ഒരാളായിരുന്നു മുഹമ്മദ് അബ്ദുല്ല അൽജുമഹ. അദ്ദേഹത്തിന് ഫഹേൽ നഗരത്തിൽ സൂഖുൽ അനബ് എന്ന പേരിൽ ഒരു ഹൈപ്പർ മാർക്കറ്റുണ്ടായിരുന്നു. അതിന്റെ നടത്തിപ്പുകാരൻ ഒരു ഇറാഖിയാണത്രെ. അദ്ദേഹവുമായി പല കാര്യത്തിലും യോജിച്ചുനീങ്ങാൻ പറ്റാതിരുന്ന അവസരത്തിലായിരുന്നു മുഹമ്മദ് ജുമഹ ഞാനുമായി അടുത്തത്. ഇക്കാര്യങ്ങളെല്ലാം എന്നോട് പറയുന്ന കൂട്ടത്തിൽ ഒരിക്കൽ മുഹമ്മദ് ജുമഹ തുറന്നു പറഞ്ഞു. “എന്റെ കട ഏറെ പ്രതിസന്ധിയിലൂടെയാണ് കടന്നുപോകുന്നത്. ഇറാഖിയുമായി ഒരുതരത്തിലും യോജിച്ചു പോകാനാവാത്തത് കാരണം അവനെ ഞാൻ ഒഴിവാക്കുകയാണ്. പകരം മുഹമ്മദ് കുഞ്ഞിയെയാണ് കാണുന്നത്.”

അങ്ങനെയാണ് ആ സ്ഥാപനം ഞാൻ പോയി നോക്കുന്നത്. കുവൈറ്റ്-സൗദി ഹൈവേയിൽതന്നെ കണ്ണായ സ്ഥലത്തുള്ള വലിയൊരു ഹൈപ്പർമാർക്കറ്റാണത്. നല്ല സജ്ജീകരണങ്ങളോടുകൂടിയ ഇതിനകത്ത് മാനേജരെ കൂടാതെ നാലഞ്ചു ജീവനക്കാരും കൂടിയുണ്ട്. ശമ്പളത്തിന് പുറമെ ലാഭത്തിൽനിന്ന് ഒരു വിഹിതം കമ്മീഷനും എന്ന വ്യവസ്ഥ ഉറപ്പിച്ചുകൊണ്ട് കച്ചവടത്തിൽ പങ്കുചേരാൻ സമ്മതിക്കുകയും ഇറാഖിയെ തൽസ്ഥാനത്തുനിന്ന് പറഞ്ഞുവിടാനും ഇതേക്കുറിച്ചുള്ള കൂടുതൽ കാര്യങ്ങൾ സംസാരിക്കുന്നതിനും വേണ്ടി ആഗസ്റ്റ് മൂന്നാം തീയതി സൂപ്പർമാർക്കറ്റിലേക്ക് ചെല്ലാനും പറഞ്ഞാണ് അന്ന് ഞങ്ങൾ പിരിഞ്ഞത്.

ഇറാൻ-ഇറാഖ് യുദ്ധം അവസാനിച്ചതോടെ അയൽരാജ്യമായ കുവൈറ്റിനും ഗൾഫ് മേഖലയിലുള്ള ജനങ്ങൾക്കും ഏറെ ആശ്വാസം തോന്നി. അയൽരാജ്യങ്ങളിൽ നടന്ന യുദ്ധത്തിനിടയിൽ ചിലപ്പോൾ ലക്ഷ്യംതെറ്റി കുവൈറ്റിൽ വന്നുപതിച്ച മിസൈലും ബോംബും വരുത്തിവെച്ച അപകടങ്ങളും നാശനഷ്ടങ്ങളും ചില്ലറയൊന്നുമായിരുന്നില്ല. യുദ്ധം കൊടുമ്പിരികൊണ്ടിരുന്നപ്പോൾ പട്ടാളക്യാമ്പിലും അതിർത്തി പ്രദേശങ്ങളിലുമായിരുന്നപ്പോൾ ശത്രുവിമാനങ്ങൾ അതിർത്തികടക്കുമ്പോഴൊക്കെയും അപകടസൂചകമായി സൈറൺ മുഴങ്ങും. അത് കേൾക്കുമ്പോൾ പേടിച്ചുവിറച്ച് ജീവൻ രക്ഷിക്കാനായി ബാരക്കിനുള്ളിൽ പാഞ്ഞൊളിച്ച എത്രയെത്ര അനുഭവങ്ങൾ! കൂടാതെ പുതിയ കച്ചവടങ്ങളും മറ്റു സംരംഭങ്ങളും തുടങ്ങുമ്പോൾ ഏറെ ചിന്തിച്ചിരുന്ന സാഹചര്യമായിരുന്നു മുമ്പുണ്ടായിരുന്നത്. എന്നാൽ യുദ്ധം അവസാനിച്ചതോടെ ആളുകൾക്ക് ഉത്സാഹവും വലിയ പ്രതീക്ഷയുമൊക്കെ വന്നുതുടങ്ങി. പുറത്തുനിന്ന് തൊഴിൽ വിസയെടുത്ത് എത്തുന്നവരും സ്ഥാപനങ്ങൾ തുടങ്ങുന്നവരും വർദ്ധിച്ചതോടെ കുവൈറ്റിന് പുത്തനുണർവ്വാണുണ്ടായത്. ഇതൊക്കെക്കൊണ്ടുതന്നെ മുഹമ്മദ് ജുമഹയോടൊപ്പം ചേർന്നുള്ള പങ്കുചേരലിന് ഞാൻ വളരെയേറെ പ്രാധാന്യം നൽകി.

ഇതിനിടയിലാണ് അമേരിക്കയുടെ സാമ്പത്തികവിദഗ്ദ്ധർ കുവൈറ്റിനെക്കുറിച്ച് ഒരു സ്റ്റേറ്റ്മെന്റ് പുറത്തിറക്കിയത് ശ്രദ്ധയിൽപ്പെട്ടത്. അത് 1990 ജൂലൈ അവസാനവാരത്തിലാണെന്നാണ് എന്റെ ഓർമ്മ– "ഇന്നുതന്നെ കുവൈറ്റിലെ ഇന്ധന ഉറവ നിന്നുപോകുകയാണെങ്കിലും ഇതുപോലെ തന്നെ മൂന്ന് തലമുറകൾക്ക് ആർഭാടത്തോടെ കഴിയാനുള്ള ആസ്തി കുവൈറ്റിനുണ്ട്." എന്നായിരുന്നു. നിലവിലുണ്ടായിരുന്ന സമാധാനാന്തരീക്ഷവും ഇങ്ങനെയുള്ള വിദഗ്ധാഭിപ്രായങ്ങളും അവിടത്തെ സ്വദേശികൾക്കും വിദേശികൾക്കും ഒരുപോലെ ആത്മവിശ്വാസം പകരുന്നതായിരുന്നു. എന്നാൽ

ഈയിടെയായി ചില കോണുകളിൽനിന്നുള്ള അടക്കംപറച്ചിലുകൾ അത്ര ശുഭകരമായിരുന്നില്ല. കുവൈറ്റിലെ പ്രധാനപ്പെട്ട ചില എണ്ണക്കിണറുകൾക്ക് മേൽ ഇറാഖ് ഉന്നയിച്ചുകൊണ്ടിരുന്ന അവകാശവാദങ്ങൾ ഇപ്പോൾ കുറച്ചുകൂടി കടുപ്പിച്ചിരിക്കയാണെന്നും അതിർത്തിയിൽ സൈന്യം അതീവ ജാഗ്രതയിലാണെന്നും പട്ടാളക്യാമ്പിൽ തന്നെ ഏറ്റവും അടുപ്പമുണ്ടായിരുന്ന സൈനികർ അടക്കം പറഞ്ഞു. പക്ഷേ, ഇരുരാജ്യങ്ങളും തമ്മിൽ ഈ ഒരു പ്രശ്നം കാലങ്ങളായുള്ളതിനാലും ഇറാനോട് നീണ്ടകാലം യുദ്ധം നടത്തി തളർന്നതിനാലും ഇറാഖിന് അക്കാലത്ത് ഒരു മെയ്യായി നിന്ന് ഏറെ സഹായങ്ങൾ ചെയ്തിട്ടുള്ള കുവൈറ്റിനോട്, തങ്ങളുടെ ആവശ്യങ്ങൾ അറിയിക്കുകയെന്നതിനപ്പുറം അരുതാത്തതൊന്നും ചെയ്യില്ലെന്നാണ് എല്ലാവരും കരുതിയത്. ഇറാൻ-ഇറാഖ് യുദ്ധകാലത്ത് ഭക്ഷ്യവസ്തുക്കളും മറ്റു സാധനസാമഗ്രികളും കുവൈറ്റ് തുറമുഖത്തുനിന്ന് ലോറികളിലാക്കി കൊണ്ടുപോയിരുന്ന വാഹനങ്ങളുടെ നീണ്ട നിര കണ്ടിട്ടുള്ള ആർക്കും അവർ കുവൈറ്റിനെ ആക്രമിക്കുമെന്ന് ചിന്തിക്കാൻ പോലും സാധ്യമല്ലല്ലോ.

നേവൽബേസിൽ പകുതിയലധികം നാവികർക്കും മറ്റു സർക്കാർ ജോലിക്കാർക്കും വ്യാഴവും വെള്ളിയും അവധിയായിരിക്കുമെങ്കിലും സ്വകാര്യ കമ്പനിക്കാർക്ക് ഒരു ദിവസമേ അവധിയുണ്ടാവാറുള്ളൂ. ബുധനാഴ്ച മുഹമ്മദ് ജുമഹയെ കണ്ടപ്പോൾ, നമുക്ക് രണ്ടാം തീയതി കാണാമെന്ന് പറഞ്ഞതനുസരിച്ച് ഞാൻ ബുധനാഴ്ച ഉച്ചയ്ക്ക് തന്നെ പുറപ്പെട്ടു. ഫഹായേലിലെ കമ്പനിയുടെ ക്യാമ്പിൽ ചെന്ന് സുഹൃത്തും ക്യാമ്പ് ബോസുമായ മൂസക്കായുടെ മുറിയിൽ താമസിച്ച് രാവിലെ എഴുന്നേറ്റ് പോകാമെന്നാണ് കരുതിയത്. അവിടെയെത്തിയ വിവരം അന്ന് ജോലിയിലായിരുന്ന മുഹമ്മദ് ജുമഹയോട് പറയാൻ ഫോൺ വിളിച്ചപ്പോൾ, മറുതലയ്ക്കുണ്ടായിരുന്നത് അദ്ദേഹമല്ലായിരുന്നു. ജുമഹയെ വേണമെന്ന് പറഞ്ഞപ്പോൾ ആരാണ് വിളിക്കുന്നത്? എന്താണ് കാര്യം? എന്നൊക്കെയുള്ള ഗൗരവമായ ചില ചോദ്യങ്ങളായിരുന്നു മറുതലയ്ക്കൽ കേട്ടത്. കുറേ വൈകി വീണ്ടും വിളിച്ചപ്പോൾ അദ്ദേഹത്തെ ലൈനിൽ കിട്ടിയെങ്കിലും, “ശരി; രാവിലെ കാണാം. ഇൻഷാ അല്ലാഹ്” കൂടുതലൊന്നും പറയാതെ റിസീവർ വെച്ചു.

അതിരാവിലെ തന്നെ സുബ്ഹി നമസ്കരിക്കാൻ എഴുന്നേൽക്കുമ്പോൾ എന്നെയും വിളിക്കണമെന്ന് മൂസക്കാനോട് പറഞ്ഞാണ് ഞാൻ കിടന്നത്. മൂസക്ക രാവിലെ എന്നെ തട്ടിവിളിച്ചുകൊണ്ട് പറഞ്ഞു, “പുറത്തെന്താണ് പതിവില്ലാതെ ഇങ്ങനെ വാഹനങ്ങൾ തലങ്ങും വിലങ്ങും പാഞ്ഞുകൊണ്ടിരിക്കുന്നത്?”

അത്ഭുതവും അതിലേറെ പരിഭ്രാന്തിയും ആ വാക്കുകളിൽ നിറഞ്ഞു നിന്നിരുന്നു. ജനാലയുടെ ചില്ലുഗ്ലാസ് തുറന്ന് ഞാൻ പുറത്തേക്ക് നോക്കിയപ്പോൾ വാഹനങ്ങളിൽ നിറയെ തോക്കുധാരികളായ പട്ടാളക്കാരായിരുന്നു. ഇവിടെ എന്തോ സംഭവിച്ചിരിക്കുന്നുവെന്ന് ഞാൻ പറഞ്ഞപ്പോൾ ആരെയോ വിളിച്ച് കാര്യമറിയാനായി അദ്ദേഹം ഫോൺ കറക്കിയെങ്കിലും ഫോൺ നിശ്ചലമായതാണ് കണ്ടത്. ടെലിവിഷനിൽ വല്ലതും കാണുമോ എന്നു കരുതി ഓൺ ചെയ്തപ്പോൾ അതും നിശ്ചലമായിരുന്നു. അങ്ങനെ ഞങ്ങൾ രണ്ടു പേരും താഴത്തെ നിലയിലേക്കിറങ്ങി ഫിലിപ്പ് അച്ചായന്റെ റൂമിനെ ലക്ഷ്യമാക്കിനടന്നു. അദ്ദേഹം നാഷണൽ പനാസോണിക്കിന്റെ ചെറിയൊരു റേഡിയോയിലൂടെ സദാ ബി.ബി.സി വാർത്ത കേൾക്കാറുണ്ട്. ഞങ്ങളെ കണ്ട ഉടനെത്തന്നെ അദ്ദേഹം പറഞ്ഞു, “ഇറാഖ് പട്ടാളം കുവൈറ്റ് പിടിച്ചിരിക്കയാണെന്ന്.”

വിറങ്ങലിക്കുന്ന ശബ്ദത്തോടെയാണ് അദ്ദേഹം വാക്കുകൾ മുഴുമിപ്പിച്ചത്. ഞങ്ങൾ താമസിച്ചിരുന്ന അഞ്ചുനില കെട്ടിടം തകർന്നു തലയിൽ വീണ അനുഭവമായിരുന്നു അപ്പോഴുണ്ടായത്. അതുവരെ നെയ്തുകൂട്ടിയ സ്വപ്നങ്ങളും കണക്കുകൂട്ടലുകളുമെല്ലാം വീണുടഞ്ഞു, ഹൃദയധമനികളിൽ നിരാശ പടർന്നുകേറി. വണ്ടികൾ വരുന്നതും പോകുന്നതും ഒന്നും കാണാനാവാത്തതുപോലെ കണ്ണുകളിലേക്ക് ഇരുട്ടുകയറി.

ഇരുരാജ്യങ്ങളും തമ്മിലുള്ള പ്രശ്നം പരിഹരിക്കുന്നതിനുവേണ്ടി സൗദിയുടെയും അമേരിക്കയുടെയും മധ്യസ്ഥതയിൽ റിയാദിൽ നടന്ന സന്ധിസംഭാഷണം പരാജയപ്പെട്ട് കുവൈറ്റ് പ്രധാനമന്ത്രി ഷെഖ് സാദും ഇറാഖ് വിദേശകാര്യമന്ത്രി താരീഖ് അസീസും ഇരുവശത്തേക്കും വിമാനം കയറിയപ്പോൾതന്നെ സദ്ദാം ഹുസൈന്റെ പട്ടാളം കുവൈറ്റിനെ ലക്ഷ്യമാക്കി പുറപ്പെട്ടിരുന്നു.

ടെലിവിഷനും ടെലിഫോണും സർക്കാർ ആസ്ഥാനങ്ങളുമെല്ലാം തല്ലിത്തകർത്തുകൊണ്ട് അവർ കുവൈറ്റ് അമീറിന്റെ പാലസിലേക്കെത്തുമ്പോഴേക്കും അമീറും പരിവാരങ്ങളും സൗദി അറേബ്യയിലേക്ക് ജീവനുംകൊണ്ട് കടന്നുകളഞ്ഞിരുന്നു. കണ്ണിൽ കണ്ട സകലതിനേയും നശിപ്പിച്ചും കൈയിൽ കിട്ടുന്നത് വാരിയെടുത്ത് സ്വന്തമാക്കിയുമാണ് ഇറാഖിപട്ടാളക്കാരും അവരുടെ ജനങ്ങളും കുവൈറ്റിൽ താണ്ഡവനൃത്തമാടിയത്. ഞങ്ങളുടെ ക്യാമ്പിൽനിന്ന് രാവിലെ ജോലിക്ക് പോയവർ തിരിച്ചെത്തിക്കൊണ്ടിരുന്നു. അവരിൽ പലർക്കും അടിയുടേയും വെടിയുടേയും ആഴത്തിലുള്ള മുറിവുകളുണ്ടായിരുന്നു. ഞങ്ങളുടെ കൂട്ടുകാരനും കണ്ണൂർ താഴെ ചൊവ്വ സ്വദേശിയുമായ വിമൽകുമാറിന്റെ പുറത്തേറ്റ വെടിയുണ്ട അവിടെത്തന്നെ

തറഞ്ഞുകിടക്കുന്നുണ്ടായിരുന്നു. കത്തിയും കത്രികയുമുപയോഗിച്ച് ഞങ്ങൾതന്നെയാണ് ആ തിര പുറത്തെടുത്ത് ഡെറ്റോളും മറ്റും വെച്ചുകെട്ടിയത്.

കമ്പനിയിലെ മറ്റൊരു ജീവനക്കാരനായ ബംഗാളി അതേ വണ്ടിയിൽ വെച്ചുതന്നെ വെടിയേറ്റു മരിച്ചിരുന്നു. അങ്ങനെ ഒരു ഭീകരാന്തരീക്ഷം നിലനിൽക്കുന്നതിനാൽ ക്യാമ്പിൽനിന്ന് ആരും പുറത്തിറങ്ങിയില്ല. ധാരാളം ഭക്ഷ്യവസ്തുക്കൾ ക്യാമ്പിനകത്തു സൂക്ഷിച്ചിട്ടുണ്ടായിരുന്നതിനാൽ വേവിച്ചുകഴിച്ച് കെട്ടിടത്തിനകത്ത് ആഴ്ചകളോളം കഴിഞ്ഞുകൂടി. രണ്ടാഴ്ച കഴിഞ്ഞപ്പോൾ സ്റ്റോക്കുണ്ടായിരുന്ന സാധനങ്ങൾ തീർന്നുതുടങ്ങി. മാനേജർമാരെ വിളിച്ചുനോക്കാനൊരുങ്ങുമ്പോഴാണ് കുവൈറ്റിൽ ഇപ്പോൾ ടെലികമ്മ്യൂണിക്കേഷനും നിലവിലില്ലെന്നകാര്യം ഓർമ വന്നത്. ഇനി എന്തുചെയ്യും എന്ന ചോദ്യം ആരോട് ചോദിക്കണമെന്നറിയാതെ മുഖത്തോടു മുഖം നോക്കി നിന്നു. ആ മൗനം വാചാലമായിരുന്നു.

അടുത്തുള്ള ഗ്രോസറികൾ തുറക്കാറുണ്ടെങ്കിലും ആവശ്യത്തിന് സാധനങ്ങളൊന്നും കിട്ടാനില്ല. അങ്ങനെയാണ് മൂസക്കായുടെ കാറിൽ കയറി ഞാനും രണ്ടുമൂന്നാളുകളും ഞങ്ങളുടെ കമ്പനി ഉടമയുടെ വീട് ലക്ഷ്യമാക്കി നീങ്ങിയത്. അവിടെ ചെന്നപ്പോൾ അദ്ദേഹം പറഞ്ഞ വാക്കുകൾ കേട്ട് ഞങ്ങൾ ഞെട്ടിപ്പോയി. രണ്ടു ദിവസമായി തങ്ങൾ ഭക്ഷണമില്ലാതെ പട്ടിണിയിലാണെന്ന്. ലോകത്തിലെ ഏറ്റവും വലിയ ധനാഢ്യരിലൊരാളായ അബ്ദുൽ അസീസ് അൽ അവാദിയുടെ വാക്കുകളായിരുന്നു അത്. അങ്ങനെ തിരിച്ചു വരുമ്പോൾ പണ്ടേതോ ക്ലാസിൽ ചൊല്ലിക്കേട്ട പൂന്താനത്തിന്റെ “മാളിക മുകളേറിയ മന്നന്റെ തോളിൽ മാറാപ്പുകേറ്റുന്നതും ഭവാൻ...” എന്ന കവിതാശകലം നാരായണി ടീച്ചറുടെ ശബ്ദത്തിൽ മുഴങ്ങിക്കൊണ്ടിരുന്നു.

ലോക്ഡൗൺ കാലത്തിലെന്നപോലെ, പുറത്തിറങ്ങാനാവാതെ ഭക്ഷണത്തിനും വസ്ത്രത്തിനും ദാരിദ്ര്യം പിടിച്ച് ഇട്ടാവട്ടത്തിനകത്ത് ജീവിക്കേണ്ടിവന്നു. അധിനിവേശകാലത്ത് ഒരേ വസ്ത്രം തന്നെയായിരുന്നു രണ്ടാഴ്ചയോളം ഞാൻ ഉപയോഗിച്ചിരുന്നത്. ഉള്ള ഭക്ഷണങ്ങൾ എല്ലാവരും ചേർന്ന് വെച്ച് വിളമ്പി ഒരുമിച്ചിരുന്ന് തിന്ന് ഞാനും മൂസക്കായും വിമലും നാരായണനും പെരിയ കൃഷ്ണനും അബ്ദുല്ലയും അനിലും മോഹനേട്ടനുമെല്ലാം ഏകോദര സഹോദരന്മാരെപ്പോലെ കഴിഞ്ഞുകൂടിയ ആ നാളുകൾ ഇന്നും മനസ്സിൽ മായാതെ കിടക്കുന്നുണ്ട്.

അതുവരെ സൗകര്യങ്ങളോടെ ജീവിച്ചിരുന്ന ഞങ്ങൾ ഉള്ളതുകൊണ്ട് ഓണംപോലെ കഴിയുന്നതിനിടയിൽ എന്റെ നാട്ടുകാരായ

ബാവിക്കര അബ്ദുല്ലയും കൃഷ്ണൻ നായരും എന്നെ തേടിയെത്തി. അങ്ങനെയാണ് ഞാൻ അവരോടൊപ്പം പോകുന്നത്. സാബിയയിൽ അബ്ദുല്ല പുതുതായി തുടങ്ങിയ കഫത്തേരിയയിലേക്ക് എന്നെയും കൊണ്ടുപോയി. കൃഷ്ണന് സ്വന്തമായി കാറുള്ളതുകൊണ്ട് അവിടെ പോകുന്നത് കൂടുതൽ സൗകര്യമായിരിക്കുമെന്ന് കരുതിയാണ് പോയത്. പോകുന്ന വഴിയിൽ ഇറാഖിപട്ടാളക്കാർ വെടിവെച്ച് വികൃതമാക്കിയ ധാരാളം കെട്ടിടങ്ങളും പള്ളിയും പള്ളിക്കൂടങ്ങളും കണ്ടു. പട്ടാളക്കാർ കടന്നുവരുമ്പോൾ വെടിവെച്ച് ഭീകരാന്തരീക്ഷം സൃഷ്ടിച്ചതായും ഈ പടയോട്ടത്തിൽ ധാരാളം ആളുകൾ മരിച്ചുവീണിട്ടുണ്ടെന്നും അവരുടെ മൃതശരീരങ്ങൾ കുറേനാളുകളോളം റോഡിൽത്തന്നെ കിടന്നിരുന്നതായും പറഞ്ഞുകേട്ടു. ■

വെടിയൊച്ച കേട്ട് വിറങ്ങലിച്ച ആ രാത്രി

മനോഹരമായ റബ്ബറൈസ്ഡ് റോഡുകൾക്ക് മുകളിൽ കല്ലുകൾ പാകി, ഭംഗിയും വെടിപ്പുമുള്ള രീതിയിൽ റോഡിനിരുവശവും നടുവിലും പൂക്കളും ചെടികളും നട്ടുപിടിപ്പിച്ചും സ്പ്രിംഗ്ളർ കൊണ്ട് നനച്ചും ആവശ്യത്തിന് വളം നൽകിയും പരിപാലിച്ചിരുന്ന പാതയോരത്തെയും പാർക്കുകളിലെയും നയനാനന്ദകരമായ കാഴ്ചകളും ചന്തമുള്ള കെട്ടിട സമുച്ചയങ്ങളുമടങ്ങുന്ന പുറംകാഴ്ചകളെല്ലാം ഇറാഖി പട്ടാളം കാലുകുത്തിയതോടെ വികൃതമായിക്കഴിഞ്ഞിരുന്നു. കടകമ്പോളങ്ങളെല്ലാം അടഞ്ഞുകിടന്നു. മുനിസിപ്പൽ ജീവനക്കാരോ മറ്റു പരിചാരകരോ ഇല്ലാത്തതിനാൽ തെരുവോരങ്ങളിലെല്ലാം ചപ്പുചവറുകൾ നിറഞ്ഞു. ഓവുചാലുകളിൽ നിന്ന് മനം മടുപ്പിക്കുന്ന ദുർഗന്ധങ്ങൾ നാസാരന്ധ്രങ്ങളെ അലോസരപ്പെടുത്തിക്കൊണ്ടിരുന്നു.

കൃഷ്ണൻനായരുടെ കാറിൽ അഹമ്മദിയി നേവൽ ക്യാമ്പിൽ പോയി എന്റെ വസ്ത്രങ്ങളും മറ്റു സാധനസാമഗ്രികളും എടുത്തുകൊണ്ടുവരാൻ പലവട്ടം പോയിട്ടും ഫഹയീലിന്നപ്പുറം കടക്കാനാവാതെ തിരിച്ചുപോരേണ്ടിവന്നു. എണ്ണക്കിണറുകളേയും ശുദ്ധീകരണശാലകളെയും കാത്തുസൂക്ഷിക്കാനെന്നവണ്ണം അവിടങ്ങളിലെല്ലാം ഇറാഖിപട്ടാളവാഹനങ്ങളും പീരങ്കികളും നിരന്നുനിൽപ്പുണ്ടായിരുന്നു.

ജൂലൈമാസം കിട്ടിയ എന്റെ ശമ്പളവും ഉടുപ്പുകളും മറ്റു നിത്യോപയോഗ സാധനങ്ങളും മാത്രമല്ല, ചെറുപ്പകാലം തൊട്ട് ഞാൻ എഴുതിയ ലേഖനങ്ങളും കഥകളുമടങ്ങുന്ന ഒരുപാട് രചനകളും നാട്ടിൽ പോയപ്പോഴെല്ലാം കാസർകോട് മുതൽ തിരുവനന്തപുരംവരെ സന്ദർശിച്ച് അറിയപ്പെടുന്ന സാഹിത്യ-സാംസ്കാരിക നായകന്മാരെ സന്ദർശിച്ച് അവരോടൊപ്പമെടുത്ത ഫോട്ടോകളും എഴുതി തയ്യാറാക്കി

വെച്ച ഫീച്ചറുകളുമടങ്ങുന്ന പെട്ടിയും ഫയലുകളും ആൽബങ്ങളും ഇനിയൊരിക്കലും കിട്ടാൻ സാധ്യതയില്ല എന്ന യാഥാർത്ഥ്യം മനസ്സിലായത് അപ്പോൾ മാത്രമായിരുന്നു. മനസ്സിന്റെ ഉള്ളറകളിൽ എവിടെയോ ഒരു സ്ഫോടനം നടന്ന പോലുള്ള അനുഭവമാണുണ്ടായത്. ആറ്റുനോറ്റു കാത്തുസൂക്ഷിച്ച നിധിപേടകമാണ് കൈമോശം വന്നത്. അതോടെ ഞാനാകെ തളർന്നു.

കുവൈറ്റിൽ നിന്ന് അവധിക്കായി നാട്ടിൽപ്പോയാൽ ഒരു യാത്ര നിർബന്ധമായിരുന്നു. സന്തതസഹചാരിയും കുടുംബക്കാരനും എഴുത്തുകാരനുമായ ഇബ്രാഹിം ചെർക്കളയും കൂട്ടിനുണ്ടാവും. മലയാളത്തിലെ സാഹിത്യനായകന്മാരായ വൈക്കം മുഹമ്മദ് ബഷീർ, തകഴി ശിവശങ്കരപ്പിള്ള, സി. രാധാകൃഷ്ണൻ തുടങ്ങിയ മഹാരഥന്മാരോടൊത്ത് ചെലവഴിച്ച അനർഘനിമിഷങ്ങളുടെ മായാത്ത ഓർമ്മകൾ മനസ്സിനകത്ത് ഇന്നും സൂക്ഷിക്കുന്നുണ്ടെങ്കിലും അന്നെടുത്ത ഫോട്ടോകളും മറ്റു രേഖകളും നഷ്ടപ്പെട്ട മുറിപ്പാടിൽനിന്നുള്ള നീറ്റൽ ഇപ്പോഴും മാറിയിട്ടില്ല.

ഖൈത്താനിലെ തെരുവിൽ ഇപ്പോൾ ഒരു ചന്ത തുടങ്ങിയിട്ടുണ്ടെന്നും അവിടെ അത്യാവശ്യസാധനങ്ങളെല്ലാം കിട്ടുമെന്നും ആരോ പറഞ്ഞതിന്റെ അടിസ്ഥാനത്തിലാണ് ഞങ്ങൾ അങ്ങോട്ട് പോയത്. പഴം, പച്ചക്കറി മുതൽ സോപ്പ്, ചീപ്പ്, പാത്രങ്ങൾ, റെഡിമെയ്ഡ് വസ്ത്രങ്ങൾ എല്ലാമുണ്ടവിടെ. ഇറാഖികൾ, സിറിയക്കാർ, യമനികൾ തുടങ്ങിയ അറബ്വംശജരായിരുന്നു കച്ചവടക്കാർ. സാധനങ്ങൾ വാങ്ങാൻ വരുന്നവരുടെ നല്ല തിരക്കുമുണ്ട്. എന്നാൽ, ലോകത്തെ ഏറ്റവും മൂല്യമുണ്ടായിരുന്ന കുവൈറ്റ് ദിനാറിന് അവിടെ ഒരു വിലയുമില്ല. കുവൈറ്റിനെ ഇറാഖിന്റെ ഭാഗമാക്കി പ്രഖ്യാപിച്ചതിനാൽ രാജ്യത്തുടനീളം ഇറാഖി ദിനാർ മാത്രമാക്കി മാറ്റുകയും കുവൈറ്റ് ദിനാറിനും ഇതേ മൂല്യമാക്കി മാറ്റുകയും ചെയ്തതോടെ ഇറാഖി ദിനാറിന് തുല്യമായി കുവൈറ്റി ദിനാറും. ഈ മൂല്യത്തകർച്ചയോടെ കുവൈറ്റ് ദിനാർ കൊടുത്ത് സാധനങ്ങൾ വാങ്ങാൻ പലർക്കും മടിയായിരുന്നു.

1980ൽ ഞാൻ കുവൈറ്റിൽ എത്തിയപ്പോൾ ഒരു കുവൈറ്റ് ദിനാറിന് മുപ്പത് രൂപയായിരുന്നു ഇന്ത്യൻ കറൻസി വാല്യു. ഇറാഖി ദിനാറിന് ഇരുപത്തെട്ട് രൂപയും. ഒമ്പത് വർഷത്തെ ഇറാൻ-ഇറാഖ് യുദ്ധത്തിൽ ഇറാഖിന്റെ സാമ്പത്തികനില ആകെ താറുമാറാവുകയും ഇറാഖ് ദിനാറിന് മൂന്നു രൂപ കിട്ടുന്ന വിധം അവരുടെ കറൻസി മൂല്യം കൂപ്പുകുത്തുകയും ചെയ്തു.

എന്റെ കുടുംബവുമായി അടുത്ത ബന്ധമുണ്ടായിരുന്ന ബാവിക്കര അബ്ദുല്ല ഞാൻ വരുന്നതിനും കുറച്ചുമുമ്പായിരുന്നു കുവൈറ്റിൽ എത്തിയത്. പ്രമുഖ ഹോട്ടൽ വ്യവസായിയായിരുന്ന സി.ഐ.ഡി

ഇസ്മായിലിന്റെ കൂടെ നാട്ടിൽനിന്നും വന്ന അബ്ദുല്ല മലയാളികളുടെയും പാക്കിസ്ഥാനി, ലെബ്നാനി റസ്റ്റോറന്റുകളിൽ ഏറെക്കാലം ജോലി ചെയ്തതിന്റെ പരിചയം വെച്ചുകൊണ്ട് കുറച്ചു പൈസ എവിടെ നിന്നെല്ലാമോ സ്വരുക്കൂട്ടിയും കുറിവെച്ചും കടം വാങ്ങിയും സ്വന്തമായി ഒരു കഫത്തേരിയ സാബിയായിൽ തുടങ്ങിയത് ഏതാനും മാസങ്ങൾക്ക് മുമ്പാണ്. സാബിയ(അറബി വീടുകൾ സ്ഥിതിചെയ്യുന്ന സ്ഥലം)യിലാവുമ്പോൾ വാടകയും കുറയും. അറബികളുടെ കച്ചവടവും കിട്ടും എന്നു കരുതി ഏറെ പ്രതീക്ഷകളോടെ തുടങ്ങിയ കട ഇങ്ങനെയായിപ്പോയതിൽ അബ്ദുല്ലയ്ക്ക് ഏറെ ദുഃഖമുണ്ട്. കടത്തിൽ മുങ്ങിക്കുളിച്ചിരിക്കുന്ന ഞാൻ ഒരു തരത്തിലും നാട്ടിലോട്ട് പോകുന്നില്ലെന്ന് തീർത്തുപറയുകയും ചെയ്തു.

കുവൈറ്റിലെ നിലവിലുള്ള സ്ഥിതിയിൽ വലിയ മാറ്റം വന്നിട്ടില്ലെങ്കിലും പട്ടാളക്കാർ കുറച്ചു ശാന്തമായതോടെ ആളുകൾ അങ്ങോട്ടും ഇങ്ങോട്ടുമൊക്കെ പോകാനും വരാനും തുടങ്ങി. അപ്പോഴും ശുഭകരമല്ലാത്ത വാർത്തകളാണ് കേട്ടുകൊണ്ടിരുന്നത്. യു.എന്നും ജി.സി.സി രാജ്യങ്ങളും അറബ്ലീഗും സഖ്യകക്ഷികളും ഇസ്ലാമിക രാജ്യങ്ങളുമെല്ലാം കുവൈറ്റിൽനിന്ന് പിൻമാറി. ഒരു യുദ്ധം ഒഴിവാക്കണമെന്ന് പലതവണ ആവശ്യപ്പെട്ടിട്ടും സദ്ദാംഹുസൈൻ തന്റെ പിടിവാശിയിൽതന്നെ ഉറച്ചുനിൽക്കുകയും കുവൈറ്റിനെ ഇറാഖിന്റെ പത്തൊമ്പതാമത്തെ സംസ്ഥാനമാക്കി പ്രഖ്യാപിക്കുകയും ചെയ്തു. ഇതോടെ ഇവിടെ ഒരു യുദ്ധം വരാനുള്ള സാധ്യത വർദ്ധിച്ചു.

അബ്ദുല്ലയെ കൂടാതെ അദ്ദേഹത്തിന്റെ അളിയൻ ഖാദറും തോണിപ്പള്ളം അസൈനാറുമായിരുന്നു അവിടെ താമസിച്ചിരുന്നതെങ്കിലും മിക്കവാറും ദിവസങ്ങളിലെല്ലാം കൃഷ്ണൻനായർ വന്ന് ഞങ്ങളെയുംകൊണ്ട് കാറിൽ ഒന്ന് കറങ്ങിവരിക പതിവായിരുന്നു. നാട്ടിൽ പോകേണ്ട കാര്യമൊന്നുമില്ല, പൊലീസ്സ്റ്റേഷനടുത്തും അറബികളുടെ ഇടയിലുമായതിനാൽ ഇവിടം സുരക്ഷിതമാണ് എന്ന ഉറച്ച വിശ്വാസത്തിലായിരുന്നു ഞങ്ങൾ ഈയൊരു തീരുമാനത്തിലെത്തിയത്. അങ്ങനെയിരിക്കെ ഒരു ദിവസം രാത്രി റൂമിൽ ഭക്ഷണം കഴിച്ചുകൊണ്ടിരിക്കെ ശക്തമായ വെടിയൊച്ചകൾ കേട്ടുതുടങ്ങി. ദൂരെയെവിടെയെങ്കിലും ആയിരിക്കുമെന്നാണ് കരുതിയത്. ക്ഷണനേരംകൊണ്ട് മിഷൻ ഗണ്ണിന്റെ ശബ്ദം തൊട്ടപ്പുറത്ത് നിന്നുതന്നെ മുഴങ്ങാൻ തുടങ്ങി. ചുമരിൽ തുളച്ചുകയറിയ വെടിയുണ്ടയുടെ ചീളുകൾ ശരീരത്തിനകത്തേക്ക് തുളച്ചുകയറി. മരണം മുന്നിൽ കണ്ട് ശ്വാസമടക്കിപ്പിടിച്ചുകൊണ്ട് ഏറെ നേരമിരുന്നു. അവർ അകന്നു പോയെന്ന് ഉറപ്പുവന്നതോടെയാണ് ഞങ്ങളുടെ ശ്വാസം നേരെ

വീണതും മുൻതീരുമാനം മാറ്റി എത്രയും പെട്ടെന്ന് നാടുപിടിക്കണമെന്ന് ഉറപ്പിച്ചതും.

പിറ്റേദിവസം എംബസ്സിയിൽ പോയി നാട്ടിലേക്കുള്ള രേഖകളും ടിക്കറ്റും ഏർപ്പാട് ചെയ്തു. കുവൈറ്റ് അന്താരാഷ്ട്ര വിമാനത്താവളം ബോംബിട്ട് തകർത്തതിനാൽ കുവൈറ്റിൽനിന്ന് പുറത്തുപോകണമെങ്കിൽ ജോർദ്ദാനിലെ അമ്മാൻ എയർപ്പോർട്ടു വഴിയോ, മറ്റേതെങ്കിലും അയൽരാജ്യങ്ങളിലൂടെയോ മാത്രമേ പോകാൻ സാധിക്കുകയുള്ളൂ. ഇറാഖ് അധിനിവേശത്തെത്തുടർന്ന് കുടുങ്ങിപ്പോയ ആയിരങ്ങൾക്ക് സുരക്ഷയൊരുക്കി ജോർദ്ദാൻ വലിയൊരു അഭയാർത്ഥി ക്യാമ്പ് തന്നെ തുറന്നുകൊടുത്തു. അങ്ങനെയാണ് ഞങ്ങൾ മുർഗാവിൽനിന്ന് ബസ് കയറുന്നത്.

കുവൈറ്റ് കടന്ന് ബസറ, കർബല, ബഗ്ദാദ് വഴിവന്നപ്പോൾ എണ്ണയെടുക്കുന്ന ഓയൽഫീൽഡും നീണ്ടുപരന്നുകിടക്കുന്ന ഈന്തപ്പനത്തോട്ടങ്ങളും യൂഫ്രട്ടീസ് - ടൈഗ്രീസ് നദീതീരങ്ങളിലായി നോക്കെത്താദൂരത്തായി പരന്നുകിടക്കുന്ന വയലേലകളിൽ തണ്ണിമത്തനും ഷമാമുമടക്കമുള്ള പഴവർഗ്ഗങ്ങളും പച്ചക്കറികളും കൺകുളിർക്കെ കാണുമ്പോൾ ഞാൻ മനസ്സിൽ കരുതി, അമേരിക്കയും സഖ്യകക്ഷികളും നീണ്ടകാലത്തെ ഉപരോധം ഏർപ്പെടുത്തിയിട്ടും വലിയതോതിൽ ഏശാതിരുന്നത് ഇവിടെ ഇത്രയേറെ കൃഷി ചെയ്യുന്നതുകൊണ്ടായിരിക്കാം എന്ന്. ഇത്രയേറെ സുന്ദരവും ഫലഭൂയിഷ്ഠവുമായ ഒരു രാജ്യമാണ് യുദ്ധക്കൊതിയനായ ഒരു ഭരണാധികാരിയുടെ കൈകളിൽ തകർന്ന് തരിപ്പണമായത്.

■

അഭയാർത്ഥികളായി ഞങ്ങൾ ജോർദ്ദാനിലേക്ക്

ഇറാഖ് കുവൈറ്റിനുമേൽ അധിനിവേശം നടത്തിയ വാർത്ത കേട്ട് ലോകരാഷ്ട്രങ്ങൾ അക്ഷരാർത്ഥത്തിൽ ഞെട്ടിപ്പോയിരുന്നു. ലോകത്തെ ഒട്ടുമിക്ക രാജ്യങ്ങളിൽ നിന്നുമുള്ള ആളുകൾ കുവൈറ്റിൽ ജോലിയും കച്ചവടവുമായി കഴിഞ്ഞുവരികയായിരുന്നു. ഇവരെല്ലാമാണ് ഒറ്റ രാത്രികൊണ്ട് ബന്ദികളെപ്പോലെ കഴിയേണ്ടിവന്നത്. കുവൈറ്റിന്റെ മോചനത്തിനായി ഒരു യുദ്ധം ആവശ്യമായിവന്നാൽ അത് വലിയ വിപത്തുകളുണ്ടാക്കും. കാരണം കുവൈറ്റ് എന്ന കൊച്ചുരാജ്യത്ത് ധാരാളം എണ്ണക്കിണറുകളും അതിലധികം എണ്ണ ടാങ്കുകളും എണ്ണപ്പാടങ്ങളുംകൊണ്ട് നിറഞ്ഞതിനാൽ ഇവിടം കത്തിച്ചാമ്പലാകുവാൻ ബോംബും സ്ഫോടനങ്ങളുമൊന്നും വേണ്ട, ഒരു തീപ്പൊരി മാത്രമേ വേണ്ടൂ. ഇങ്ങനെയുള്ള ഒരിടമായതുകൊണ്ട് മാത്രമാണ് എതിർപക്ഷത്തുള്ളവർ എളിമയോടും വളരെ താഴ്മയോടും മാത്രം സദ്ദാം ഹുസൈനോട് അപേക്ഷിക്കുന്നത്. കടന്നുവരുമ്പോൾ വെച്ച വെടിവെപ്പിൽതന്നെ പലയിടങ്ങളിലും തീ കത്തിക്കൊണ്ടിരിക്കുന്നതിനാൽ ധാരാളം ഇന്ധനങ്ങൾ പാഴായിക്കൊണ്ടിരുന്നു.

ഞങ്ങളുടെ ബസ് ജോർദ്ദാന്റെ അതിർത്തിയും കടന്ന് ലക്ഷ്യത്തിലേക്ക് നീങ്ങുകയായിരുന്നു. റോഡുവക്കിൽ ധാരാളം ഒലീവ് തൈകളും ഈന്തപ്പനമരങ്ങളും കാണാം. പർവ്വതനിരകളും മൺകൂനകളും കുന്നും ഒരു വശത്തെ മനോഹരമാക്കുമ്പോൾ മറുഭാഗത്ത് ശാന്തമായ കടലും ജോർദ്ദാൻ നദിയും ചാവുകടലും അങ്ങ് ദൂരത്തു നിന്നേ കാണാമായിരുന്നു. യാത്രയ്ക്കിടയിൽ റോഡുവക്കത്തെ തട്ടുകടയ്ക്ക് മുമ്പിൽ ബസുനിർത്തി. നല്ല വിശപ്പുണ്ടായിരുന്നു. വൃത്തിഹീനമായ, ദുർഗന്ധം വമിക്കുന്ന അന്തരീക്ഷത്തിൽ ഒന്നും കഴിക്കാൻ തോന്നിയില്ല. വൃത്തിയിലും വെടിപ്പിലും ലോകോത്തര നിലവാരം പുലർത്തിയിരുന്ന കുവൈറ്റിൽനിന്ന് വന്ന ഞങ്ങൾക്ക് ഇവിടെ

കണ്ടപ്പോൾ ഒരുതരം അറപ്പും വെറുപ്പുമാണുണ്ടായത്. ജോർദ്ദാൻ ചെക്ക്പോസ്റ്റിനടുത്ത് മണിക്കൂറുകളോളം വണ്ടി നിർത്തിയിട്ടപ്പോൾ വിശപ്പുകൊണ്ട് ആകെ തളർന്നുപോയിരുന്നു. കുവൈറ്റിൽനിന്ന് പുറപ്പെട്ടപ്പോൾ ആവശ്യത്തിനുള്ള ഭക്ഷണം കരുതിയിരുന്നെങ്കിലും വഴിയിൽവെച്ചുതന്നെ തീർന്നിരുന്നു.

വിശാലമായ മരുഭൂമിയിൽ കൊച്ചുകൊച്ചു ടെന്റ് കെട്ടിയ സ്ഥലം ഞങ്ങളുടെ ദൃഷ്ടിയിൽ പതിഞ്ഞു. അതിനെ ലക്ഷ്യമാക്കി ബസ് നീങ്ങി. സാധനങ്ങൾ ഇറക്കുന്നതും കയറ്റുന്നതുമായ കുറേ വാഹനങ്ങളും വെപ്രാളപ്പെട്ട് തലങ്ങും വിലങ്ങും നടക്കുന്ന വിവിധ ഭാഷക്കാരും ദേശക്കാരുമായ ആളുകൾക്കിടയിൽ ഞങ്ങളും സാധനങ്ങൾ ഇറക്കിവെച്ചു. താമസസ്ഥലത്തുനിന്നുതന്നെ സർവ്വതും നഷ്ടപ്പെട്ടതിനാൽ എന്റെ പക്കൽ സ്വന്തമെന്ന് പറയാൻ ഒന്നുമില്ലായിരുന്നു. അബ്ദുല്ലയുടെ റൂമിൽ ആരോ ഉപേക്ഷിച്ച ഒരു പെട്ടിക്കകത്ത് അവിടെ കിടന്ന ഒരു പഴയ പുതപ്പും വിരിപ്പും തോർത്തുമുണ്ടും മാത്രമായിരുന്നു ഉണ്ടായിരുന്നത്. ആ പെട്ടിയും തൂക്കി നിൽക്കുമ്പോഴാണ് എന്നെ ആരോ തട്ടി വിളിച്ചത്. എന്റെ കാഞ്ഞങ്ങാട് കാക്ക അബ്ദുല്ല കുഞ്ഞിയായിരുന്നു. കാഞ്ഞങ്ങാട് നിന്ന് കല്യാണം കഴിച്ച് അവിടെ കൂടിയതിനാൽ ഞങ്ങൾ അദ്ദേഹത്തെ കാഞ്ഞങ്ങാട് കാക്ക എന്നാണ് വിളിച്ചിരുന്നത്.

കുവൈറ്റിലെ അബ്ബാസിയയിൽ അദ്ദേഹത്തിന്റെ ഭാര്യാസഹോദരൻ അഹമ്മദ് ഹാജിയോടൊപ്പം റസ്റ്റോറന്റ് നടത്തുകയായിരുന്നു. അവർ കുവൈറ്റിൽനിന്നും ഒരാഴ്ച മുമ്പ് പുറപ്പെട്ട് ഞങ്ങളുടെ ഊഴവും കാത്തുകിടക്കുകയായിരുന്നു. “ഇന്ന് രാത്രി ഞങ്ങൾ നാട്ടിലേക്ക് പോകും ആ ടെന്റിൽ പോയി കിടന്നോളൂ.” അരി, പഞ്ചസാര, ചായപ്പൊടിയടക്കമുള്ള എല്ലാ സാധനങ്ങളും ഗ്യാസും സ്റ്റൗവും പാത്രങ്ങളുമെല്ലാം അവിടെയുണ്ടെന്നും പറഞ്ഞ് അവിടെ കൊണ്ടുപോയി ഞങ്ങൾക്ക് കൈമാറി. എന്തെന്നില്ലാത്ത സന്തോഷമാണ് ഞങ്ങൾക്കുണ്ടായത്.

ഇവിടെ വന്നെത്തുന്ന അഭയാർത്ഥികൾക്ക് റെഡ് ക്രോസ് സൊസൈറ്റിയും ജോർദ്ദാൻ ഭരണാധികാരി ഹുസൈൻ രാജാവും നൂർരാജ്ഞിയും മറ്റു സന്നദ്ധസംഘടനകളും ഹെലികോപ്ടറുകളിൽ ഭക്ഷണപ്പൊതികളും വെള്ളവും വിതരണം ചെയ്യാറുണ്ടെങ്കിലും പലർക്കും അത് കിട്ടാറില്ല. ഒരു കുപ്പിവെള്ളത്തിനുവേണ്ടി അടിപിടി കൂടിയതിന് ഒരു ഫിലിപ്പൈനിയെ ആരോ കുത്തി പരിക്കേൽപ്പിച്ചതിന്റെ ദൃക്സാക്ഷിയായിരുന്നു അബ്ദുല്ലക്കുഞ്ഞിക്കാക്ക.

സുഭിക്ഷമായി ഭക്ഷണം കഴിച്ച് നല്ല നിലയിൽ ജീവിച്ചിരുന്നവരാണ് ഒരു നേരത്തെ ഭക്ഷണത്തിനുവേണ്ടി ആരുടെയൊക്കെയോ

മുമ്പിൽ കൈനീട്ടേണ്ടി വരുന്നത്. ഇവിടെ ഞങ്ങൾക്ക് ഇങ്ങനെ ഒരു സൗഭാഗ്യമുണ്ടായതിന് അൽഹംദുലില്ലാഹ് പടച്ചവനെ സ്തുതിച്ചു. അതിന്റെ പിന്നിലെ ചാലകശക്തിയായത് കുവൈറ്റിൽ വെച്ച് ആരുമറിയാതെ ചെയ്തിരുന്ന അന്നദാനമായിരുന്നുവെന്ന് ഞാൻ മനസ്സിൽ വെറുതെ ഓർത്തുപോയി.

പട്ടാള ക്യാമ്പിനകത്ത് ജോലി ചെയ്തുകൊണ്ടിരുന്നപ്പോൾ ഒരു നേരത്തുണ്ടാക്കിയ ഭക്ഷണങ്ങൾ സർക്കാർ ജീവനക്കാർക്കല്ലാതെ മറ്റാർക്കും കൊടുക്കാനോ വീണ്ടും ചൂടാക്കി വിതരണം ചെയ്യാനോ പാടുള്ളതല്ല. അങ്ങനെ ബാക്കിവരുന്ന ഭക്ഷണങ്ങൾ ഗാർബേജ് ബാഗുകളിലാക്കി മാലിന്യവണ്ടികളിലേക്ക് നിക്ഷേപിക്കണമെന്നാണ് വ്യവസ്ഥ. എന്നാൽ പട്ടാള ക്യാമ്പിനകത്തുതന്നെ ശുചീകരണ പ്രവർത്തനങ്ങൾ നടത്തുന്ന ക്ലീനിംഗ് കമ്പനിയിൽ വളരെ കുറഞ്ഞ ശമ്പളത്തിൽ ജോലി ചെയ്യുന്ന ബംഗ്ലാദേശിജീവനക്കാർ ഭക്ഷണത്തിന് വകയില്ലാതെ വളരെ ഞെരുങ്ങി ജീവിക്കുകയാണെന്ന് മനസ്സിലാക്കി, ഞാൻ ഇങ്ങനെ മിച്ചം വരുന്ന ബിരിയാണി അടക്കമുള്ള ഭക്ഷണങ്ങൾ ഒരു പ്രത്യേകപ്ലാസ്റ്റിക് ബാഗിനകത്താക്കി ഒരു സ്ഥലത്ത് പാത്ത് വെക്കാനുള്ള ഏർപ്പാട് ചെയ്തു. അത് ബംഗ്ലാദേശികളോട് പറഞ്ഞു. എന്നും നേരെ ചൊവ്വേ ഭക്ഷണം കിട്ടാത്ത അവർക്ക് അത് വലിയൊരാശ്വാസമായിരുന്നു. അന്ന് ആ പാവങ്ങൾക്ക് നൽകിയ അന്നമായിരിക്കാം ദൈവം ഇന്നെനിക്ക് മറ്റൊരു രൂപത്തിൽ തിരിച്ചുനൽകിയത്.

ഞങ്ങൾ അഭയാർത്ഥികളായി എത്തിയതിനുശേഷം ജോർദ്ദാൻ സർക്കാരും അന്താരാഷ്ട്ര ചാരിറ്റി സംഘടനകളും ഉണർന്നു പ്രവർത്തിക്കാൻ തുടങ്ങിയതോടെ ഭക്ഷണം നേരാംവണ്ണം വിതരണം ചെയ്യാനും ഇടയ്ക്കിടെ സാന്റ്‌വിച്ചും ബിസ്കറ്റും ശീതളപാനീയങ്ങളും ഓരോരുത്തർ സ്പോൺസർ ചെയ്ത് എത്തിക്കാനും തുടങ്ങി. മണലിൽ കുഴിയുണ്ടാക്കി അതിന് മുകളിൽ ക്ലോസറ്റ് വെച്ച് ടോയ്‌ലറ്റുകളും പൈപ്പിൽനിന്ന് ബക്കറ്റിൽ വെള്ളമെടുത്ത് കൊണ്ടുവന്ന് കുളിക്കാനുള്ള സൗകര്യങ്ങളും ഏർപ്പെടുത്തിയിട്ടുണ്ടെങ്കിലും എപ്പോഴും നല്ല തിരക്കായിരിക്കും.

കഴിഞ്ഞകാലങ്ങളിലെ നല്ല നാളുകളെയും സുഖസൗകര്യങ്ങളെയുംകുറിച്ച് പറഞ്ഞും നാട്ടുവർത്തമാനങ്ങൾ പങ്കുവെച്ചും കട്ടൻ ചായ ഇട്ടു കുടിച്ചും ഇരുന്നും കിടന്നും ഉറങ്ങിയും ദിനരാത്രങ്ങൾ തള്ളിനീക്കാൻ പാടുപെട്ടുകൊണ്ടിരിക്കുന്നതിനിടയിൽ ഇന്ത്യൻ എംബസിയിലെ ജീവനക്കാർവന്ന് അന്നത്തെ ചാർട്ടർ ഫ്‌ളൈറ്റിൽ പോകേണ്ടവരുടെ പേര് വിളിച്ച് ടിക്കറ്റും ഔട്ട്പാസും നൽകും. അതിനുവേണ്ടി ഓരോരുത്തരും കാതോർത്തുനിൽക്കും. അങ്ങനെ

പ്രതീക്ഷകളോടെ കാത്തിരിക്കുകയായിരുന്ന ഞങ്ങളുടെ പേരും വിളിച്ചു. ഇന്ത്യൻ എംബസിയുടെ വാഹനത്തിൽകയറി ജോർദ്ദാൻ തലസ്ഥാനമായ അമ്മാനിലുള്ള അന്താരാഷ്ട്രവിമാനത്താവളത്തിലേക്ക് പുറപ്പെട്ടു. വളരെ ചെറിയ ഒരു എയർപോർട്ടായിരുന്നു അത്. അമ്മാനിലേക്ക് ഇത്രയധികം വിമാനങ്ങൾ ഒരേസമയത്ത് സർവ്വീസ് നടത്തിയതും നടാടെയായിരിക്കാം. അന്ന് രാത്രി എയർ ഇന്ത്യയുടെ പ്രത്യേക വിമാനത്തിൽ ഞങ്ങൾ ബോംബെയിലേക്ക് പറന്നു. ഓരോ രാജ്യങ്ങളും അവരവരുടെ പൗരന്മാരെ തിരിച്ചു കൊണ്ടു പോകാൻ താല്പര്യം കാണിച്ചതുപോലെത്തന്നെ, സ്വന്തം ജനങ്ങളെ ഒരു പോറലുപോലും കൂടാതെ തിരിച്ചുകൊണ്ടുവരാൻ വേണ്ടി ഇന്ത്യൻ സർക്കാറും പ്രത്യേകം താല്പര്യമാണ് കാണിച്ചത്. ഐ.കെ. ഗുജറാലും കെ.പി. ഉണ്ണികൃഷ്ണനടക്കമുള്ള നേതാക്കളും നയതന്ത്ര പ്രതിനിധികളും ഇതിനായി പലതവണ ഇറാഖും കുവൈറ്റും ജോർദ്ദാനും സന്ദർശിച്ചിട്ടുണ്ട്.

■

പെട്ടിയും കെട്ടുമില്ലാത്ത മടക്കയാത്ര

സെപ്തംബർ രണ്ടാം തീയതി അതിരാവിലെ എയർ ഇന്ത്യയുടെ വിമാനം ബോംബെ വിമാനത്താവളത്തിൽ ലാന്റ് ചെയ്തു. പുറത്തിറങ്ങുന്നവരെ വരവേൽക്കാൻ വിവിധ രാഷ്ട്രീയ സാമൂഹ്യ സന്നദ്ധ സംഘടനാനേതാക്കൾ എയർപോർട്ടിന്റെ കവാടത്തിൽ തന്നെ സഹായഹസ്തവുമായി നിലയുറപ്പിച്ചിരുന്നു. വെള്ളവും സർബ്ബത്തും ലഘുഭക്ഷണങ്ങളും സന്തോഷപൂർവ്വം നൽകിക്കൊണ്ട് സ്വീകരിക്കുന്നുണ്ടായിരുന്നു.

സംഘർഷഭരിതമായ ഒരന്തരീക്ഷത്തിൽനിന്നും പ്രശ്നങ്ങളും പ്രയാസങ്ങളും തരണംചെയ്ത് നീണ്ട യാത്രയ്ക്കൊടുവിൽ മാതൃരാജ്യത്ത് കാലുകുത്തിയ ഞങ്ങൾക്കത് വലിയ ആശ്വാസമായിരുന്നു. അവരുടെ കൂട്ടത്തിൽ ബോംബെ കെ.എം.സി.സി നേതാക്കളും ചെർക്കളം അബ്ദുല്ല സാഹിബടക്കമുള്ള മുസ്ലീം ലീഗിന്റെ സമുന്നത നേതാക്കളുമുണ്ടായിരുന്നു. അവർ ഞങ്ങളെ കേരള സർക്കാറിന്റെ കെ.എസ്.ആർ.ടി.സി ബസ്സിൽ കയറ്റി ചെമ്പൂർ സ്കൂളിലേക്ക് കൊണ്ടുപോയി. അവിടെ കുളിക്കാനും മറ്റു പ്രാഥമിക സൗകര്യങ്ങൾക്കും ഉച്ചയൂണിനും ഏർപ്പാട് ചെയ്തിരുന്നു. അതുകഴിഞ്ഞ് നേരെ റെയിൽവേസ്റ്റേഷനിൽ കൊണ്ടുപോയി കുവൈറ്റിൽനിന്ന് തിരിച്ചുവന്ന കേരളീയർക്ക് വേണ്ടി സർക്കാർ ഏർപ്പാട് ചെയ്തിരുന്ന പ്രത്യേക തീവണ്ടിയിൽ ഞങ്ങളെ കയറ്റി വിട്ടു.

ഓരോ സംസ്ഥാനക്കാരേയും അവരവരുടെ വീടുകളിലേക്കെത്തിക്കാനുള്ള സൗകര്യങ്ങൾ അതാത് സംസ്ഥാന സർക്കാറുകൾ ഒരുക്കിയിരുന്നു. അതിന്റെ ഭാഗമായിട്ടായിരുന്നു കേരളത്തിലേക്ക് പ്രത്യേക ട്രെയിൻ സർവ്വീസ്. അന്ന് കൊങ്കൺ റെയിൽപ്പാത നിലവിലില്ലാത്തതിനാൽ ആന്ധ്രാപ്രദേശ് വഴിയായിരുന്നു കേരളത്തിലേക്കുള്ള ട്രെയിൻ യാത്ര. ഇന്നത്തെപോലെ അത്ര എളുപ്പമായിരുന്നില്ല അന്ന്.

നേത്രാവതിയും മംഗളയുമായിരുന്നു ബോംബെയിൽനിന്നുള്ള പ്രധാന തീവണ്ടികൾ. ഇവ ഒലവക്കോടെത്താൻ അമ്പത്തഞ്ചു മണിക്കൂറോളം എടുക്കുമായിരുന്നു. അവിടന്ന് മൂന്നോ നാലോ കമ്പാർട്ട്മെന്റുകൾ വേറെ വണ്ടിയിൽ ഘടിപ്പിച്ചായിരുന്നു മംഗലാപുരത്തേക്കും തിരുവനന്തപുരത്തേക്കും പോയിരുന്നത്. ഇങ്ങനെ ദൈർഘ്യമേറിയ യാത്രയെ പേടിച്ചാണ് മലബാറുകാർ, പ്രത്യേകിച്ച് കാസർകോട്ടുകാർ ബോംബെ യാത്രയ്ക്ക് ബസ്സുകളെ ആശ്രയിച്ചിരുന്നത്.

കുവൈറ്റിൽനിന്ന് വന്ന ഞങ്ങൾ എല്ലാവരും ഒരേ കമ്പാർട്ട്മെന്റിൽ തന്നെയായിരുന്നുവെങ്കിലും വീട്ടിലേക്ക് ഒരു സാധനവുമില്ലാതെ കൈയിൽ കാൽക്കാശ് പോലുമില്ലാതെ വന്നതിനേക്കാൾ കഷ്ടതയോടെയുള്ള ഒരു തിരിച്ചുപോക്കിന്റെ നീറ്റൽ കൊണ്ടാവാം എന്തോ അസ്വസ്ഥതകൾ മനസ്സിനെ വരിഞ്ഞുമുറുക്കി. മഹാനഗരത്തിലെ സ്റ്റേഷൻ വിട്ട ശേഷം വണ്ടി കൊച്ചുകൊച്ചു ടൗണുകളിൽനിന്ന് വയലേലകളും കുന്നും മലകളും നദിയും പാലങ്ങളും കടന്ന് എവിടെയും നിർത്താതെ കേരളത്തെ ലക്ഷ്യമിട്ടുകൊണ്ട് കൂകിയും ഒച്ചവെച്ചും തളർന്നും പിന്നെ ഉണർവ്വോടെ കുതിച്ചുപാഞ്ഞുകൊണ്ടേയിരുന്നു.

സമയാസമയങ്ങളിൽ വണ്ടിയിൽ നിന്ന് ഭക്ഷണങ്ങൾ കിട്ടിയിരുന്നെങ്കിലും ആരും അധികമൊന്നും ഉരിയാടാതെ പുറംകാഴ്ചകൾ നോക്കി ഇരുന്നും കിടന്നും ഉറങ്ങിയും സമയം തള്ളിനീക്കിക്കൊണ്ടിരുന്നു. സമയം ഒച്ചിനെപ്പോലെ ഇഴഞ്ഞുകൊണ്ടിരുന്നതിനാൽ രാവും പകലും എത്രയോ ദൈർഘ്യമുള്ളതുപോലെ തോന്നി. ഒലവക്കോട് ഇറങ്ങിയപ്പോൾ ജമാഅത്തെ ഇസ്ലാമി നൽകിയ ബിരിയാണിപ്പൊതി വാങ്ങിക്കഴിച്ച് അല്പം വിശ്രമിച്ചു. മംഗലാപുരത്തേക്കുള്ള മറ്റൊരു വണ്ടിവന്നപ്പോഴായിരുന്നു ഞങ്ങളുടെ ബോഗി അതിൽ ഘടിപ്പിച്ചുവിട്ടത്. ഏകദേശം എട്ടുമണിയോടെ കാസർകോട് റെയിൽവേ സ്റ്റേഷനിൽ ഇറങ്ങിയ ഞാനും അബ്ദുല്ല, അസൈനാർ, ഖാദർ എന്നിവരും ഒരു ടാക്സി പിടിച്ചു ബോവിക്കാനത്തേക്ക് പുറപ്പെട്ടു. ബോവിക്കാനത്ത് നിന്ന് ഡ്രൈവർ അന്തായിച്ചാന്റെ ജീപ്പ് പിടിച്ച് കുട്ടിയാനത്തെ എന്റെ വീട്ടിലേക്ക് പോയി. അന്ന് ഇരിയണ്ണി വഴിയായിരുന്നു വീട്ടിലേക്ക് പോയിരുന്നത്. അതും സർക്കാർ റിസർവ്വ് വനത്തിലൂടെയുള്ള കുണ്ടും കുഴിയുമുള്ള റഫ് റോഡായതിനാൽ ജീപ്പ് മാത്രമായിരുന്നു പോയിരുന്നത്.

ജീപ്പിന്റെ ശബ്ദം കേട്ട് വീട്ടിലുള്ളവരെല്ലാം ആകാംക്ഷയോടെ പുറത്തിറങ്ങി നിൽക്കുന്നുണ്ടായിരുന്നു. ഇന്നത്തെപ്പോലെ കമ്മ്യൂണിക്കേഷൻ സംവിധാനങ്ങളൊന്നുമില്ലാതിരുന്ന കാലം. ലാന്റ്

ഫോണുകൾപോലും ഞങ്ങളുടെ നാട്ടിൽ അന്ന് അപൂർവ്വമായിരുന്നു. ഉണ്ടെങ്കിൽതന്നെ അതിന്റെ ലൈൻകിട്ടാൻ ഏറെ പ്രയാസവുമായിരുന്നു. ട്രങ്ക് കോൾ ബുക്ക് ചെയ്ത് ഏറെ നേരം കാത്തിരിക്കേണ്ടിവരുന്നതുകൊണ്ട് അധികമാളുകളും അതിനൊന്നും മുതിരാറില്ല. അന്ന് വൈദ്യുതി വെളിച്ചമെത്തിയിട്ടില്ലാത്ത ഞങ്ങളുടെ വീട്ടിൽ ഗ്യാസ്ലൈറ്റ് (പെട്രോമാക്സ്) കത്തിച്ചുവെക്കൽ എന്റെ ഉപ്പാക്ക് നിർബന്ധമായിരുന്നു.

നീണ്ട യാത്ര കഴിഞ്ഞ് വീട്ടിലെത്തിയ എന്റെ ഉടുപ്പുകൾ മണ്ണും അഴുക്കും പുരണ്ട് ആകെ മുഷിഞ്ഞിരുന്നു. തലയിലേയും താടിയിലേയും രോമങ്ങൾ വളർന്ന് ആകെ വികൃതമായിരുന്നു. വല്ലാത്തൊരു വേഷത്തിൽ വന്നു കയറിയ ഞാൻ ശരിക്കൊന്ന് കുളിച്ചുവന്ന് എല്ലാവരുടെയും ഒന്നിച്ചിരുന്ന് ഭക്ഷണം കഴിക്കാൻ ഇരുന്നപ്പോൾ ഉപ്പാക്കും ഉമ്മാക്കും ഭാര്യ സഫിയാക്കും സഹോദരീസഹോദരന്മാർക്കും എന്തെന്നില്ലാത്ത സന്തോഷമായിരുന്നു.

രാസായുധങ്ങൾ കൈയ്യിൽ കരുതിയാണ് സദ്ദാം ഹുസൈൻ കുവൈറ്റിനെ പിടിച്ചെടുത്തതെന്നും അത് വെച്ച് വിലപേശി താൻ പറയുന്ന ആവശ്യങ്ങളത്രയും അംഗീകരിക്കണമെന്നും അല്ലാത്ത പക്ഷം കുവൈറ്റിനെയും അയൽരാജ്യങ്ങളേയും മൊത്തം ചാമ്പലാക്കിക്കളയുമെന്നും ഭീഷണിപ്പെടുത്തിക്കൊണ്ടിരിക്കുമ്പോൾ അവിടെ അകപ്പെട്ടുപോയിരിക്കുന്ന ഞങ്ങളും ഒരുപിടി ചാരമായിപ്പോകുമോ എന്ന പേടിയും ആശങ്കയും ഞങ്ങളെപ്പോലെതന്നെ ഞങ്ങളെ സ്നേഹിക്കുന്നവർക്കും ബന്ധുമിത്രാദികൾക്കുമുണ്ടായിരുന്നു. അവരിൽ ചിലർ അത് പ്രകടിപ്പിക്കുകയും ചെയ്തു.

എന്റെ ഉപ്പ റേഡിയോവിലൂടെ ആകാശവാണിയിൽ നിന്നുള്ള വാർത്തകളും പ്രത്യേക ബുള്ളറ്റിനുകളും ശ്രവിച്ചുകൊണ്ടിരിക്കുന്നതിന് പുറമെ മാതൃഭൂമി പത്രം വരുത്തി അത് പെങ്ങൾ റയ്യാനെക്കൊണ്ട് വള്ളിപുള്ളി വിട്ടുപോകാതെ വായിപ്പിച്ച് കേൾപ്പിക്കും. അതിലെങ്ങാനും നാടുപിടിച്ചവരുടെ കൂട്ടത്തിൽ എന്റെ പേരും ഉണ്ടോ എന്നറിയാൻ താൽപര്യം കാണിക്കുകയും ഞാൻ വരുമെന്നു പ്രതീക്ഷിച്ച് വീട്ടുകാർ ഒന്നടങ്കം രാവേറെ കാത്തിരിക്കുകയും ചെയ്യുമായിരുന്നു. അതുപോലെത്തന്നെ ഭാര്യവീട്ടിൽ അമ്മോച്ചകാക്ക അബ്ദുല്ല ഹാജിയും വിവരങ്ങളറിയാനുള്ള വെപ്രാളത്തോടെ ബേവിഞ്ച പാലത്തിനടുത്ത് പോയി പത്രങ്ങളെല്ലാം വായിച്ച് എന്റെ പേര് വിവരങ്ങൾ കാണാതിരുന്നപ്പോൾ അറിയാനുള്ള തിടുക്കത്തോടെ കാര്യങ്ങൾ അറിയാവുന്നവരോടൊക്കെ തിരക്കുകയും പലരുമായി ആശയവിനിമയം നടത്തുകയും അവസാനം നിരാശയോടെ തിരിച്ചുവന്ന് അമ്മായി ആയിഷയോട് ബേജാറോടുകൂടി

സംഭവങ്ങൾ വിവരിച്ചുകൊടുക്കുകയും അദ്ദേഹത്തിന്റെ ദിനചര്യയായിരുന്നു.

അക്കാലത്ത് ലോകം ആകാംക്ഷയോടെ ചർച്ച ചെയ്തിരുന്നത് യുദ്ധത്തിന്റെയും ആൾനാശത്തിന്റെയും വൻവിപത്തിലേക്ക് കുവൈറ്റും അയൽരാജ്യങ്ങളും എന്നു വേണ്ട, മിഡിൽ ഈസ്റ്റിൽ ആകെത്തന്നെ എപ്പോഴും എന്തും സംഭവിക്കാം എന്ന് നിരീക്ഷകരും രാഷ്ട്രതന്ത്രജ്ഞന്മാരും ഏകസ്വരത്തിൽ അഭിപ്രായപ്പെട്ടുകൊണ്ടിരിക്കുന്നതിനാലാണ് കുവൈറ്റിൽ കുടുങ്ങിപ്പോയവരുടെ കുടുംബങ്ങൾ ഇത്രയേറെ വേവലാതിയോടുകൂടി കുവൈറ്റ് അധിനിവേശത്തെയും യുദ്ധത്തെയും നോക്കിക്കണ്ടത്. ഞാൻ ദുരന്തഭൂമിയിൽ നിന്ന് തിരിച്ചെത്തിയ വിവരമറിഞ്ഞ് നാടിന്റെ നാനാഭാഗങ്ങളിൽനിന്നും ആളുകൾ എന്നെക്കാണാൻ വന്നുകൊണ്ടേയിരുന്നു.

ഒറ്റ രാത്രികൊണ്ട് എല്ലാം നശിച്ചുപോയ ഞങ്ങളുടെ മുന്നിൽ ഇനി ജീവിക്കാൻ എന്താണ് വഴിയെന്ന വലിയ ചോദ്യചിഹ്നത്തിന് മുമ്പിൽ പകച്ചുനിൽക്കുമ്പോഴാണ് ആശയുടേയും ആശ്വാസത്തിന്റെ പുതിയ വഴി തുറന്നുകാണിക്കാൻ സർക്കാറും ബാങ്കും രാഷ്ട്രീയക്കാരുമെല്ലാം ഒരുപാട് സുന്ദരവാഗ്ദാനങ്ങൾ നൽകിയത്. പുനരധിവാസത്തിനും തൊഴിലിനുമൊക്കെയായി കുറേ ക്ഷേമപദ്ധതികൾ അന്ന് സർക്കാർ പ്രഖ്യാപിക്കുകയും അതിന്റെ ആവശ്യങ്ങൾക്കായി പല സ്ഥലങ്ങളിലും യോഗങ്ങൾ വിളിച്ചുചേർത്തു, രൂപരേഖകൾ തയ്യാറാക്കി, അതിനുവേണ്ടി ബാങ്കുകളും സർക്കാർ ഓഫീസുകളും കയറിയിറങ്ങി ഞങ്ങളുടെ ചെരുപ്പ് തേഞ്ഞ് മനം മടുത്തപ്പോൾ ഇതൊക്കെ വെറും പ്രഹസനമാണെന്ന് മനസ്സിലാക്കി വീണ്ടും പ്രവാസജീവിതം തെരഞ്ഞെടുക്കേണ്ടിവന്നു.

■

www.ingramcontent.com/pod-product-compliance
Lightning Source LLC
LaVergne TN
LVHW100305051026
849517LV00006B/2201
* 9 7 8 9 3 9 5 8 7 8 9 6 8 *